अभिप्राय

ग्रामीण साहित्याचे वादग्रस्त विवेचन

मुंबई सकाळ, २१-११-८२

आपल्या
स्नेहीजनांना
पुस्तके
भेट द्या

ग्रामीणता साहित्य आणि वास्तव

आनंद यादव

मेहता पब्लिशिंग हाऊस

Please contact us at **Mehta Publishing House,** Pune 411030.
✆ +91 020-24476924 / 24460313 / Mob. No. 9545000513
Email : production@mehtapublishinghouse.com
Website : www.mehtapublishinghouse.com

◆ *या पुस्तकातील लेखकाची मते, घटना, वर्णने ही त्या लेखकाची असून त्याच्याशी प्रकाशक सहमत असतीलच असे नाही.*

GRAMINTA SAHITYA ANI VASTAV by ANAND YADAV
ग्रामीणता : साहित्य आणि वास्तव : आनंद यादव / संदर्भ ग्रंथ
Email : author@mehtapublishinghouse.com

प्रकाशक : सुनील अनिल मेहता, मेहता पब्लिशिंग हाऊस,
१९४१, सदाशिव पेठ, माडीवाले कॉलनी, पुणे – ४११०३०.
मुद्रक : ट्रिनिटी ॲकॅडमी फॉर कॉर्पोरेट ट्रेनिंग लिमिटेड
मुखपृष्ठ : बाळ ठाकूर
प्रकाशनकाल : मे, १९८१ / जुलै, १९९३ / पुनर्मुद्रण : ऑगस्ट, २०१६
किंमत : ₹ १५०
P Book ISBN 9788171612697
E Book ISBN 9789386454393
E Books available on : amazonkindle Apple Books Google Play Books

---

प्रा. गो. म. कुलकर्णी यांना...

तुमच्याशी होणाऱ्या वाङ्मयीन चर्चा
माझ्या ग्रामीण साहित्यविषयक
लेखनाला
प्रेरक ठरल्या.

- आनंद यादव

प्रस्तावना

साहित्य आणि प्रादेशिकता

वर्णनात्मक विशेषणे

मराठी साहित्याला सध्या 'ग्रामीण' आणि 'दलित' ही विशेषणे जास्त प्रमाणात लावली जात आहेत. काही वर्षांपूर्वी, 'न' (न-नाट्य, न-नायक) आणि 'अस्तित्ववादी' ही विशेषणे लावली जात होती. 'नव'कथा व 'नव'कविता ही विशेषणे त्याआधीची. त्यांच्यामागोमाग 'चालू' कवितादेखील एका प्रमुख दैनिकाने लागोपाठ तीन रविवार-अंकात प्रसिद्ध केल्या. 'प्रादेशिक', 'ऐतिहासिक' किंवा 'सामाजिक' ही विशेषणे तर आता परंपरेने रुळली आहेत.

साहित्याचे मूल्यमापन करणारी ही विशेषणे नाहीत हे इतके उघड आहे की, त्याबाबत वाद होण्याचा संभव दिसत नाही. डॉ. आनंद यादव हल्ली ग्रामीण साहित्याचा वेगळा विचार व्हावा अशी भूमिका मांडीत असतात. ग्रामीण साहित्यासंबंधी आणि ग्रामीण साहित्याच्या समीक्षेसंबंधी त्यांचे हे दुसरे पुस्तक आहे. ही दोन्ही पुस्तके वाचून कोणालाही हे स्पष्ट होईल की, 'ग्रामीण' हे विशेषण मूल्यमापनात्मक आहे अशी आनंद यादव यांची (ही) समजूत अथवा भूमिका नाही.

असे जर आहे तर, 'ग्रामीण' या विशेषणाने ओळखल्या जाणाऱ्या साहित्याचा विचार काही एका वेगळ्या दृष्टीने व्हावा असा आग्रह आनंद यादव का धरतात? आणि असा आग्रह केवळ यादवच धरतात असे नाही. वर्णनात्मक विशेषणांच्या संदर्भात असा आग्रह बुहतेक वेळा बहुतेकजण धरताना दिसतात. 'ऐतिहासिक' किंवा 'चरित्रात्मक' कलाकृतींची चिकित्सा केवळ कलात्मक निकषांच्या आधाराने करता येणार नाही अशी भूमिका आग्रहाने व पुनःपुन्हा मांडण्यात येते. उदा. खानोलकरांचे कोकण समजल्याशिवाय त्यांचे साहित्यविश्व समजू शकणार नाही अशी भूमिका आग्रहाने व्यक्त होते किंवा एखाद्या लेखकाचे 'अनुभवविश्व' व त्याचे मर्म कळल्याशिवाय त्याचे लेखनविश्व उमजणार नाही अशीही भूमिका घेतली जाते. प्रश्न असा की, ही विशेषणे मूल्यमापनात्मक नाहीत आणि केवळ वर्णनात्मक आहेत हे माहीत व मान्य असूनही या विशेषणांनी व्यक्त होणाऱ्या वस्तुस्थितीचा गंभीरपणे अभ्यास झाला पाहिजे, असा आग्रह बहुतेकजण का धरत असतात?

असा आग्रह केवळ विचाराच्या पातळीवरच धरला जातो असे नाही. व्यवहाराच्या पातळीवरही या आग्रहाचे कार्य चालते आणि अशा कार्याला त्याची त्याची विशिष्ट

उपयुक्तता आहे असेही दिसते. 'दलित' साहित्याविषयीचे कुतूहल परभाषक आणि परदेशी अभ्यासकांमध्ये विशेष आहे. हे कुतूहल काहीसे पुरे करावे म्हणून 'टाइम्स ऑफ इंडिया'ने, दिलीप पाडगावकरांच्या संपादनाने 'दलित' कथा-कवितांचे भाषांतरित नमुने आणि काही विवेचनात्मक लेख अशी एक पुरवणी काढली होती. गेल्या पाच-सहा वर्षांचा अमेरिकन विद्यार्थ्यांना मराठी साहित्य शिकवतानाचा अनुभव असा की, या विद्यार्थ्यांना ही पुरवणी उपयोगी वाटते.

व्यवहाराचे आणखी एक क्षेत्र म्हणजे निरनिराळ्या पातळ्यांवरील अभ्यासक्रम. शालेय अभ्यासक्रमात 'नागरी' साहित्याच्या जोडीने मधूनमधून, 'ग्रामीण' साहित्याचे नमुने असावेत हे धोरण मराठी पाठ्यपुस्तकांत बऱ्याच वर्षांपूर्वीपासून आहे. 'कविता' किंवा 'कथा' यांचे पूर्वपरिचय किंवा लेखकांचा परिचय यात अशा पाठ्यपुस्तकांचे संपादक 'ग्रामीण' हे विशेषण वापरीत आले आहेत. सध्या विद्यापीठांतही 'दलित साहित्य', 'ग्रामीण साहित्य', 'लोकसाहित्य' असे विषय (व त्यांच्या स्वतंत्र प्रश्नपत्रिका) नेमण्यात आल्या आहेत व येत आहेत. साक्षरतेचे, शिक्षणाचे आणि संस्कारक्षमतेचे क्षेत्र जसजसे विस्तारत जाईल आणि प्रमाण जसजसे वाढत जाईल, तसतशी ही वर्णनात्मक विशेषणे वाढत जातील. या विशेषणांनी सूचित होणाऱ्या विशेषांच्या गटात जे साहित्य सामावले जाईल त्याचा वेगळा विचार व्हावा, असा आग्रहदेखील वाढता राहील.

भाषेच्या आणि साहित्याच्या अभ्यासकांना आणि अध्यापकांना, तसेच साहित्यसमीक्षकांना यामुळे काही महत्त्वाचे प्रश्न पडत जातील, त्यांचा विचार करावा लागेल. यादवांच्या प्रस्तुत लेखसंग्रहाचे वैशिष्ट्य हे की, 'ग्रामीण' या विशेषणाची अशी सर्व बाजूंनी चिकित्सा करण्याचे कार्य या पुस्तकाने अनेक नवे नवे प्रश्न विचारून व विचारात घेऊन सुरू केले आहे. अशाच काही महत्त्वाच्या प्रश्नांचा विचार येथे (सुरू) करावा असा माझा विचार आहे.

प्रादेशिकतेच्या कसोट्या

पहिला प्रश्न असा की, या विशेषणांत अनुस्यूत असलेल्या कसोट्या कशा निश्चित करायच्या? आणि अमुक साहित्य या विशेषण-कप्प्यात व्यवस्थितपणे व पूर्णपणे बसू शकते हे कसे ठरवायचे?

याचे ढोबळ उत्तर असे की, ही विशेषणे ज्या विशेषांचा निर्देश करतात, ते विशेष 'स्थळ' व 'काळ' यासंदर्भात प्रथम जाणवतात. ऐतिहासिकता किंवा ग्रामीणता किंवा दलितता, ही स्थळकाळाच्या संदर्भात प्रथम सापडते. कलाकृतीत शिवाजी महाराजांचा काळ आहे, मग कलाकृती 'ऐतिहासिक'; माणदेशचा परिसर आहे, मग कलाकृती 'ग्रामीण'. अर्थात, हा निकष ढोबळच. समजा, परिसर मुंबईचा आणि पात्र आहे माडगूळचा गणपा. या कलाकृतीला काय म्हणावे? शहरी की ग्रामीण? 'रूपनगरची

राजकन्या' ही हरिभाऊंची कादंबरी फक्त ऐतिहासिक की आणखी काही? तसेच र. वा. दिघे जर प्रादेशिक म्हणायचे, तर फक्त सदाशिवपेठी म्हणून ओळखले जाणारे हरिभाऊ, सदाशिव पेठ या प्रदेशामुळे प्रादेशिक का म्हणायचे नाहीत?

म्हणजे असे दिसते की, केवळ स्थळकाळाचा निकष या विशेषणांसाठी पुरा पडत नाही. मग आपण वळतो ते या संदर्भाच्या वातावरणाकडे. हे 'वातावरण' शहरी की ग्रामीण की प्रादेशिक, असा विचार आपण करू लागतो. हे 'वातावरण' स्थळकाळविशिष्ट असले तरी प्रत्येकवेळी स्थळकाळविवक्षितच असते असे नाही. म्हणजे सातारी वाण हा सातारा-सांगलीलाच किंवा कोल्हापुरी दणका कोल्हापुरासच सापडेल असे नव्हे. तो मुंबईला किंवा दिल्लीलाही सापडेल. उलटपक्षी, साताराच्या सातारपणापेक्षा मुंबईचा किंवा दिल्लीचा सातारपणा हा थोडा थोडा वेगळा असेल. याचाच अर्थ 'वातावरण' म्हणजे वातावरणाचा जिवंतपणा, वेगळेपणा. हा जिवंत वेगळेपणा आणि त्याचा स्पंदनशील कोश हाच खरा कोणत्याही कलाकृतीचा संदर्भ. विशेषणे लागायची तर ती या 'जिवंत वातावरणा'ला लागणे योग्य होईल.

हे 'जिवंत वातावरण' प्रत्यक्षात कसकसे तयार झालेले असते? एकतर आनुवंशिक पिंडावर (heredity) सांस्कृतिक परंपरेचे संस्कार (socialization) होता होता तयार झालेला व्यक्तित्वकोश. दुसरे म्हणजे धर्म, जात, गाव, आर्थिक वर्ग, व्यवसाय, इत्यादी सामाजिक संस्थांनी तयार झालेला व्यक्तिनिरपेक्ष असा सामाजिकतेचा कोश. सामाजिकतेचा कोश व्यापक. व्यक्तित्वाचा कोश हा आतला कोश. या दोन कोशांचा संबंध संवाद व संघर्ष या परस्परविरोधी तत्त्वांच्या रूपात सतत चालू असतो. हे 'द्वंद्वात्मक सहजीवन' – dialectical co-existence – म्हणजेच सामाजिक वस्तुस्थितीतून कलाकृतीत येणारे 'जिवंत वातावरण'.

भिन्न भिन्न प्रादेशिकता

हे वातावरण खरे म्हणजे बारा कोसांवर बदलत असते. म्हणजेच गुहागरचे वातावरण हर्णैस नसते. यालाच जर प्रादेशिकता म्हणायचे तर प्रत्येक कलाकृती ही तशी प्रादेशिकच म्हणायला हवी. म्हणजे कलातत्त्वाने जशी प्रत्येक कलाकृती स्वायत्त तशीच या 'जिवंत वातावरणा'नेसुद्धा प्रत्येक कलाकृती स्वतंत्रच असायला हवी. वेगळ्या भाषेत हा मुद्दा मांडायचा तर बापूची गारंबी आणि त्याच्या आईची गारंबी हीदेखील वेगवेगळी असायला हवी. धर्मा रामोशाचा माणदेश आणि चलपत्याचा माणदेश वेगवेगळा असायला हवा. तसा वेगवेगळेपणा आहे म्हणून माडगूळकर आणि पेंडसे हे खरी प्रादेशिकता जिवंत झाल्यामुळे श्रेष्ठ लेखक ठरतात.

तथापि, कलाकृतींना आधार असलेले वास्तव संदर्भ शोधताना आणि त्यांचा विचार करताना जरा ऐसपैस वर्गीकरण सोपे पडते. समजायलाही ते सोपे जाते. म्हणून मग ऐतिहासिक, ग्रामीण, दलित असे मोठे कप्पे विचाराला प्राथमिक आधार

म्हणून पुन:पुन्हा घेतले जातात.

परंतु या मोठ्या कप्प्यांना पोटकप्पे असतात. त्यांचाही विचार करावा लागतो. केवळ 'ग्रामीण' किंवा यादवांच्या मनात असलेला शब्द म्हणजे 'देशी', असे म्हणून भागणार नाही. महाराष्ट्रापुरते बघायचे तर देशावरची आणि कोकणातली ग्रामीणता एक नाही. खानदेशी आणि कोल्हापुरी ग्रामीणता एक नाही किंवा एकाच परिसरातले शेतकरी, ठाकर, कातकरी, मच्छीमार यांची ग्रामीणता एक नाही. या सगळ्यांचा एक ग्रामीणपणा म्हणजे काय? तर त्यांचा अशहरीपणा. पण गंमत अशी की, जशी ग्रामीणता वेगवेगळी, तसा शहरीपणा वेगवेगळा आणि म्हणून अशहरीपणादेखील वेगवेगळा असतो. मुंबईला लगत असलेली ग्रामीणता आणि पुण्यालगत असलेली ग्रामीणता यांचा अशहरीपणा एकाच प्रकारचा नसतो.

याचा अर्थ असा की ग्रामीणता, ऐतिहासिकता असे ढोबळ वर्गीकरण करून आपण अधिक सूक्ष्म विचाराला लागलो म्हणजे आपल्याला 'जिवंत वातावरणा'चे अधिक सूक्ष्म उपविभाग ध्यानात घ्यावे लागतात, त्यांच्या वैशिष्ट्यांकडे अधिक लक्ष पुरवावे लागते.

कलेतील समग्रता ही विशिष्टतेसाठी

साहित्याच्या मूल्यमापनाच्याच नव्हे तर आकलनाच्या दृष्टीने महत्त्वाचा प्रश्न असा की वास्तवातले हे जिवंत वातावरण कलाकृतीत कसे आकार घेते? कलाकृतीच्या निर्मितिप्रक्रियेचा हा महत्त्वाचा प्रश्न आहे. स्वत: उत्तम सर्जक कलावंत असल्याने यादवांना एकूण निर्मितिप्रक्रियेबद्दल आणि तिच्यातील या भागाबद्दल तळमळीची जिज्ञासा आहे. या पुस्तकातले बरेचसे लेखन या जिज्ञासेतून झालेले दिसते.

हे वातावरण साहित्यात जे जिवंत होते ते पात्राच्या स्वभावातून आणि कृतीतून पात्राचा स्वभाव आणि कृती स्वाभाविकपणे सं-बंध-रूप असतात. म्हणून पात्र जिवंत व्हायचे तर हा संबंध जिवंत व्हावा लागतो. 'जिवंत वातावरणा'चे महत्त्व या दृष्टीने आहे. संदर्भाच्या सुसंगतीचे महत्त्व या दृष्टीनेच आहे.

ही दृष्टी म्हणजे निर्माणकाची, कलावंताची दृष्टी. या दृष्टीचे लक्ष्य 'व्यक्ति-त्व' हे असते. संदर्भाशिवाय व्यक्ती नाही हे खरे आहे. निसर्गाशी आणि समाजाशी व्यक्तीचा संबंध असतो. या दोन वास्तवांशी व्यक्तीची देवाणघेवाण चालू असते. पण या वास्तवांना आणि त्यांच्याशी चाललेल्या देवाणघेवाणरूप संबंधाला अर्थपूर्णता येते ती व्यक्तित्वामुळे. हे व्यक्तित्व वर सांगितलेल्या दोन संबंधांपेक्षा आणखी एका तिसऱ्या संबंधावर अवलंबून असते. हा संबंध म्हणजे व्यक्तीचा स्वत:शीच असलेला संबंध.

माणसाच्या बुद्धिशक्तीचा सर्वोत्तम आविष्कार म्हणजे स्वत:पासून वेगळे होऊन स्वत:कडे पाहण्याची, स्वत:शीच परकेपणाने संबंध प्रस्थापित करण्याची, त्याची शक्ती. यालाच कोणी विवेक म्हणतात, पण 'विवेक' ही संकल्पना

अधिकतर सामाजिक आहे. 'साक्षित्व' ही संज्ञा येथे अधिक उचित होईल. बालसुलभ असे स्वत:विषयीचे साधे कुतूहल या साक्षित्वाच्या मुळाशी असते. लहानपणी मूल स्वत:चा पाय, एक वेगळी वस्तू म्हणून हाताळत असते, तसे.

या साक्षित्वात जशी सामाजिकता असते तसाच व्यक्तीच्या वाट्याला बहुधा आनुवांशिकतेमुळे आलेला खास वेगळेपणा असतो. साक्षी क्रियाशीलतेतून प्रत्येकजण स्वत:च्या या खास वेगळेपणाचा अनुभव घेत असतो. प्रत्येकाचे वेगळे साक्षित्व व त्याचे वास्तव अस्तित्व यांच्या संबंधातून त्याचे व्यक्तित्व तयार होते. स्वत:शी स्वत:चा असलेला हा संबंध सारखा बदलता, गतिशील असतो. यामुळे व्यक्तित्वाचे आकृतिबंध सतत बदलत असतात. व्यक्तित्वाचे हे बदलते बंध समजून घेण्यात आणि भाषाद्रव्यात अशा बंधांची नवीन निर्मिती करण्यात कलावंताला रस असतो. कलावंताचे खास अनुभवक्षेत्र आणि त्याचे खास कृतिक्षेत्र म्हणजे व्यक्तित्वांचे पाऱ्यासारखे बदलत राहणारे आकृतिबंध.

यातूनच कलेतील एक अर्थपूर्ण महत्त्वक्रम (Preference) लक्षात येतो. तो हा की, 'कलेत व्यक्तीच्या जिवंतपणासाठी वातावरण आहे; वातावरणासाठी व्यक्ती नाही.' अगदी महाभारतासारखे तथाकथित वस्तुनिष्ठ निवेदनाने साकार झालेले महाकाव्य घेतले तरी त्याचा प्रधान हेतू 'समग्रता' व्यक्त करणे हा नाही, तर 'विशिष्टते'चे अनेक आकृतिबंध निर्माण करून विशिष्टता आणि समग्रता यांच्या संबंधांच्या असंख्य शक्यता दाखवून कार्यकारणभावाने किंवा अन्य शास्त्रीय तत्त्वाने एका सूत्रात बांधला न जाऊ शकणारा अनियमित व प्रसरणशील असा आकृतिबंधांचा महाबंध निर्माण करणे हा आहे. असा महाबंध शास्त्रज्ञांचा वेगळा असतो, तत्त्वज्ञांचा वेगळा असतो, कलावंतांचा वेगळा असतो. शास्त्रज्ञांचा अथवा तत्त्वज्ञांचा महाबंध हा बद्ध (systemized) असतो, तर कलावंतांचा महाबंध हा मुक्त असतो. कारण अधिकाधिक व्यापक संगती शोधणे हा कलावंतांचा ध्यास नसतो, तर अनेकानेक शक्यता पाहणे, नवनव्या शक्यता पडताळणे हा त्याचा छंद असतो.

प्रतिभा-कल्पित प्रादेशिकता

व्यक्तीचा स्वत:शी असलेला संबंध हा महत्त्वाचा, तो कलेत जिवंत करण्यासाठी इतर दोन संबंध पाहायचे, हा महत्त्वक्रम साहित्याविष्काराच्या आदिकालापासून कलावंतांनी लक्षात घेतला आहे आणि यासाठी वेगवेगळे आविष्कारमार्ग अंगीकारले आहेत. विविधता आणि वैचित्र्य हा तर याचा राजमार्ग होऊन राहिलेला आहे. म्हणजे पांडव जरी एकाच परिस्थितीतले (किंवा समाजव्यवस्थेतले किंवा उत्पादनसाधनव्यवस्थेतले) असले तरी पाचही जण स्वभावाने वेगवेगळे कल्पायचे आणि या वेगळेपणाच्या आविष्कारावर भर द्यायचा. हीच दृष्टी राम-लक्ष्मण-भरत-शत्रुघ्न या चार भावांच्या चित्रणात आढळते किंवा सीता-ऊर्मिला, वाली-सुग्रीव,

रावण-कुंभकर्ण-बिभीषण यांच्या चित्रणात आढळते.

पण विविधता व वैचित्र्य यांच्या या राजमार्गाशिवाय ‘समग्रता नव्हे, तर विशेषता’ या तत्त्वासाठी कलावंतांनी जे इतर मार्ग अनुसरले ते अधिक आकर्षक व अधिक अर्थपूर्ण आहेत. या कपोलकल्पित प्रादेशिकतेचा उल्लेख येथे आवश्यक आहे. देव आणि दानव हे कलावंतांनी स्वकल्पनेने निर्माण केलेले पहिले पहिले नवे प्रदेश. गुण किंवा दोष यांचे अतिशयोक्त चित्रण करणे, तसेच चमत्कारांचे चित्रण करणे या नव्या प्रदेशांत अधिक सुकर होते. अर्थात विविधता आणि वैचित्र्य यांची उपस्थिती या नव्या प्रदेशातही आवश्यक झालीच. देवपणा किंवा असुरपणा यांचे प्रातिनिधिकत्व टाळण्यासाठी ही उपस्थिती आवश्यक होती. म्हणून मग दानवांतही गुण दाखविले गेले आणि देवांत दोष दाखविले गेले. निरनिराळ्या देव-दानवांना त्यांची त्यांची खास विशेषता देण्यात आली. अशीच आणखी एक नवी प्रादेशिकता कलावंतांनी शोधली ती प्राणिसृष्टीमध्ये. पंचतंत्र आणि इसापनीती यातील कथांत या नव्या प्रादेशिकतेच्या योगाने व्यक्तित्वदर्शनात अधिक मुक्तता आली आहे. वास्तव प्रादेशिकतेला उपयोगी ठरणारा तपशिलाचा पसारा यात नसल्याने यातले व्यक्तित्वदर्शन अधिक गोळीबंद (concentrated) होऊ शकले आहे. याशिवाय आणखी एक नवी प्रादेशिकता म्हणजे अद्‌भुत जगाची- उडती सतरंजी, गाणारे झाड, माणसे गिळणारा डोंगर असे एक-एक करीत सारा निसर्ग कलावंतांनी या नव्या अद्‌भुत प्रादेशिकतेसाठी उपयोगात आणला आहे. या अद्‌भुतात व्यक्त होतात, होऊ पाहतात ती सर्व मानवी व्यक्तित्वेच, पण ती वास्तव संदर्भापासून मुक्त असतात, म्हणून वास्तव अनुभवांच्या जोडीने स्वप्नगत, भासगत, कल्पित आणि धूसर-अर्धस्पष्ट असे व्यक्तित्वाचे जाणवलेले बहुतेक सर्व आकृतिबंध या अद्‌भुत प्रादेशिकतेत व्यक्त होऊ शकतात. व्यक्तित्वसापेक्षता या अद्‌भुत प्रादेशिकतेत अधिक अन्यनिरपेक्षतेने व्यक्त होऊ शकते. नव्या प्रादेशिकतेच्या शोधात गवसलेला आणखी एक प्रदेश म्हणजे लोकवाङ्मयातला मुद्दाम धूसर केलेला प्रदेश. ‘फार फार वर्षांपूर्वी’ असे म्हणून काळाच्या रेषा पुसलेल्या असतात. ‘आटपाट नगर होतं’, यात स्थळाची स्पष्टता पुसलेली असते. ‘तिथं एक राजा होता’, यात वास्तव सामाजिकता पुसण्याचा प्रयत्न. ‘सिंड्रेला’सारख्या परीकथा किंवा ‘लाकूडतोड्याची गोष्ट’सारख्या बोधकथा किंवा ‘शुक्रवारची कहाणी’सारख्या नीतिकथा – अशा लोकसाहित्यात, वास्तव प्रदेश पुसून स्थलकालातीत कल्पित प्रदेश निर्माण करण्याची दिशा स्पष्टपणे दिसते.

परिचितापासून मुक्तता

या नव्या प्रादेशिकता शोधण्याचे कलावंतांचे म्हणजे कलेचेच एक समान प्रयोजन असते. ते म्हणजे वाचकाला त्याच्या परिचित, स्वकीय प्रदेशापासून आणि प्रादेशिकतेपासून, कलानुभवापुरते मुक्त करणे. आपला व्यवहारातला, ओळखीचा

प्रदेशच कलाकृतीत असणे ही गोष्ट अनेकदा, बहुतेक वेळा, वाचकाच्या मनात संकोच उत्पन्न करू शकते आणि कलाकृतीतील चित्रणाशी समरस होण्यात अडथळा करू शकते. परिचित संदर्भाची परिचितता स्थगित होणे ही कलेची आवश्यकता आहे म्हणून आरंभकाळापासून अगदी आजपर्यंत कलावंत नवे प्रदेश शोधताना किंवा जुन्याचे नवे करताना किंवा परिचिताला क्षणभरासाठी अपरिचित करताना दिसतात. लिलिपुटी अथवा ब्रॅबडिगनॅगी लोक या प्रेरणेनेच अवतरले. 'शांग्रिला'ची सृष्टी याच कारणासाठी निर्माण झाली. तेंडुलकरांनी नाना फडणवीसांचा उपयोग यासाठीच केला. वसंत कानेटकरांनी महर्षि कर्व्यांना यासाठीच पुनरुज्जीवित केले. इतकेच नव्हे तर समकालीन वास्तवाचा उपयोग करतात असे वर वर दिसले तरी हरिभाऊ आपटे खरेतर 'आमचा यशवंतराव' चित्रित करीत असतात आणि माडगूळकरांचे 'करुणाष्टक'च नव्हे तर त्यांची 'बनगरवाडी'देखील त्यांची स्वत:ची, म्हणजे प्रतिमेने नव्याने निर्मिलेली असते.

अस्सल किंवा श्रेष्ठ कलेतच या प्रयोजनाच्या दिशेने प्रयत्न केलेले असतात असे नव्हे तर रंजन करू पाहणाऱ्या कलाविष्कारांतही हे 'नवी प्रादेशिकता निर्माण करण्याचे अथवा वास्तव प्रादेशिकता धूसर करण्याचे' तत्त्व आढळते. तमाशाच्या नाट्यगत कृतींत ते दिसते, सर्कसमधील विदूषकाचे नाकतोंड रंगविण्यात ते दिसते, कथाकलीच्या मुखवट्यात ते आहे. हिंदी सिनेमांतील अफलातून व्यक्तिचित्रणात हे तत्त्व आहे आणि रहस्यकथांतील अद्भुत तपशिलातही हे तत्त्व आहे. व्यक्तित्व-चित्रणासाठी अथवा रंजनासाठी नवी प्रादेशिकता जिवंत करणे आणि हे करीत असतानाच प्रादेशिकत्व किंवा प्रातिनिधिकत्व गुसून टाकणे हे ते तत्त्व.

सारांश कोणत्याही प्रादेशिकतेसंबंधी विचार करताना आपल्याला कलेच्या दृष्टीने दोन प्रश्न विचारावे लागतील. एक म्हणजे विशिष्ट कलाकृतीतले व्यक्तित्वदर्शन शक्य व्हावे इतकी त्या कलाकृतीतली प्रादेशिकता जिवंत झाली आहे काय? दुसरा म्हणजे वाचकाच्या मनाला व्यक्तित्व नि:संकोच भिडावे इतकी ही प्रादेशिकता पुसली गेली आहे काय?

साहित्यदृष्टीचे प्रश्न

या दृष्टीने मराठी ग्रामीण साहित्याचा विचार करताना खालील प्रकारे काही प्रश्न विचारावे लागतील : (१) मराठी ग्रामीण लेखकांच्या साहित्यात ग्रामीण प्रादेशिकता कलात्मकतेने जिवंत झाली आहे काय? (२) या साहित्यांत ही प्रादेशिकता कलात्मकतेने पुसली गेली आहे काय? (३) कोणते साहित्यिक यात यशस्वी झालेले दिसतात व कोणते तितके यशस्वी झालेले नाहीत? व का? (४) ग्रामीण प्रादेशिकतेकडे बघण्याची लेखकांची दृष्टी बदलत आली काय? या बदलात आपण काही क्रम लावू शकतो का? या क्रमात काही महत्त्वाचे टप्पे निश्चित करू

शकतो काय? (५) या साऱ्या विचारांच्या आधाराने मराठी ग्रामीण साहित्याच्या कलात्मक गुणवत्तेसंबंधी, साहित्येतिहासाच्या दृष्टीने आपण काही अर्थपूर्ण विधाने करू शकतो काय?

साहित्येतिहासाचे सांस्कृतिक प्रश्न

साहित्यातील ग्रामीणता, दलितता किंवा कोणतीही 'प्रादेशिकता', हा प्राधान्याने साहित्येतिहासाचा विचार आहे. साहित्येतिहासाला जसा साहित्यिक तसा सांस्कृतिक विचारही करावा लागतो. विशिष्ट समाजाची साहित्यविषयक धारणा कालक्रमात कसकशी बदलली, हे साहित्याच्या, समीक्षेच्या आणि अन्य आधारांनी साहित्याच्या इतिहासकाराला निश्चित करायचे असते. साहित्यकलाकृतीच्या निर्मितीशी 'प्रादेशिकते'चा कोणता व कसा संबंध येतो ते वर पाहिले व त्या दृष्टीने मराठी ग्रामीण साहित्यासंबंधी कोणते प्रश्न विचारावे लागतील हेही सुचविले. सांस्कृतिक दृष्टीने 'मराठी ग्रामीण साहित्य' या वास्तवाचा विचार करताना कोणते प्रश्न विचारात घ्यावे लागतील ते आता पाहू.

मराठी ग्रामीणतेची व्याप्ती प्रथम निश्चित करावी लागेल. हे काम कठीण आहे पण अशक्य नाही. वास्तव मराठी ग्रामीणतेचा शोध सांस्कृतिक-मानववंशशास्त्रज्ञाच्या दृष्टीने व शिस्तीने घ्यावा लागेल. देशावरची व कोकणातली, खानदेशी व कोल्हापुरी, मुंबईजवळची आणि नागपूरजवळची - अशा ग्रामीणतेच्या सर्व छटा न्याहाळून, त्यांचा वेगळेपणा नोंदवून, शिवाय या ग्रामीणतेचे किंवा देशीपणाचे, समान रूप निश्चित करावे लागेल. हे समान रूप गेल्या शे-दीडशे वर्षांत कसे बदलत आले आणि या समानरूपाच्या छटांची विविधता आणि विशिष्टता कशी वाढत गेली हे पाहावे लागेल. अशा निरीक्षणातून आणि विचारातून खऱ्या ग्रामीणतेची कल्पना येऊ शकेल.

दुसरा प्रश्न विचारात घ्यावा लागेल तो हा की, लेखकांच्या निर्मितिप्रक्रियेवर या ग्रामीणतेच्या जाणिवेने काही कृत्रिम बंधने पडली का व पडतात का? ग्रामीण असल्याचा एकप्रकारचा अहंगंड किंवा न्यूनगंड, अथवा प्रातिनिधिक चित्रण केले पाहिजे अशी नैतिक जबाबदारीची जाणीव- अशाप्रकारची ओझी कुणाकुणाच्या लेखनात जाणवतात काय? कलानिर्मितीबाबतच्या या अप्रगततेची काही समान कारणे असतील काय? व अशी कारणे निश्चित करता येतील काय?

तिसरा प्रश्न हा की, ग्रामीण साहित्याकडे स्वत: लेखक तरी कलात्मक गंभीरपणाने पाहतात की नाही? याचा उपप्रश्न असा की, शहरी लेखकांनी ग्रामीण वास्तवाकडे गंभीरपणाने पाहिले नाही आणि ग्रामीण लेखकांनी मात्र गंभीरपणाने पाहिले, असे म्हणता येईल का? आणखी एक उपप्रश्न : अनेक ग्रामीण लेखकांच्या ग्रामीणतेच्या चित्रणात प्रदर्शन-गंड दिसतो काय? ग्रामीण लेखकांचा असा प्रदर्शन-गंड आणि शहरी लेखकांचा 'तसा' प्रदर्शन-गंड या दोहोंत काही समान सांस्कृतिक सूत्र शोधता येईल

काय? असे उपप्रश्न अनेक निघतील. त्यांचा विचारही महत्त्वाचा आहे.

चौथा प्रश्न असा की, समीक्षकांनी ग्रामीण साहित्याचा आणि ग्रामीणतेचा गंभीरपणाने आणि प्राधान्याने विचार केला की नाही? तसा तो केला नसेल तर त्याची कारणे सामाजिक वास्तवात म्हणजे समीक्षकांच्या शहरीपणात असू शकतील काय? की ही कारणे समीक्षकांच्या साहित्यविषयक एकूण दृष्टिकोनातच असतील? ग्रामीण साहित्य श्रेष्ठ दर्जाचे आणि त्याची गंभीर समीक्षा मात्र नाही, असा विसंवाद मराठी साहित्यविश्वात आहे काय? तसा असेल तर त्याची कारणे कलांतर्गत की सामाजिक? साहित्यिक विचारवंतांच्या कार्याचे वास्तव रूप व मूल्य समजून घेण्याच्या दृष्टीने हे प्रश्न आणि उपप्रश्न विशेष उपयोगी ठरतील, उदाहरणार्थ, हा एक उपप्रश्न : साहित्याचे तात्त्विक विवेचन करताना किती विचारवंतांनी किती वेळा किती श्रेष्ठ, यशस्वी (आणि अयशस्वीदेखील) ग्रामीण कलाकृतींचा उदाहरणे म्हणून उपयोग केला आहे?

पाचवा प्रश्न असा की, सर्वसाधारण मराठी वाचकांची ग्रामीण साहित्याबाबतची दृष्टी कशी आहे? स्वागतशील, थंड, बेपर्वाईची, करमणुकीपुरती की कुचेष्टेची? ही वृत्ती आणि दृष्टी गेल्या दीडशे वर्षांत बदलत आली आहे काय? या बदलाचे स्वरूप काय, टप्पे कोणते? याची कारणे कोणती? समाजाच्या स्तरास्तरांत ही वृत्ती व दृष्टी वेगवेगळी आहे काय? स्वागतशीलतेतही मन:पूर्वकता किती? आश्रयदात्याची भावना किती? व्यावसायिक हितबुद्धी किती? सामाजिक-संस्थांची, शासनाची, साहित्य-संस्थांची दृष्टी कोणती? जुन्या व नव्या सामाजिक उपक्रमांत (उदा. व्याख्यानमाला, चर्चासत्रे, साहित्य संस्कृति-मंडळ, कोशकार्य, पारितोषिक योजना, भाषांतर योजना इ. इ.) ग्रामीण साहित्याची दखल किती व कशी घेतली जाते? ग्रामीण साहित्याकडे पाहण्याची सर्व मराठी समाजाची काही समान वृत्तिदृष्टी आहे, असे म्हणता येईल का? की ग्रामीण, दलित अशा फळ्या एकूण साहित्यकलाविषयक दृष्टीतही दिसतात? या साऱ्या विचारांतून मराठी माणसांच्या सध्याच्या साहित्यकलाविषयक अभिरुचीसंबंधी कोणते निष्कर्ष हाती लागतील?

साहित्यातील आणि वास्तवातील ग्रामीणतेचा व्यवस्थित उलगडा व्हावा यासाठी साहित्यिक व सांस्कृतिक अशा दोन्ही क्षेत्रांत कोणते प्रश्न विचारावे लागतील, या प्रश्नांच्या मुख्य दिशा कोणत्या असतील आणि याला पायाभूत तात्त्विक विचार कोणता, याचा स्थूल विचार वर केला आहे. डॉ. आनंद यादव यांच्या प्रस्तुत लेखसंग्रहात वर उल्लेखिलेल्या प्रश्नांचा विचार करण्यासाठी उपयोगी पडेल असे चिंतन एकत्रित आले आहे. मन:पूर्वक चिंतनशीलता आणि अव्वल दर्जाची निर्मिति-क्षमता या दोनही गुणांचा मिलाफ आनंद यादवांच्या वैचारिक व्यक्तिमत्त्वात झालेला असल्याने हे लेखन अभ्यासकांना प्रेरक ठरेल असा विश्वास वाटतो.

स. शि. भावे

■

अनुक्रमणिका

ग्रामीण साहित्य सवतासुभा आहे काय?

जगातील ललितवाङ्मय हे एका व्यापक पातळीवरून एकच आहे. कारण माणूस कोणत्याही वंशाचा असो अगर जगाच्या पाठीवर कुठेही राहणारा असो, त्याचे वासनाविकार, त्याच्या प्राणीपातळीवरच्या सहजप्रवृत्ती, धार्मिक राहण्यामागची त्याची माणुसकीची, उदात्ततेची ओढ, मूलतः सद्भावाने, सौजन्याने इतरांशी वागण्याकडे त्याचा असलेला कल, त्याच्या आशा-आकांक्षा, स्वप्ने उराशी धरून जीवन जगण्याची प्रेरणा इत्यादी बाबी माणसामध्ये मूलभूतच आहेत आणि ललितवाङ्मय हे अंतिमतः अशा मूलभूत स्पंदनांकडे प्रवास करू इच्छिते. ते माणसाच्या विविध मौलिक जाणिवांचा असा आविष्कार करणारे असल्याने व्यापक पातळीवरून मानवी आत्म्याची ती शब्दार्थसहित रूपसिद्धी असते.

ललितवाङ्मयाच्या विविध प्रकारांचाही व्यापक पातळीवरून विचार करताना ते प्रकार गौणस्थानीच जातात. एखाददुसऱ्या व्यक्तीचा कथनात्मक अथवा मनोविकासात्मक अनुभव व्यक्त करावयाचा असेल तर लेखकाचा वाङ्मयरूप घेऊ पाहणारा अनुभव 'कथे'कडे झुकतो. अनेक व्यक्तींच्या परस्पर-संबंधांतून एखादा दीर्घ अनुभव व्यक्त करावयाचा असेल तर तो कादंबरीचे रूप घेण्याकडे झुकतो, जटिल अनुभवातील नाट्यालाच विशेष रूप द्यावे असे वाटत असेल तर तो अनुभव नाटकाकडे झुकतो, अनुभवातील काव्यात्म घटकालाच जर विशेष रूप द्यावेसे वाटत असेल तर तो अनुभव कवितेकडे झुकताना दिसेल. अनुभवात कथनात्मकता, नाट्य, काव्य, विचार, चिंतन, एकपदरीपणा, अनेक-पदरीपणा, कालनिष्ठा, कालनिरपेक्षता, दीर्घता, लघुता असे अनेक विशेष असू शकतात. त्या त्या विशेषांकडे भान ठेवून जाणकार लेखक आपल्या अनुभवांना शब्दरूप देत असतो. म्हणजे अंतिमतः अनुभवांना शब्दरूप देणे, त्यांचा आविष्कार करणे हेच महत्त्वाचे असते. त्या दृष्टीने 'साहित्य प्रकार' हे अनुभवांच्या आकारांचे विशेष असतात. ते अनुभवविशेष नव्हेत. निरनिराळ्या

आकारविशेषांच्या आधारे साहित्यिक आपले अनुभवच व्यक्त करत असतो. अनुभव व्यक्त करणे हेच साहित्यिकाचे अंतिम ध्येय असते. तेव्हा त्या दृष्टीने हे प्रकारही गौणस्थानी जातात.

एवढेच नव्हे तर साहित्यप्रकारांना अथवा विशिष्ट प्रदेशाच्या किंवा देशाच्या साहित्याला जी विशेषणे लावली जातात तीही साहित्याचा अंतिमदृष्ट्या विचार करता गौणस्थानी जातात. उदाहरणार्थ सामाजिक कादंबरी, ऐतिहासिक कादंबरी, पौराणिक कादंबरी, रोमँटिक कादंबरी किंवा प्रादेशिक कादंबरी, ग्रामीण कादंबरी, दलित साहित्य, ब्राह्मणी साहित्य, रशियन साहित्य, अमेरिकन साहित्य या विशेषणांनाही फारसा अर्थ व्यापक पातळीवरून नसतो. कारण कोणतेही विशेषण त्या विशिष्ट प्रकाराबद्दल वा साहित्याबद्दल विशेष माहिती पुरवीत असले तरी अंतिमतः तो मानवी मनाचा आविष्कार असतो आणि अंतिमतः मानव येथून तेथून एकच. त्याचमुळे त्या मानवाच्या मनाचा शब्दरूप आविष्कार येथून-तेथून एकच असे आपणास मानावे लागते.

तरीसुद्धा देशोदेशीचे साहित्य आपण वेगळे मानतो. त्यांचा त्यांचा स्वतंत्र अभ्यास करतो. कथा, कादंबरी, कविता, नाटक, ललित गद्य यांचा स्वतंत्र अभ्यास करतो. त्यांचा विकासक्रम शोधतो. त्या त्या प्रकारचे जनक, प्रवर्तक वगैरे शोधतो. त्यासाठी वाद घालतो. ऐतिहासिक कादंबऱ्या, प्रादेशिक कादंबऱ्या, सामाजिक कादंबऱ्या असे प्रकार पाडून विद्वान समीक्षक समीक्षणे करतात, संशोधन करतात; तेव्हा ते कुठेतरी या विशेषणांनाही मान्यता देत असतात हे नक्की आहे. एवढेच नव्हे तर मर्ढेकरांची कविता वेगळी आणि पु. शि. रेगे यांची कविता वेगळी मानून तिचा अभ्यास, आस्वाद आपण घेतो.

हे असे विविध पातळ्यांवर वेगळेपण का मानावे लागते? अंतिमदृष्ट्या जगातील साहित्य एकच असले तरी त्याचा अनेक दृष्टींनी किंवा सर्वांगांनी नीटपणे आणि काटेकोरपणे विचार करता यावा, त्याचे विशिष्ट स्वरूप यथार्थपणे आस्वादता यावे, त्याच्या विकासाची सूत्रे अचूकपणे हाती लागावीत म्हणून हे व्यवस्थापन, वर्गीकरण, विशेषणीकरण, प्रकारीकरण करावे लागत असते.

त्या त्या देशाच्या मानवसमूहाचा इतिहास, भूगोल इतर देशांच्या तुलनेने वेगळा असतो. तेथील मानवसमूहाने विशिष्ट धर्म स्वीकारलेला असतो. त्या धर्मानुसार त्याच्या विशिष्ट पापपुण्याच्या कल्पना असतात, त्यानुसार त्याची जीवनपद्धती विशिष्ट झालेली असते. त्यानुसार त्याच्या धर्मपरंपरा निर्माण झालेल्या असतात. तो मानवसमूह विशिष्ट वंशाचा असतो. इतिहासाच्या ओघात त्या वंशाने वेगवेगळे पराक्रम केलेले असतात किंवा पराभव पत्करलेले असतात. विशिष्ट धर्माशी, मानवसमूहांशी त्यांचे सख्यत्व अथवा वैरत्व असते. तेथील भौगोलिक परिस्थितीमुळेही

त्याची जीवनपद्धती विशिष्ट झालेली असते. या सर्वांचा परिणाम होऊन त्याची संस्कृती, समाजरचना व तिचा विकास विशिष्ट पद्धतीने झालेला असतो. या सर्वांच्या दाबाखाली त्या मानवीसमूहाचे मन कार्य करीत असते, वासना-विकारांना वाटा देत असते, प्रसंगी त्यांना घडवीत असते, संस्कारित करीत असते आणि त्यातूनच विशिष्ट जगणे जन्म घेत असते. या 'विशिष्टतेचा आविष्कार' जेव्हा शब्दरूप घेतो, तेव्हा ते साहित्यही त्या देशाचे होऊन विशिष्ट रूप धारण करते. त्यामुळे त्या त्या देशाचे साहित्य वेगळे मानावे लागते. तसे ते मानल्याशिवाय त्याचा नीट अभ्यास होत नाही, आस्वाद घेता येत नाही. म्हणून अमेरिकन साहित्य वेगळे, जपानी साहित्य वेगळे; रशियन साहित्य वेगळे, भारतीय साहित्य वेगळे मानावे लागते.

भारतीय साहित्याबाबत तर आणखी स्थिती वेगळी आहे. भारत हाच मुळी एक 'खंड'वत देश आहे. जागतिक राजकारणात 'उपखंड' म्हणून त्याचा नेहमी उल्लेख होतच असतो. या राष्ट्राची राष्ट्रभाषा हिंदी म्हणून स्वातंत्र्योत्तर काळात स्वीकारलेली असली तरी स्वातंत्र्यपूर्व अनेक शतके इथे अनेक भाषा त्या त्या राज्यांच्या भाषा म्हणून नांदत होत्या. आजही इथल्या राज्यांच्या (States च्या) वेगवेगळ्या राजभाषा आहेत. या राजभाषा तेथील प्रदेशाच्या मातृभाषा आहेत.

आपल्या राष्ट्रात अस्तित्वात असलेली राज्ये (States) ही आकाराने युरोपातील एकएका राष्ट्राइतकी मोठी आहेत. फ्रान्स, इटली, इंग्लंड, जर्मनी यांचा भौगोलिक विस्तार आणि आपल्या महाराष्ट्र राज्याचा भौगोलिक विस्तार जरी लक्षात घेतला तरी पुरे. ही राज्ये नुसतीच भौगोलिकदृष्ट्या वेगळी नाहीत तर त्यांचा इतिहास, भूगोल, संस्कृती, वाङ्मय परंपरा, रीतिरिवाज हेही मोठ्या प्रमाणात वेगळे आहेत. त्यांच्या भाषाही वेगळ्या आहेत. त्यांचा व्यापक पातळीवर साम्यसंबंध स्थापन करता येत असला तरी वेगळेपणाही मोठ्या प्रमाणात दाखवून देता येतो. त्यामुळे मराठी साहित्य, बंगाली साहित्य, तेलगू साहित्य, गुजराथी साहित्य ही एकमेकांपासून भिन्न करावी लागतात, वेगळी मानावी लागतात. त्याशिवाय त्यांचे नीट आस्वादन, आकलन होऊ शकणार नाही.

भारताचा विचार सोडून महाराष्ट्रापुरताच विचार करावयाचा झाला तर महाराष्ट्रीय समाज अनेक स्तरीय आहे. या समाजात वर्णव्यवस्था आणि जातिव्यवस्था फार पूर्वीपासून अस्तित्वात आहे. त्या त्या जातीचे, विशेषत: वर्णाचे उद्योग-व्यवसाय, शिक्षण, संस्कार, आर्थिक स्थिती, सामाजिक दर्जा, ज्ञानाची पातळी, धर्माचे अधिकार आणि रीतिरिवाजही वेगळे आहेत. काही प्रमाणात राहणे-खाणेही वेगळे आहे. स्थूलमानाने हे चतुर्वर्ण म्हणजे मराठी समाजाचे आडवे स्तर आहेत. त्यामुळे हा समाज अनेकजिनसी मानावा लागतो.

स्वातंत्र्योत्तर काळात या आडव्या स्तरांचे विशेषत: नंतरच्या तीन स्तरांचे म्हणजे बहुजन समाजाचे आर्थिक, सामाजिक, ज्ञानात्मक आणि शैक्षणिक पातळीवर विकसन होऊ लागले. आजवर अनेक गोष्टींना वंचित झालेल्या या समाजाला लोकशाहीमुळे आपल्या हक्कांची जाणीव होऊ लागली आणि त्याचे सामाजिक प्रबोधनही सुरू झाले. सरकारी ग्रामविकास योजनांनी, अनेक नव्या कायद्यांनी, शिक्षणविषयक तरतुदींनी, पंचवार्षिक योजनांनी याला फार मोठ्या प्रमाणात हातभार लावला आणि या समाजाचे विघटन होऊ लागले. उद्योगप्रधान संस्कृतीमुळे 'वर्गव्यवस्था' निर्माण होऊ लागली. त्यामुळे अनेक वर्णांतील लोक एका वर्गात येऊन सामील होऊ लागले. नवी वर्ग-व्यवस्था निर्माण झाली तरी हजारो वर्षे चालत आलेली वर्णव्यवस्था आणि जातिव्यवस्थाही कमी-जास्त प्रमाणात, सूक्ष्म स्वरूपात कार्य करताना दिसते. देशाच्या विकसनशील अवस्थेत हे काही काळ असे चालणारच. वर्गव्यवस्था ही आपल्या समाजाचा उभा स्तर मानावी लागते. आज महाराष्ट्रात एकाच वेळी वर्णव्यवस्था, जातिव्यवस्था आणि वर्गव्यवस्थाही कार्य करताना दिसतात. याचाच अर्थ समाजाचे आडवे आणि उभे स्तर कार्य करू लागले आहेत आणि समाजाचे अनेक दिशांनी विघटन सुरू झालेले आहे. ॲडजस्टमेंट सुरू झालेली आहे. या विघटनाचाच सांस्कृतिक प्रबोधन हा एक भाग आहे आणि या सांस्कृतिक प्रबोधनाचाच १९६० नंतरचे ग्रामीण साहित्य आणि दलित साहित्य हा एक पैलू आहे.

हे सांगण्याचे कारण एवढेच की, १९६० च्या आसपास ग्रामीण साहित्याच्या संदर्भात सामाजिक आणि वाङ्मयीन परिस्थिती बदललेली होती आणि यातूनच १९६० नंतरचा नवा ग्रामीण लेखक पुढे आला. दुसऱ्या पिढीच्या या लेखकवर्गाचे बव्हंशी ग्रामीण साहित्य स्वत: प्रत्यक्ष घेतलेल्या अनुभवांतून निर्माण होऊ लागले. सामाजिकदृष्ट्या पहिल्यांदाच या सामाजिक स्तराला स्वत:ला वाचा फुटली; त्याच्याविषयी इतरांनी कुणी निवेदन करण्याची वा माहिती सांगण्याची गरज उरली नाही. हजारो वर्षे मुका राहिलेला हा वर्ग महाराष्ट्राच्या इतिहासात पहिल्यांदा या काळात मुखरित झाला. त्याला वाचा आली.

एवढेच नव्हे तर शिक्षणविषयक सरकारी धोरणामुळे या नव्या लेखकवर्गाबरोबरच नवा वाचकवर्गही ग्रामीण विभागांतून तयार झाला. 'ग्रामीण साहित्य' हे आपले साहित्य, आपल्या भावना व्यक्त करणारे साहित्य त्याला वाटू लागले आणि मोठ्या आत्मीयतेने तो ग्रामीण साहित्याच्या आस्वादनाकडे वळला. १९६० पूर्वीपर्यंतचा मराठी वाचकवर्ग हा प्रामुख्याने शहरी, मध्यमवर्गीय वाचक असल्याने ग्रामीण साहित्य हे प्रामुख्याने मनोरंजनासाठी, 'आपल्या मराठी खेड्यातील माणूस जगतो तरी कसा' या जिज्ञासेसाठी, खेड्याविषयीच्या त्याच्या काही

स्वप्नील कल्पनांसाठी त्याला वाचावेसे वाटत होते. आजही तो याच प्रेरणेने वाचतो, पण नव्या ग्रामीण वाचकवर्गासमोर एवढेच ध्येय नाही. मनोरंजन हे तर त्याला हवेच असते, पण आपल्या जीवनाचा त्याला त्यात अनुभव येतो, आत्मप्रत्ययासाठी तो ते वाचत असतो. शहरी वाचकवर्ग ग्रामीण साहित्याकडे ज्या दृष्टीने पाहतो, त्याच दृष्टीने ग्रामीण वाचकवर्ग शहरी साहित्याकडे पाहताना दिसतो. असे घडणे हेही स्वाभाविक आहे. या नव्याने वाङ्मयप्रांतात प्रविष्ट होऊ लागलेल्या ग्रामीण समाजाच्या खालच्या स्तरातील लेखकवर्गाची आणि एकूणच ग्रामीण वाचकवर्गाची अभिरुची नीट घडविण्यासाठी, समृद्ध करण्यासाठी, त्याच्या कलात्मक जाणिवा अधिक सूक्ष्म व भेदक करण्यासाठी ग्रामीण साहित्य संमेलनाची जरुरी आहे.

महाराष्ट्राच्या वाङ्मयेतिहासात ग्रामीण साहित्य आणि दलित साहित्य ही एक अर्थपूर्ण घटना घडत आहे. म्हणून ग्रामीण साहित्य आणि दलित साहित्य हे वेगवेगळ्या भूमिकेतून समजून घेण्याची गरज आहे. साहित्य ही एक कलावस्तू असते, तशी ती एक सांस्कृतिक घटनाही असते. तिला एक सामाजिक, सांस्कृतिक संदर्भही असतो. १९६० नंतर निर्माण होत असलेल्या ग्रामीण साहित्याला असाच एक नवा सामाजिक, सांस्कृतिक संदर्भ आहे. तेव्हा हे साहित्य नीट समजून घ्यावयाचे असेल, त्याचा नीट उत्कर्ष व्हावा असे वाटत असेल तर हे नवे सामाजिक आणि सांस्कृतिक संदर्भ मराठी वाचकवर्गाने, अभ्यासकांनी आणि समीक्षकांनी, तसेच संपादक-प्रकाशकांनी समजून घेण्याची गरज आहे. त्यासाठी वेगळी ग्रामीण साहित्य संमेलने वेळोवेळी भरविली पाहिजेत; एवढेच नव्हे तर अखिल भारतीय मराठी साहित्य संमेलनात या नव्या वाङ्मयीन धारांना अग्रस्थान देऊन सर्वांगांनी नीट विचार झाला पाहिजे.

ग्रामीण साहित्य हे मराठी साहित्याचाच एक भाग आहे. ते वेगळे मुळीच नाही. असे असले तरी आजघडीला शहरनिष्ठ मनोवृत्तीतून निर्माण होणारे शहरातीलच पांढरपेशा मध्यमवर्गीय जीवनाचे प्रतिबिंब असलेले, खेड्यापासून पराङ्मुख झालेले मराठी साहित्यच विपुल प्रमाणात निर्माण होते. तुलनेने ग्रामीण साहित्य अत्यल्प प्रमाणात निर्माण होते. एकूण मराठी जीवनाचे, मराठी समाजाचे चित्र लक्षात घेता हे प्रमाण नेमके उलटे झाले पाहिजे. तरच ते 'यथार्थ मराठी साहित्य' होऊ शकेल.

ग्रामीण साहित्य हा सवतासुभा मुळीच नाही. अंतिमत: मराठी साहित्याच्या जाणिवा विस्तृत करण्याचा, मराठी साहित्यात प्रतिबिंबित होणाऱ्या जीवनाच्या कक्षा रुंदावण्याचा, वाचकवर्ग खेड्यापाड्यापर्यंत निर्माण करण्याचा व त्याला घडविण्याचाच ग्रामीण साहित्य प्रयत्न करीत आहे. 'ग्रामीण साहित्य संमेलने' ही त्याच हेतूने भरविली जात आहेत.

महाराष्ट्रातील शहरे ही पाश्चात्त्य संस्कृतीची बेटे होऊ लागलेली आहेत. तेथील मध्यमवर्गीय साहित्यिक हा आचारात-विचारात पाश्चात्त्य संस्कृती प्रमाण मानताना दिसतो. मराठी संस्कृतीचे मूळ कंद असलेल्या खेड्यांकडे संपूर्णपणे त्याने पाठ फिरविली आहे. अशा या शहरातील साहित्यसमीक्षकांची व अभ्यासकांचीही तीच स्थिती आहे. ग्रामीण साहित्याला त्यांच्या लेखी प्रतिष्ठा नाही. ते शहरी जीवनाच्या सांस्कृतिक उंचीवरून त्याच्याकडे पाहतात. आजचा ग्रामीण लेखक त्याच्या त्याच्या घराण्यातील पहिल्यांदाच साक्षर झालेला माणूस आहे. ज्याला सांस्कृतिक परंपरा मुळीच नाही, जो पहिल्यांदाच साहित्यविषयक संस्कृतीशी परिचित होतो आहे. ज्या खेड्यात ग्रंथालये, प्रकाशने, संपादने म्हणजे काय याचा पत्ताही नाही, जेथे अजून साधे दैनिकही जाऊ शकत नाही, जेथे वाङ्मयीन वातावरण वासालाही नाही, जेथे परस्पर वाङ्मयीन चर्चेला दुसरा कुणी नाही, अशा परिस्थितीत ग्रामीण साहित्यिक साहित्यनिर्मिती करीत असतो, त्याचे साहित्य आणि शेकडो वर्षांची ज्यांना साहित्यपरंपरा आहे त्यांचे साहित्य एकाच दर्जाचे कसे असू शकेल? याचा नीट विचार करण्यासाठी ग्रामीण साहित्याची वेगळी संमेलनेच भरली पाहिजेत.

महाराष्ट्रात वीस ते पंचवीस हजार खेडी आहेत. या खेड्यांत महाराष्ट्राची ८० टक्के जनता राहते. भारतीय संस्कृती ही प्रामुख्याने ग्रामीण संस्कृती, शेतीप्रधान संस्कृती आहे. त्यामुळे भारत सरकारचे किंवा महाराष्ट्र सरकारचे लक्ष विशेषकरून खेड्यांच्या सुधारणा करण्याकडे असते. महाराष्ट्रात एका हाताच्या बोटावर मोजण्याइतकीच उद्योगप्रधान शहरे आहेत. त्यातल्या त्यात ठाणे, मुंबई, पुणे हा परिसरच उद्योगप्रधान म्हणता येईल असा आहे. आजवर तरी मुंबई-पुणे ही दोन शहरेच साहित्यनिर्मितीची केंद्रे आहेत. पुन्हा या शहरांतील साहित्याचे, साहित्यिकांचे भान आपल्या महाराष्ट्रभर पसरलेल्या मराठी समाजाकडे, मराठी संस्कृतीकडे, या देशाच्या 'माती'कडे मुळीच नाही. ही शहरे आणि या शहरांची माणसे मूलतः आत्मकेंद्रित आहेत. पुणे-मुंबईची संस्कृती हीच त्यांना मराठी संस्कृती वाटते. ही मने आतून कुठेतरी पाश्चात्त्य संस्कृतीला विकली गेलेली आहेत. आगरकरांना मराठी संस्कृतीवर पाश्चात्त्य संस्कृतीचे कलम अभिप्रेत होते. त्यांना 'मूळ खोड' मराठी संस्कृतीचे हवे होते. पण ही शहरे मूळ खोड उपटून पाश्चात्त्यांचे भ्रष्ट अनुकरण करताना दिसतात. दिलीप चित्रे, विलास सारंग, कमल देसाई, अनिल डांगे, किरण नगरकर, 'गिधाडे'कार विजय तेंडुलकर इत्यादींचे मराठी साहित्य हे मराठी संस्कृतीचे, मराठी मनाचे प्रतिबिंब मुळीच नाही. ते आत्मभ्रष्ट झालेल्या, व्यक्तिकेंद्रित, काहीशा तोल गेलेल्या मनाचे, पाश्चात्त्य समाजरचनेतून निर्माण झालेल्या दाबाचे, पाश्चात्त्य मनावर जे परिणाम झालेले आहेत, त्याचे अनुकरण करणारे साहित्य वाटते. अशा साहित्याला पुणे-मुंबईसारख्या शहरी साहित्यसृष्टीत प्रतिष्ठा आहे. खेड्यापाड्यांतून नवा सुशिक्षित वर्ग तयार होऊन

शहरात जो पाय रोवू पाहतो, तोही असेच काहीतरी केले म्हणजे आपण यशस्वी होऊ म्हणून असाच आत्मभ्रष्ट होऊन जाताना दिसतो. शहरी जीवन हे ग्रामीण नवसाक्षरांचे आदर्श होऊ पाहत आहे... या सर्वांना मूळ मराठी संस्कृती कोणती, तिला आधुनिक रूप कसे देता येईल, तिला अद्ययावत कसे करता येईल; यातून स्वत्वाचा, स्वत:च्या संस्कृतीचा, देशाचा विकास कसा साधता येईल याचे भान जे जपान, चीन, रशिया या देशांना आहे, ते यांना नाही. महाराष्ट्रातील शहरी सुशिक्षितांत ते अभावाने जाणवते. त्यामुळे या शहरांतून निर्माण होणारे आणि प्रतिष्ठा पावणारे मराठी साहित्य हे अनेक अर्थांनी 'मराठी साहित्य' नाही, हे लक्षात घेतले पाहिजे. एकतर ते पाश्चात्त्यांचे भ्रष्ट अनुकरण आहे आणि दुसरे ते 'मराठी मना'चे प्रतिनिधित्व करणारे नाही. महाराष्ट्र संस्कृती किंवा मराठी जीवन त्यात प्रतिबिंबितच होऊ शकत नाही.

अशावेळी मराठीच्या साहित्यक्षेत्रात ग्रामीण साहित्याला, दलित साहित्याला एक अर्थपूर्ण महत्त्व येते. पाश्चात्त्य संस्कृतीची उपरी बेटे होऊ पाहणाऱ्या पाच-सात शहरांच्या बाहेर महाराष्ट्रभर पसरलेल्या, महाराष्ट्र-संस्कृतीचा गाभा असलेल्या, जेथे ऐंशी टक्के मराठी मानवसमूह वस्ती करून आहे, अशा ग्रामीण समाजात स्वातंत्र्योत्तर काळात जे सामाजिक, आर्थिक, शैक्षणिक, कृषिविषयक, ज्ञानात्मक पातळीवर, सर्वांगीण विकासाच्या पातळीवर मंथन चालले आहे, जेथे बदल होत आहेत, त्याच्या परिणामातून या ग्रामीण आणि दलित साहित्याची निर्मिती होत आहे. त्यामुळे हे या भूमीच्या मातीतून निर्माण होणारे अस्सल 'देशी साहित्य' मानावे लागते. साहित्यविषयक आपली बलस्थाने हेरून, आपल्या साहित्यविषयक परंपरांना उपकारक ठरतील एवढ्याच पाश्चात्त्य साहित्यातील गोष्टींचा अवलंब करून आपले देशी साहित्य-प्रवाह समृद्ध करणाऱ्या जपानी साहित्याची, रशियन साहित्याची, चिनी साहित्याची इथे तीव्रतेने आठवण होते. (चिनी, रशियन साहित्यातील प्रचारात्मक साहित्याचा त्याला अपवाद मानावा लागेल.) बा. सी. मर्ढेकरांनी पंचवीस वर्षांपूर्वीच आपल्या शहरी साहित्याच्या इंग्रजी परपुष्टतेबद्दल कोरडे ओढलेले होते. अपेक्षा अशी होती की, स्वातंत्र्योत्तर काळात तरी आपले मराठी साहित्य 'स्वत्व' ओळखून मराठी मातीशी, तेथील व्यापक अनुभवाशी एकरूप होईल, पण ही परपुष्टता जास्तच बोकाळत आहे. एवढेच नव्हे तर तिला प्रतिष्ठाही मिळत आहे. अशावेळी या महाराष्ट्राच्या मातीतून, येथील देशीच्या अनुभवातून, संस्कृतीतून निर्माण होणाऱ्या साहित्यावर फार मोठी जबाबदारी पडते. ग्रामीण साहित्य आणि दलित साहित्य ही जबाबदारी पेलण्याचा प्रयत्न आज करू पाहत आहे. भविष्यातील त्याची धुरा फार जोखमीची आहे. यासाठी ग्रामीण साहित्याची आणि दलित साहित्याची वेगळी संमेलने भरणे नितांत जरुरीचे आहे. अशा संमेलनाशिवाय अशाप्रकारच्या महत्त्वपूर्ण

असलेल्या साहित्याला प्रतिष्ठा मिळेल, त्याची अर्थपूर्णता कळेल, त्याच्यावर नीट चर्चा-चिकित्सा होईल असे वाटत नाही.

जयवंत दळवींची 'चक्र' आणि तत्सदृश इतर कादंबऱ्या, 'रक्तचंदन'पर्यंतच्या जी. ए. कुलकर्णी यांच्या कथा, भालचंद्र नेमाडे यांच्या कादंबऱ्या, श्रीनिवास कुलकर्णी यांचे 'डोह', 'सोन्याचा पिंपळ'मधील ललित गद्य, चिं. त्र्यं. खानोलकरांचे साहित्य, हेही 'देशी साहित्य'च आहे. अरुण साधू यांचे 'मुंबई दिनांक', 'सिंहासन' हेही देशी साहित्यच आहे. एवढेच नव्हे तर ऐतिहासिक आणि पौराणिक कथा कादंबऱ्या हेही देशी मराठी वाङ्मयच आहे. केवळ उदाहरणे म्हणून हे नमुने दिले आहेत. ग्रामीण साहित्य आणि दलित साहित्य याच परंपरेतील, पण सामाजिकदृष्ट्या व्यापक जाणिवांचा नवा महत्त्वपूर्ण उन्मेष आहे.

पण एस.टी. बसमध्ये, कोर्टात, मंत्रालयात, एखाद्या सार्वजनिक ठिकाणी म्हणजे शहरातील सभास्थानी, थिएटरात ज्या टिंगलीच्या, तुच्छतेच्या, उपेक्षेच्या भावनेने फेटेवाल्या शेतकऱ्याकडे हे तथाकथित पांढरपेशे सुशिक्षित पाहत असतात, त्याच भावनेने कमीअधिक प्रमाणात ग्रामीण आणि दलित साहित्याकडे शहरी साहित्यिक आणि समीक्षक पाहत असतात. अव्वल दर्जाचे टीकाकार इकडे अजून वळताना दिसत नाहीत. हे साहित्य नीट समजून घेण्याची अजूनही त्यांना गरज वाटत नाही. प्रतिष्ठित नियतकालिके अजूनही या साहित्याची सांस्कृतिक भूमिका समजून घेऊ शकत नाहीत. नोकरीच्या वा अन्य निमित्ताने ग्रामीण जीवनात आलेला एखादा शहरी सुशिक्षित अजूनही खेड्यांत 'उपऱ्या'सारखाच वागतो आहे. हे चिन्ह 'शहरी जीवन' ग्रामीण जीवनाकडे आणि तेथील प्रत्येक बाबीकडे कोणत्या मनोवृत्तीने पाहते याचे 'प्रतीक' समजायला हरकत नाही. ग्रामीण जीवनाविषयी आणि पर्यायाने साहित्याविषयी यांच्या सवेदना अजूनही बधिरच आहेत. यासाठीच 'ग्रामीण साहित्य संमेलनां'ची गरज आहे. ग्रामीण जीवनाविषयीची जाणीव सर्वांगांनी शहरी जीवनाला करून देण्याविषयीचे कार्य या संमेलनांनी आणि ग्रामीण साहित्याने करावयाचे आहे.

यासाठी आता नवी ग्रामीण साहित्यविषयक चळवळ उभी करावी लागेल. ग्रामीण साहित्याला वाहिलेली नवी नियतकालिके काढावी लागतील. ग्रामीण साहित्य परिषदेसारख्या संस्थांची स्थापना करावी लागेल. ग्रामीण साहित्यिकाने आपली महत्त्वपूर्ण जबाबदारी ओळखून केवळ दुसऱ्याचे मनोरंजन करणारे विदुषकी कथाकथनाचे किस्सेवजा नुसत्याच घटना रंगविणारे साहित्य निर्माण न करता, किंवा स्वप्नील, रोमँटिक वृत्तीत बुड्या मारीत न बसता, गंभीरपणे ग्रामीण साहित्यनिर्मितीकडे वळले पाहिजे. या निर्मितीला उपकारक अशी ग्रामीण समाजसंस्कृती, ग्रामीण समाजशास्त्र, मराठी जीवनाच्या एकूण परंपरा, मराठी इतिहास, मानसशास्त्र, भूगोलशास्त्र, तत्त्वज्ञान यांचा अभ्यास केला पाहिजे. लोकांच्या लोकसाहित्याच्या परंपरा समजून

घेतल्या पाहिजेत. तरच उद्याचे ग्रामीण साहित्य नवे रसरसते रूप घेऊन येईल. ग्रामीण समाजाचे, मनाचे, कलांचे ते यथार्थ दर्शन घडवू शकेल.

एकूणच मराठी मनाचा, संस्कृतीचा, चांगल्या परंपरांचा वाङ्मयीन विकास यामुळे घडणार आहे, हे लक्षात घेऊनच शहरातील विचारवंतांनी, वाङ्मय समीक्षकांनी, संपादक-प्रकाशकांनी त्याच्याकडे पाहण्याची जरुरी आहे. त्यांनी वाङ्मयीन निकष या साहित्याला जरूर लावावेत; पण तेवढेच लावून, पुढे आपला संबंध नाही, अशी अडेलतट्टूची आणि बुद्धिभेदाचे तत्त्वज्ञान निर्माण करून पळवाट काढणारी भूमिका घेऊन थांबू नये. या साहित्याचे गुणदोष सहानुभूतीने, सापेक्षतेने समजून देऊन व विवरण करून त्याच्या विकासाच्या दिशा त्यांनी विसरू नये आणि त्याचबरोबर ही एक सांस्कृतिक घटना म्हणूनही समाजशास्त्रीयदृष्ट्या, मानसशास्त्रीयदृष्ट्या, सांस्कृतिकदृष्ट्या तपासणे, तिचे मर्म दाखवून देणे समीक्षकांचेच कार्य आहे, याची जाणीव ठेवावी. ग्रामीण साहित्याला अशा कार्याची फार जरूर आहे.

◆

ग्रामीण साहित्य आणि सामाजिक जाणीव १८७५ ते १९२५

१९५० पर्यंत आधुनिक मराठी वाङ्मयाच्या इतिहासाचे साधारणपणे तीन टप्पे पडतात. पहिला १८०० ते १८७५, दुसरा १८७५ ते १९२० आणि तिसरा १९२० ते १९५०.

या दीडशे वर्षांच्या काळात पहिला काही काळ हा वाङ्मयीन प्राथमिक साधनांच्या तयारीचा, आधुनिक भाषेच्या घडणीचा, रूपांतर-भाषांतरांचा, अनुवादाचा म्हणून सोडून दिला तर १८७५ पासून स्वतंत्र, आधुनिक साहित्याची निर्मिती होऊ लागलेली दिसते. १८७५ नंतरच्या काळातील साहित्य-निर्मितीकडे दृष्टिक्षेप टाकल्यास मराठी साहित्याचा एक प्रमुख धर्म असा दिसतो की, हे साहित्य सातत्याने वास्तववादाच्या, ध्येयवादाच्या, सुधारणावादाच्या, तात्त्विक विवरणाच्या निमित्ताने सामाजिकतेचे प्रत्यक्षाप्रत्यक्ष भान ठेवत आहे. सामाजिकतेपासून ते फार लांब जाऊ शकत नाही. अशाप्रकारच्या साहित्यालाच मराठी सुजाण जनमानसात आणि वाङ्मयेतिहासातही विशेष स्थान मिळते आहे. या दृष्टीने हरिभाऊ आपटे, वा. म. जोशी, केशवसुत, देवल, डॉ. केतकर, वि. स. खांडेकर, माडखोलकर यांच्या साहित्याची उदाहरणे देता येतील. केवळ मनोरंजनवादी साहित्य-परंपरेला मराठी साहित्यात शाश्वत स्वरूपाचे विशेष स्थान मिळताना दिसत नाही. ना. सी. फडके यांच्या साहित्य-विचारांच्या आणि साहित्य निर्मितीच्या निमित्ताने मनोरंजनात्मक कलावादी साहित्याचा विचार १९२५ पासूनच होऊ लागला असला तरी जाणकारीने व्यक्त झालेला शुद्ध कलावादी विचार १९४५ च्या आसपास सुरू होऊन १९५० च्या आसपास म्हणजे स्वातंत्र्यानंतरच्या काळातच प्रस्थापित झालेला दिसतो. दुसरे असे की, सामाजिकतेचे भान न ठेवता समाजनिरपेक्ष व्यक्तिप्रधान निर्मितीच्या पातळीवरही काही लक्षणीय साहित्य-निर्मिती अतिशय तुरळक आणि अपवादात्मक

स्वरूपात १९५० पूर्वीही झालेली आहे. पण ती १८७५ ते १९५० पर्यंतची मराठी साहित्याची मध्यवर्ती धारा मानता येण्याइतकी प्रभावी आणि सातत्य राखणारी नाही. किंबहुना म्हणूनच ती अपवादात्मक मानावी लागते.

सामाजिकतेचे भान राखणाऱ्या साहित्याच्या निर्मितीवर अर्थातच तत्कालीन सामाजिक परिस्थितीचा, विचार-मंथनाचा, समाज-प्रेरणांचा, सुधारणांचा, निर्माण होणाऱ्या नव्या वर्गीय समाजसंबंधांचा परिणाम होणे स्वाभाविक आहे आणि अपरिहार्यही आहे.

अशा परिस्थितीत ग्रामीण साहित्य-निर्मितीला सामाजिक वातावरण अनुकूल होते काय, या प्रश्नाचा शोध आधुनिक साहित्याच्या आरंभ कालापासून घेणे जरूर आहे. तो शोध घेतला तर मराठी ग्रामीण साहित्य काळाच्या एका विशिष्ट टप्प्यावर का जन्माला आले, हे समजायला थोडी मदत होईल.

जाता जाता आणखी एक गोष्ट सांगितली पाहिजे. 'ग्रामीण साहित्य' हा पाश्चात्त्य संस्कृतीच्या अभ्यासाने प्रेरित झालेल्या 'आधुनिक मराठी' साहित्याचा एक भाग आहे, हे गृहीत धरून ग्रामीण साहित्याचा अभ्यास करावयाचा आहे. म्हणून ब्रिटिशपूर्व काळात ग्रामजीवनाविषयीचे उल्लेख असलेले जे 'लोकसाहित्य किंवा महानुभाव साहित्य' आपणास पाहावयास मिळते त्याचा या आधुनिक ग्रामीण साहित्याशी संबंध जोडणे किंवा त्यातूनच याला प्रेरणा मिळाली, अशासारखी विधाने करणे किंवा त्या धारेचा शोध घेणे ऐतिहासिकदृष्ट्या गरजेचे वाटत नाही.

इ. स. १८७५ पासून मराठी साहित्याला आधुनिकता प्राप्त होत गेली असे आपण मानतो. विष्णुशास्त्री चिपळूणकरांचे निबंधमालेतील निबंध, हरिभाऊंची कथा-कादंबरी, किर्लोस्करांची नाटके, केशवसुतांची कविता हे मराठी साहित्याच्या आधुनिकतेचे पहिले उन्मेष मानले जातात. ही आधुनिकता मराठी साहित्यात १८७५ नंतरच्या पंचवीस-एक वर्षांत नीटपणे प्रस्थापित झाली. हिची अनेक वैशिष्ट्ये आहेत. त्या वैशिष्ट्यांविषयी इथे काही म्हणावयाचे नाही. या अनेक वैशिष्ट्यांपैकी सामाजिक, वर्तमान वास्तवाची आणि भौतिक जीवनाची प्रखर जाणीव हे एक वैशिष्ट्य आहे.

या प्रारंभीच्या आधुनिक मराठी साहित्यातील वास्तवाची कक्षा काय होती, त्याची व्याप्ती किती होती, कोणत्या मराठी समाजाची संवेदना या मराठी साहित्यात प्रतिबिंबित होत होती, ती तशीच आणि तेवढीच का प्रतिबिंबित होत होती? असे आणि या अनुषंगाने अनेक प्रश्न-उपप्रश्न मराठी साहित्याच्या संदर्भात उपस्थित होतात.

१८७५ ते १९२५ पर्यंतच्या पन्नास वर्षांच्या काळात आधुनिक मराठी साहित्य अनेक दिशांनी समृद्ध आणि विविधतापूर्ण झालेले असले तरी मूठभर उच्चवर्णीयांच्या सामाजिकदृष्ट्या अत्यंत मर्यादित अशा जीवन-कक्षेतच ते जाणिवेच्या दृष्टीने घोटाळत होते. डॉ. केतकरांच्या भाषेत बोलायचे तर पुण्याच्या सदाशिव पेठेतच त्याचा आशय होता. बाकीचा सर्व मराठी समाज आणि या समाजाच्या जाणिवा या पेठेच्या

बाहेरच होत्या, हे उघड आहे. म्हणजे सामाजिक, वर्तमान वास्तवाच्या बाबतीत हे साहित्य संकुचित, शहरी उच्चवर्णीय, पांढरपेशी संवेदनांच्या चिंचोळीतून वाट काढत होते, असे दिसते. बाकीच्या तीनही वर्णांची जीवन-जाणीव यात नव्हतीच, पण उच्चवर्णीय जाणीवही प्रातिनिधिक स्वरूपात व्यक्त होत नव्हती. पुणे-मुंबई शहराबाहेर ग्रामीण विभागात उच्चवर्णीयांची सामाजिक स्थिती वेगळीच होती. त्या स्थितीचे दर्शनही या आधुनिक मराठी साहित्यात घडत नव्हते. मग एकूण ग्रामीण विभागात राहणाऱ्या मराठी समाजाचे सर्वांगीण साहित्य-दर्शन त्यात घडणार कोठून?

वास्तविक विसाव्या शतकाच्या आरंभकाळीच म्हणजे १९१० च्या आसपासच बंगाली आणि हिंदी साहित्यात शरदबाबू आणि प्रेमचंद यांच्या साहित्याच्या द्वारा शेतीनिष्ठ संस्कृतीतील मानवी संबंध यांचे प्रभावी वास्तववादी दर्शन घडत होते. मराठी साहित्यात मात्र १९२५ साल उजाडण्याचे कारण काय? यासंदर्भात १८७५ ते १९२५ या पन्नास वर्षांच्या मराठी जीवनातील राजकीय, सामाजिक घडामोडींचा विचार करता काही अंदाज बांधता येतो.

महाराष्ट्रात पेशवाई साम्राज्य नांदून गेल्याने महाराष्ट्राबाहेरील ब्राह्मणवर्गाच्या तुलनेने एक वेगळी राजकीय परंपरा मराठी ब्राह्मणवर्गाला प्राप्त झालेली होती. काही खास आर्थिक फायदे, जमीनविषयक फायदे, राजसत्तेचा भोग इ. या वर्गाला महाराष्ट्रापुरते विशेष स्वरूपात मिळाले होते. धार्मिक अधिकाराबरोबरच राजकीय अधिकारही प्राप्त झाल्याने वर्ण-श्रेष्ठतेच्या कल्पनेबरोबरच सत्ताधाऱ्याची वृत्तीही अंगी बाणली होती. या वृत्तीतूनच राष्ट्रीय भावनेची जाग आल्याने ती ब्रिटिशांना राजकीय विरोध करत होती. समाजविकासाची अंतर्यामीची जाण जवळजवळ या मनाला नसावीशी वाटते.

१८२५ ते १८७५ पर्यंतच्या पन्नास वर्षांच्या काळावर दृष्टिक्षेप टाकताना आणखी काही वैशिष्ट्ये लक्षात येतात. पेशवाई बुडाल्यावर व ब्रिटिश अमदानी आल्यावर स्वत:ला नव्या परिस्थितीशी जमवून घेण्याच्या प्रयत्नात या काळातील ब्राह्मणवर्ग इंग्रजी पद्धतीने शिक्षण घेऊन मोठ्या प्रमाणात नोकरपेशात शिरला आणि नव्या परिस्थितीत स्वत:चा विकास करून घेण्याच्या उद्योगाला लागला. या स्वत:च्या विकासात त्याने इतर वर्णीयांना नव्या राज्यव्यवस्थेत धार्मिकदृष्ट्या, आर्थिकदृष्ट्या आणि अधिकारदृष्ट्याही लुबाडल्याची वर्णने व पुरावे भरपूर प्रमाणात सापडतात. ज्या वर्गावर आपण पोसतो, त्या वर्गाची सुधारणा करणे वा त्यांना ज्ञान देऊन प्रबोधित करणे हे तोट्याचे होते, तसेच ते हिंदुधर्मीय चौकटीतही ग्रंथज्ञानाधिकारदृष्ट्या बसणारे नव्हते.

दक्षिणा-प्राईज कमिटीकडे आलेल्या पुस्तकांना वाईट न म्हणता प्रोत्साहन द्यावे, असा कँडीसाहेबांचा दृष्टिकोन आणि सल्ला असतानाही म. जोतीराव फुले

यांच्या नाटकाच्या पुस्तकाला दक्षिणा-प्राईझ कमिटी 'प्राईझ' नाकारते किंवा आधुनिक नाटकाचे प्रवर्तक अण्णासाहेब किर्लोस्कर आपल्या 'रामराज्य वियोग' नाटकात शूद्र शंबुकाच्या तोंडी म. जोतीराव फुले यांचे विचार घालून त्याचा राज्यकर्त्या 'आर्य' रामाकरवी शिरच्छेद करू इच्छितात किंवा शाळांत जितकी कुळवाड्याची मुले असतील त्या सर्वांस काढून टाकावे व पुढे या जातीची मुले घेऊ नयेत असे नियम करून शाळांना आदेश दिले जातात. (दादोबा पांडुरंग यांचे आत्मचरित्र.) यावरून त्या काळातील सर्वसाधारण साहित्यिकाची सामाजिक जाणीव कोणत्या प्रकारची असू शकेल याचा अंदाज करता येतो.

दुसरे असे की, आरंभीच्या (१८३० च्या आसपासच्या) काळात जी अनेक ज्ञानप्रधान नियतकालिके व ज्ञानसंवर्धक संस्था निघाल्या, त्या नियतकालिकातील मजकूर आणि संस्थांत वाचले जाणारे निबंध हे पहिल्यावर असे दिसून येते की, सर्वसाधारण माणसाला 'आधुनिक' करण्यासाठी माहितीपूर्ण निरुपद्रवी ज्ञानच मोठ्या प्रमाणात दिले जात होते. देशोदेशींच्या भूगोलाची, इतिहासाची, तेथील औद्योगिक प्रगतींची, शास्त्रीय शोधांची, वैज्ञानिक चमत्कारांची, पशु-पक्ष्यांच्या परट्यांची, शेपटींची, रेल्वेमार्गांची, यंत्रांची माहिती दिली जात होती. त्यातून त्याला ज्ञानानंद मिळत असे. कोश, व्याकरण, शास्त्रे यांवरील प्राथमिक पुस्तके तयार करणे, क्रमिक पुस्तके लिहिणे, अनुवाद, रूपांतरे करणे, व्यसनांची चर्चा करणे, नीतिमत्तेचा विचार करणे, इत्यादींनी हा काळ गजबजलेला दिसतो. अशाप्रकारचे माहितीपूर्ण ज्ञानच मिळविण्यावर या काळी जोर होता. खिस्ती मिशनऱ्यांचे मराठी वाङ्मय धर्मप्रचारार्थ आणि त्या धर्माला विरोध करणाऱ्यांचे वाङ्मय त्या विरोधात खर्ची पडलेलेही दिसते. या ज्ञानात एखाद्या समाजाची प्रगती, चळवळींचा इतिहास, नव्या आधुनिक जीवनमूल्यांची मूलगामी चिकित्सा, त्यांची मौलिकता यांचा शोध घेताना कुणी दिसत नाही किंवा 'आधुनिकता' येण्यासाठी समाजाचा सर्वांगीण विकास झाला पाहिजे, समाजाचे सर्व थर व वर्ण प्रबोधित झाले पाहिजेत याचे भान कोणाला या काळात होते असे वाटत नाही.

या काळातील ललित वाङ्मयही मनाच्या विरंगुळ्यासाठी अद्भुतातच रमताना दिसते. या काळात सामाजिक सुधारणा करण्याच्या दिशेने वाटचाल करण्याचा प्रयत्न काही विचारवंतांनी केला; नाही असे नाही. १८२० च्या आसपासच राजा राममोहन रॉय यांच्या प्रेरणेने बंगालमध्ये सामाजिक सुधारणांची चळवळ जोर धरत होती. तिला व्यापक पातळीवर यशही येत चालले होते. या चळवळींपासून महाराष्ट्रीय विचारवंतांनीही प्रेरणा घेतलेली दिसते. 'दर्पणकार' बाळशास्त्री जांभेकरांनी आधुनिक नवयुगाची ज्ञानज्योत पेटविली असे म्हणतात, पण त्यांच्या सुधारणाविषयक जाहीर निवेदनात कुठेही त्रैवर्णिकांच्या सुधारणांचा उल्लेख दिसत नाही. प्रामुख्याने

स्त्रियांना शिक्षण मिळावे आणि परधर्मात जाणाऱ्या हिंदूंना आळा घालण्यासाठी काय काय करता येईल एवढाच उल्लेख त्यांच्या लेखनातून जाणवतो. तरीही त्यांचा ब्राह्मणवर्गाकडून छळ झालाच. १८४५ च्या आसपास औपचारिकदृष्ट्या जातिभेद न मानणारी एक संस्था 'परमहंस मंडळी' या नावाने अस्तित्वात होती, पण ती गुप्तपणे कार्य करीत होती. तिची वाच्यता कुठेही करावयाची नाही अशी प्रतिज्ञा तिच्या सर्व सभासदांची होती, पण ही संस्था पंधरा-एक वर्षे गुप्तपणे चालल्यावर तिची वाच्यता कुणीतरी केली आणि सर्व सुधारकांनी आपली अंगे काढून घेतली व काखा वरती केल्या. दादोबा पांडुरंगादी व्यक्ती या मंडळींत होत्या. १८६७ च्या आसपास प्रार्थना समाजाची स्थापना न्यायमूर्ती रानडे, डॉ. भांडारकर आदी मंडळींनी केली. पण बंगालमधील 'ब्राह्मो समाजा'इतके सामाजिक महत्त्व या समाजाला मुळीच मिळाले नाही. न्यायमूर्ती रानडे यांना जरी 'आधुनिक भारता'चे जनक असे मानण्याइतके मोठेपण दिले तरी त्यांच्या समाजिक सुधारणावादी विचारांकडे कुणी लक्ष दिले नाही. एवढेच नव्हे तर रानडे-भांडारकर यांच्या आपल्या जुन्या परंपरांना उपकारक ठरेल, निदान विरोधात जाणार नाही एवढ्याच कार्याचा उदोउदो केला गेला.

सर्वांगीण सामाजिक सुधारणांचे अग्रदूत असलेल्या आणि शेतीनिष्ठ मराठी संस्कृतीचा गाभा असलेल्या शेतकऱ्याला मराठी समाजाने समजून घेऊन स्वत:चा सर्वांगीण विकास साधावा असे पदोपदी सांगणारे सत्यधर्म समाजाचे जनक महात्मा जोतीराव फुले यांना तर परंपरावादी, तथाकथित राष्ट्रवादी उच्चवर्णीयांनी सततच नाकारले, बदनाम केले. त्यांच्या विचारांचा विपर्यास करून त्यांना हास्यास्पद ठरविण्याचा प्रयत्न केला.

उच्चवर्णीयांनी निर्माण केलेल्या समाजपरिस्थितीवर महात्मा फुले यांच्याप्रमाणेच कोरडे ओढणाऱ्या आणि नवी दिशा दाखविणाऱ्या लोकहितवादींचीही तीच गत झाली. त्यांचा कुणी त्या काळात नीटपणे विचारच केला नाही. एवढेच नव्हे तर त्यांच्यावर टीका करून त्यांची उपेक्षा केली.

सारांश १८२५ ते १८७५ या काळात ज्यांनी ज्यांनी व्यक्तीच्या वा संस्थांच्या पातळीवर सामाजिक सुधारणा घडविण्यासाठी उच्चवर्णीयांच्या संवेदना, त्यांच्या जाणिवा खऱ्या अर्थाने व्यापक करण्याचा प्रयत्न केला, त्यांचा किंवा त्यांच्या विचारांचा पराभव, उपेक्षा, विपर्यास, बदनामी करण्याचाच या वेळच्या सर्वसाधारण उच्चवर्णीय सुशिक्षित मनाने प्रयत्न केला.

या पार्श्वभूमीवर १८७४ साली परंपरावादी, पुनरुज्जीवनवादी विष्णुशास्त्री चिपळूणकर यांचा (निबंधमालेच्या द्वारा) उदय झाला आणि वर निर्दिष्ट केलेल्या परंपरावादी, पुनरुज्जीवनवादी सर्वसाधारण उच्चवर्णीय सुशिक्षित मनाला खतपाणी घालणारे वैचारिक अधिष्ठान प्राप्त झाले आणि सर्वांगीण सामाजिक सुधारणावादाला

पूर्णांशाने निकालात काढण्याला प्रारंभ झाला. परिणामी मराठी साहित्यिकांच्या सामाजिक जाणिवा त्या समाजस्तरापुरत्याच मर्यादित झाल्या, सुधारक म्हणजे मनाने ब्रिटिशांच्या ताटाखालची लाचार मांजरे, अशा कल्पना जनमानसात दृढ झाल्या. परंपरावादाने, पुनरुज्जीवनवादाने राष्ट्रीय भावनेचे रूप धारण केले आणि ती प्रामुख्याने शैलीदार निबंधाच्या द्वारा व्यक्त होऊ लागली. आधुनिक निबंधाचा जन्म तो हाच. टिळकांनी या विचारांना व्यापक पातळीवर राष्ट्रवादाचे स्वरूप दिले. शि. म. परांजपे, अ. ब. कोल्हटकर इत्यादींनी या भावनेचा पुढे आपल्या लेखनाच्या द्वारा विस्तार केला. १९२० सालापर्यंत ही परंपरा जोरकस होती.

१८८० च्या आसपास आगरकरांचा शुद्ध विवेकावर आधारलेला राष्ट्रवाद जोर धरू लागला. ते सैद्धांतिक विचार मांडणारे असले तरी या सुधारणावादाला त्यांना विशुद्ध बुद्धिनिष्ठेची बैठक द्यावयाची होती. मराठी समाजाची कालबाह्य झालेली सामाजिक चौकट फेकून देऊन, तिची खूप खच्ची करून पाश्चात्त्य संस्कृतीचा विकास घडवून आणणाऱ्या काही मूल्यांचे त्यांना आपल्या समाज-वृक्षावर कलम करावयाचे होते, तो अद्ययावत करावयाचा होता. विष्णुशास्त्री चिपळूणकर आणि लोकमान्य टिळक यांच्या परंपरावादी व पुनरुज्जीवनवादी देशाभिमानाच्या अतिरेकाचा सर्वांगीण सामाजिक विकासाच्या संदर्भातील धोका त्यांनी ओळखला होता. म्हणून त्यांना 'विवेकनिष्ठ राष्ट्रवादाची गरज' वाटत होती. पण त्यांच्या या मौल्यवान दृष्टीला स्थितिवादी असलेल्या उच्चवर्णीयांनी कडाडून विरोध केला. या विरोधाचा स्फोट टिळक मुखानेच त्यावेळी होत होता. 'सुधारका'ची प्रेतयात्रा हे तिचे प्रतीक होते.

वास्तविक याच काळात बंगाल, पंजाब, मद्रास यासारख्या प्रांतातही राष्ट्रवाद जोरकसपणे जोपासला जात होता. तिथे सामाजिक विकासाच्या आड तो कुणीच आणला नाही. कारण राष्ट्रवाद आणि समाजविकास या दोन गोष्टी काही परस्परविरोधी नव्हत्या. उलट समाजविकास हा राष्ट्रवादाला पोषकच आहे, असे न्या. रानडे आणि आगरकर यांचे मत होते. पण त्यांच्या विचाराला इतिहासाचार्य राजवाडे आणि लोकमान्य टिळक यांनी खीळ ठोकून तो बाजूस हटवण्याचा यशस्वी प्रयत्न केला. त्यामुळे सर्वांगीण सुधारणावादाचा टिळकांच्या मृत्यूपर्यंत महाराष्ट्रात पराभवच झाला. दुसऱ्या बाजूने कोल्हापूरचे राजर्षी शाहू महाराज आणि महर्षी विठ्ठल रामजी शिंदे सर्वांगीण समाजविकासाच्या उद्देशाने समाजाच्या खालच्या स्तरात महत्त्वाचे कार्य करत होते. तरीही महाराष्ट्रात सर्वांगीण सुधारणेचा विचार मराठी उच्चवर्णीय मनावर प्रभाव पाडू शकला नाही, ते मन तोवर खऱ्या अर्थाने सनातनी वृत्तीचीच जोपासना करत होते. वास्तविक सामाजिक विकास आणि राष्ट्रवाद इतर प्रांतांत बरोबरीने एकमेकाला विरोध न करता त्याच काळात वाढत होते. या वस्तुस्थितीवरून आणि

गांधीजींनी सामाजिक सुधारणांना पोटात घेऊनच जी राष्ट्रीय भावना (टिळकांच्या मृत्यूनंतर महाराष्ट्रासह) सर्व भारतात रुजविली, त्यावरून स्पष्ट सिद्ध होते की, टिळकांचा आगरकरांना समाजसुधारणांच्या संदर्भात झालेला विरोध हा परंपरावादी आणि पुनरुज्जीवनवादी वृत्तीचाच होता. 'ती एक जनसामान्य फुटू नयेत म्हणून केलेली राजकीय मुत्सद्देगिरी होती किंवा नेतेपणाच्या भूमिकेतून केलेला तो एक तात्कालिक विचार होता.' हे जे टिळकांच्या भूमिकेवर विचारवंतांनी भाष्य केले आहे, तेही इतर प्रांतांची तत्कालीन राष्ट्रीय भावना व सुधारणेविषयीची भावना लक्षात घेता पटत नाही, खरे वाटत नाही. कारण टिळकांच्या समोर निश्चितपणे तत्कालीन हिंदुस्थानातील विविध प्रांतांत चाललेल्या घडामोडी आणि चळवळी होत्या. डोळसपणे ते त्यांचे अवलोकन करीत होते.

यासंदर्भात वस्तुस्थितिनिदर्शक पुरावा असा सापडतो की, रानडे-आगरकर यांच्या विचारांपासून ज्यांनी प्रेरणा घेऊन ज्या काही सामाजिक सुधारणा केल्या व ज्यांचा वास्तववादी कथा-कादंबरीत आविष्कार केला; त्या सर्व उच्चवर्णीय समाजांतर्गतच होत्या. स्ववर्णाबाहेरच्या सामाजिक वास्तवाकडे त्यांनी ढुंकूनही पाहिले नाही. म्हणजे रानडे-आगरकरांचा विचार स्वतःच्या समाजस्तरापुरता वापरावयाचा आणि सबंध समाजाच्या संदर्भात 'राष्ट्रवादा'च्या मुखवट्याखाली तो नाकारावयाचा व इतर वर्णीयांच्या बाबतीत स्थितिवादी, परंपरावादी राहावयाचे आणि राष्ट्रीय भावनेचा जल्लोश सतत सामान्य मराठी माणसासमोर ठेवावयाचा; असे त्यावेळी महाराष्ट्रीय समाजात वातावरण होते.

सर्वांगीण समाजविकासाच्या प्रेरक विचारांना दडपून टाकणाऱ्या या वातावरणाचा दाब टिळकांच्या मृत्यूपर्यंत म्हणजे १९२० पर्यंत मराठी मनावर कायम होता असे दिसते. १८७५ ते १९२० या काळात महत्त्व पावलेला आणि उत्कर्षास पोहोचलेला निबंध हा वाङ्मय प्रकार प्रत्यक्षाप्रत्यक्ष कमीअधिक प्रमाणात याच विचारांनी आणि त्याला पूरक अशा वेगवेगळ्या आविष्कार-पद्धतींनी, प्रभावी संस्कृतप्रचुर भाषाशैलींनी, परंपरांतर्गत उपमा-दृष्टान्त पुराव्यांनी समृद्ध झालेला दिसेल. अशा वृत्तीच्या निबंधकारांना या काळाच्या वाङ्मयेतिहासात विशेष स्थान मिळालेले दिसते.

हरिभाऊ आपटे यांच्या कथा-कादंबरीतून व्यक्त होणारी सामाजिक जाणीव त्यांच्या वर्गापुरतीच मर्यादित होती. वा. म. जोशी यांची कादंबरीही त्याला अपवाद नव्हती. ती या समाजाचा मानसिक, सांस्कृतिक विकास घडविण्यासाठी तात्त्विक मीमांसेत गुंतलेली होती. केशवसुतांची कविता नव्या युगाचा आविष्कार प्रामुख्याने सैद्धांतिक आणि रोमँटिक पातळीवरच करीत होती, तर नाटककार किर्लोस्कर एका अर्थी संस्कृत अनुवाद-रूपांतरांनी पुनरुज्जीवनच करीत होते आणि 'शारदा'कार देवल आपल्या वर्गापुरत्याच सामाजिक प्रश्नांची हाताळणी करीत होते.

अनेक नाटके, कादंबऱ्या, कथा, कविता १९२० पर्यंतच्या काळात गाजल्या. 'करमणूक', 'मनोरंजन', 'विविध ज्ञानविस्तार'सारखी नियतकालिके या काळात मराठी साहित्य-निर्मितीत महत्त्वाची भर टाकत होती, पण त्यात पुण्या-मुंबई बाहेरच्या ग्रामीण महाराष्ट्राची सावलीसुद्धा पडलेली दिसत नाही. महत्त्वाचे सामाजिक प्रश्न या काळातील साहित्याने हाताळलेलेच नाहीत. १८७५ ते १९०५ पर्यंतच्या काळात १७-१८ प्रखर दुष्काळ सबंध महाराष्ट्रावर पडून गेले. ग्रामीण समाजाची वाताहत झाली. खेडी उद्ध्वस्त झाली. गावे ओसाड पडली. माणसे आणि जनावरे एका मोलाने उपासमार होऊन गावोगावी, घरोघरी, रस्त्यावरून जाताना मरण पावली. एरवी सरकार, नोकरदार, सावकारवर्ग आणि धर्माच्या नावाखाली भट-भिक्षुक वर्ग ग्रामीण समाजाला, त्याचा गाभा असलेल्या शेतकरीवर्गाला चारी बाजूंनी गिधाडासारखा संपवत होता, ओरबाडून खात होता. त्याच्या अज्ञानाचा फायदा घेऊन त्याला फसवून त्याची कमाई स्वत:च्या घरी नेत होता. कोर्टात त्याला इंग्रजी देवतेसमोर न्याय मिळत नव्हता. त्यासाठी त्याला स्वत:ची इस्टेट, धान्य, पैसा, जमीनजुमला ओतावा लागत होता. खुळ्या समजुती, येणारी रोगराई आदी संकटे, धार्मिक विधी, भविष्य समजून घेण्याची भोळी जिज्ञासा, देवभोळेपणा, ब्राह्मणावरील त्याची श्रद्धा यांचा फायदा घेऊन भटभिक्षुकादि ब्राह्मणवर्ग त्याची फसवणूक आणि लुबाडणूक करून स्वत:ची चंगळ करत होता. शेतकऱ्याहून असहाय स्थितीत ग्रामीण समाजातील बलुतेदार वर्ग, मजूरवर्ग आणि समाजाचा खालचा दलित वर्ग होता. कोरभर भाकरीशीही रोज गाठ पडत नसे. याला कंटाळून आणि जगण्याचा शेवटचा उपाय म्हणून तो असहायपणे 'ख्रिस्ती' होत होता. मिशनऱ्यांच्या मायावी वर्तनाला, त्यांनी देऊ केलेल्या कामचलाऊ मदतीला, अन्न-कपडा याच्या दानाला शरण जाऊन स्वधर्माचा तो त्याग करत होता. अस्पृश्यतेचे काळे भयानक वास्तव मराठी समाजाच्या वर्मावर अशुभासारखे ठाण मांडून होते.

वास्तववादी मराठी साहित्याला या समग्र मराठी सामाजिक वास्तवाचा स्पर्शही नाही. वास्तविक हे खरे भेसूर सामाजिक प्रश्न होते.

महात्मा जोतीराव फुले, राजर्षी शाहू महाराज, महर्षी विठ्ठल रामजी शिंदे ही या वर्गाबाहेरची मंडळी या भेसूर सामाजिक वास्तवाकडे आपले लक्ष केंद्रित करून १८७५ ते १९२० च्या काळात प्रत्यक्ष प्रश्न सोडविण्याचा प्रयत्न करीत होती. सुशिक्षित वर्गाची सामाजिक जाणीव आणि पर्यायाने तत्कालीन मराठी साहित्यिकांची जाणीव इथपर्यंत येऊन पोहोचावयास हवी होती. निदान ती समजून घेणे नितांत गरजेचे होते, पण ते राहोच, या काळातील सुशिक्षित, नागर उच्चवर्णीयांनी ती जाणीवपूर्वक उपेक्षिली. जोतीराव फुले, विठ्ठल रामजी शिंदे हे निबंधकार म्हणून कोणत्या योग्यतेचे होते की, योग्यतेचे नव्हतेच; निदान त्याची तरी मराठी वाङ्मयाच्या

इतिहासात चर्चा होणे जरुरीचे होते. पण यांची नोंदही इतिहासाने घेतलेली नाही. याचा अर्थ एवढाच होतो की, १९२० पर्यंतच्या वास्तववादी मराठी वाङ्मयाने मराठी जीवनाचे समग्र आणि महत्त्वपूर्ण वास्तव जाणीवपूर्वक नाकारले आहे आणि चिंचोळ्या सदाशिव पेठेतल्या वास्तवाला मराठी जीवनाचे वास्तव म्हणून अतिव्याप्त स्वरूप दिले आहे.

सारांश १९२० पर्यंत परंपरावाद आणि पुनरुज्जीवनवाद राष्ट्रीय भावनेच्या मुखवटयाखाली राजकीय जीवनात वावरत होता. देशभक्तीच्या रूपाने तो वाङ्मयात अवतरत होता. दुसऱ्या बाजूने उच्चवर्णीय जीवनापुरती सामाजिक जाणीव वाङ्मयक्षेत्रात अवतरत होती. पर्यायाने सर्वांगीण सामाजिक जाणिवेला प्रत्यक्ष सुशिक्षित समाजात वा साहित्यात, विचारांच्या वा अनुभवाच्या पातळीवर स्थान नव्हते, प्रतिष्ठा नव्हती.

१९२० मध्ये लो. टिळकांचा मृत्यू झाला आणि भारतीय राजकारणाची सूत्रे म. गांधी यांच्या हातात गेली. त्याचे दोन परिणाम मराठी साहित्यावर झाले. राष्ट्रवादी अतिरिक्त भावनेच्या रेट्याखालून मराठी वाङ्मय मुक्त झाले नि ते थोडे मोकळ्या हवेत आले. त्याचा तात्कालिक प्रतिक्रियात्मक परिणाम म्हणून मनोरंजनवादी फडके-युगाचा जन्म झाला. दुसऱ्या बाजूने राष्ट्रकारण, सामाजिक सुधारणांनाही पोटात घेऊन होऊ लागले. त्यामुळे मराठी सुशिक्षित वर्गाची आणि पर्यायाने मराठी साहित्यिकांची सामाजिक जाणीव व्यापक झाली. त्याचा एक भाग म्हणून ग्रामीण विभागातील शेतकरी, मजूर, कामगार, कोळी, आदिवासी, कातकरी, पददलित हे वाङ्मयाचा विषय होऊ लागले. याला प्रामुख्याने म. गांधींचे राष्ट्रकारण कारणीभूत आहे.

चिपळूणकर-टिळक आणि त्यांच्या परंपरेतील देशभक्तांच्या राजकारणापेक्षा म. गांधींनी राष्ट्रकारणाचा देश-काल-परिस्थिती आणि दूरचे भवितव्य जाणून फारच व्यापक पातळीवर विचार केला. लोकमान्य टिळकांना याची जाणीव झाली होती. म्हणूनच ते गांधीजींच्या चळवळींविषयी स्वागतशील राहिले होते. या राष्ट्रकारणात सर्वच भारतीय समाजाचे सर्वांगीण राजकीय, सामाजिक, आर्थिक, सांस्कृतिक विकसन अभिप्रेत होते. त्याचा एक महत्त्वाचा भाग म्हणून म. गांधींनी या शेतीनिष्ठ संस्कृतीच्या देशातील आजवर पूर्णपणे उपेक्षित असलेल्या आणि लोकसंख्येत सत्तर-ऐंशी टक्के असलेल्या ग्रामीण जनतेचे, तेथील शेतकऱ्यांचे राष्ट्रकारणातील स्थान ओळखले. १९१६ साली बनारस विद्यापीठात त्यांनी केलेल्या जगप्रसिद्ध भाषणात त्याचा स्पष्ट प्रत्यय येतो. सरकारसह आपण सर्वांनीच शेतकऱ्यांची लुबाडणूक आणि पिळवणूक थांबविली पाहिजे. तरच आपल्या देशाला मुक्तता नीटपणे मिळू शकेल, याची परखड जाणीव त्यांनी या वेळी करून दिली. १९१७ साली बिहार प्रांतात चंपारण्यातील 'मोतीहारी' गावी निळीच्या मळेवाल्याकडून छोट्या शेतकऱ्यांची जी छळवणूक होत होती, त्याची चौकशी करण्यासाठी म.

गांधी जातीने गेले. तेथील मॅजिस्ट्रेटचा 'जिल्हा सोडून जाण्याचा हुकूम' त्यांनी धुडकावून लावला. आपले 'कैसर-इ-हिंद'चे सुवर्णपदक सरकारला परत केले, मिळेल ती शिक्षा भोगण्यास कोर्टात तयार झाले. त्यांची ही शेतकऱ्यांविषयी निकराची वृत्ती, आत्मीयता आणि अस्मिता पाहून सरकारने शेतकऱ्यांची चौकशी करणारे कमिशन नेमले. स्वतः म. गांधी त्या कमिशनमध्ये होते. या कमिशनच्या रिपोर्टाच्या आधारे म. गांधींनी सरकारला एक कायदा करणे भाग पाडले.

१९१८ साली खेडा जिल्ह्यात दुष्काळ पडला होता. त्यामुळे लोकांची शेते पीक-पाण्यावाचून ओसाड पडली होती. तरी सरकार सारावसुलीसाठी शेतकऱ्यांवर जबरदस्ती करीत होते. वास्तविक त्यावेळच्या कायद्याप्रमाणे दुष्काळात सारासूट किंवा सारातहकुबी मिळणे जरूर होते, पण यापैकी सरकार एकही करायला तयार नव्हते. हे पाहून म. गांधींनी तिथे जाऊन साराबंदीची चळवळ सुरू केली आणि तिच्यात यश मिळविले.

शेतकऱ्यांसाठी अशा रीतीने प्रत्यक्ष जागेवर जाऊन त्यांची चौकशी करणारा, त्यांच्यासाठी सरकारच्या कायद्यांचा भंग करणारा, स्वतः शिक्षा भोगण्यास तयार होणारा, शेतकऱ्यांसाठी आपली पदके कवडीमोल मानून फेकून देणारा, त्यांच्यासाठी सत्याग्रह करून मनोभावे शेतकऱ्यांसाठी झगडणारा भारतीय पातळीवरचा हा पहिलाच नेता होता. त्यामुळे ग्रामीण जनता व शेतकरी त्यांच्या मागोमाग येण्यास तयार झाले. म. गांधींच्या या दृष्टीमुळे शेतकऱ्यांना त्यांच्या सुप्त शक्तीचा प्रथमच प्रत्यय आला. शेतकऱ्यांना आणि त्यांच्या प्रश्नांना राष्ट्रकारणात खऱ्या अर्थाने देशाच्या इतिहासात प्रथमच स्थान मिळत होते, प्रतिष्ठा मिळत होती. परिणामी सुशिक्षित वर्गाची सामाजिक जाणीव या दिशेने व्यापक होत गेली.

पुढे १९२८ पासून ही शेतकऱ्यांची चळवळ वल्लभभाई पटेल यांनी आपल्याकडे घेऊन तिला अधिकाधिक यश मिळवून दिले.

गांधीजींचे ग्रामोद्योगाचे तत्त्वज्ञानही ग्रामीण जनतेच्या दृष्टीने महत्त्वाचे आहे. ब्रिटिश राजवटीत भारतीय खेडी कोणत्या कारणांमुळे उद्ध्वस्त झाली याचा अभ्यास गांधीजींनी केला होता. त्यांच्या लक्षात आले होते की, ब्रिटिशांनी न्याय, शिक्षण, सरकारी अधिकारी, व्यापार, कारखाने, हॉस्पिटल्स, पक्क्या वस्तूंची निर्मिती अशी सर्व प्रकारची सत्ताकेंद्रे शहरांतून निर्माण केलेली आहे. खेड्यातील कच्चा माल परदेशी तरी जातो किंवा शहरात तरी येतो आणि त्याचा पक्का माल बनून तो पुन्हा शहरातून व्यापारी, दुकानदार, दलाल यांच्याद्वारा खेड्यांत जातो. हा वर्ग ग्रामीण जनतेची लुबाडणूक करतो व भरपूर फायदा घेऊन विकला जातो. अशा रीतीने त्यामुळे ग्रामीण जीवनाच्या सगळ्या आर्थिक नाड्या या वर्गाच्या ताब्यात गेल्या होत्या. शहरात कारखाने निर्मिल्याने ग्रामीण जीवनातील उद्योग नष्ट झाले होते.

त्यातच ग्रामीणांच्या अज्ञानाचा, असहायतेचा, धर्मश्रद्धांचा, व्यसनाधीनतेचा फायदा शहरातील वकील, डॉक्टर, न्यायाधीश, सावकार, नोकरदार हे सतत घेत होते. आणि खेडी कंगाल, उद्ध्वस्त बनत चालली होती. त्यात पुन्हा परदेशी माल इथे आल्याने येथील संपत्तीचा ओघ बाहेरच्या देशात चालला होता. म्हणून ग्रामोद्योगाला प्रोत्साहन देऊन खेड्यातील जीवनाला लागणाऱ्या वस्तू तिथेच निर्माण केल्या पाहिजेत, स्वदेशीचा वापर झाला पाहिजे. शहरी परावलंबी राहणीपेक्षा स्वावलंबी देशी राहणी निर्माण केली पाहिजे. त्यासाठी तरुणांनी शहरात शिक्षण घेऊन खेड्यात कार्य केले पाहिजे, तेथील राहणी सुधारली पाहिजे, हा विचार प्रथम म. गांधींनी मांडून अनेक उपक्रम हाती घेतले. त्यांचा प्रचार केला.

दुसरे असे की, भारतीय जीवनात १९२२ च्या आसपास 'साम्यवादा'चा प्रवेश झाला. 'थर्ड इंटरनॅशनल' या साम्यवादी जागतिक क्रांतिकारक संस्थेने १९२० साली युरोपीय साम्राज्यशाहीतून मुक्त होऊ इच्छिणाऱ्या आशियातील हिंदुस्थानसह सर्व राष्ट्रांना क्रांतिकार्यात मदत करण्याचे धोरण पुकारले. त्याचे लोण आपल्या देशात येऊन पोहोचले. किसानांच्या चळवळीत ही मंडळी भाग घेऊ लागली. १९२५ मध्ये कानपूर येथे कम्युनिस्ट कॉन्फरन्स उघडपणे भरली आणि आपल्या देशात साम्यवादाचे लोण येऊन पोहोचल्याचे जाहीर झाले. मराठी तरुणमनाला हा मार्ग जवळचा वाटत होता. साम्यवादाने रशियात प्रचंड क्रांती घडवून मजुरांची सत्ता आणली होती. ही नवीन 'समता' त्यावेळी सर्व जगाचे लक्ष वेधून घेत होती.

नव्या तत्त्वज्ञानाच्या शास्त्रीय बैठकीमुळे आणि रशियन क्रांतीत मिळालेल्या घवघवीत यशामुळे विद्वानांना या विचारसरणीत देश-काल परिस्थितीनुसार काही बदल केले पाहिजेत, दृष्टी थोडी लवचीक ठेवली पाहिजे याचे भान बराच काळ नव्हते. तसेच १९३० च्या आसपास भारतात गांधीजींच्या राष्ट्रीय आंदोलनाने उग्र स्वरूप धारण केले. १९४२ साली दुसरे प्रचंड आंदोलन झाले, पण यात या साम्यवादी पक्षाने भाग घेतला नाही. एवढेच नव्हे तर १९४२ च्या आंदोलनात त्याने विरोधी भूमिकाच स्वीकारली. त्यांच्या या ताठर वृत्तीमुळे, सवतासुभा थाटण्याच्या अहंनिष्ठेमुळे, राष्ट्रीय आंदोलनात सहभागी न झाल्यामुळे, त्याला विरोध केल्यामुळे; देश-काल परिस्थितीनुसार लवचीकपणा धारण करण्याची वृत्ती त्यांच्याजवळ नसल्यामुळे साम्यवादाचा प्रभाव भारतीय मनावर फार पडला नाही ही गोष्ट खरी, पण सर्वांगीण 'समानता' आणण्याचा तो एक मार्ग आहे, याची जाणीव भारतीय मनाला झाली, हे विसरता येत नाही. म्हणूनच १९२५ नंतरच्या मराठी वाङ्मयात त्याच्या पुसट छाया दिसतात.

या साम्यवादी आणि गांधीवादी तत्त्वज्ञानाच्या देशकाल परिस्थितिसापेक्ष समन्वयातूनच १९३४ च्या आसपास भारतात 'समाजवादी' तत्त्वज्ञान आले. या तत्त्वज्ञानात

भारतीय मनोवृत्तीला दिसणारे साम्यवादातील दोष व गांधी तत्त्वज्ञानाला पडणाऱ्या मर्यादा काढून टाकण्याचा प्रयत्न केलेला दिसतो. अस्पृश्यता निवारणाचे प्रश्नही यातच येतात.

अशा रीतीने गांधीवाद, साम्यवाद आणि समाजवाद या तीनही विचारसरणींनी एक गोष्ट दाखवून दिली की, भारतीय शेतकरी आणि हजारो खेड्यांतून पसरलेली दरिद्री, अज्ञानी, कष्टाळू पददलित सामान्य जनता यांच्या दारिद्र्याचा, उपासमारीचा व माणुसकीचा प्रश्न प्रथम सोडविला पाहिजे. जो कोणी यांचा प्रश्न तन्मयतेने सोडवील, त्यांचा विकास घडवून आणू शकेल त्याचाच विचार या देशात टिकू शकेल, तोच या राष्ट्राचे नेतृत्व करू शकेल, हे प्रथम म. गांधींनी सबंध देशाला दाखवून दिले.

गांधीजींच्या या विचारसरणीचा महाराष्ट्रीय सुशिक्षित वर्गावर टिळकांच्या मृत्यूनंतर फार मोठा परिणाम झाला. आपसुखपणे त्याने म. गांधींचे नेतृत्व स्वीकारले. त्यामुळे त्यांच्या जाणिवा हळूहळू विस्तारत गेल्या आणि वाङ्मयात त्याचे प्रतिबिंब पडू लागले. त्याचाच एक भाग म्हणून १९२५ पासून मराठीत ग्रामीण साहित्याची निर्मिती होऊ लागली. या साहित्यनिर्मितीला साम्यवादी, समाजवादी विचारसरणीनेही कमीअधिक प्रमाणात खतपाणी घातलेले आहे, हे विसरता येत नाही.

◆

मराठी खेडे : जुने आणि नवे

भौगोलिक स्थितीत असलेल्या कमीअधिक फरकानुसार भारतीय खेड्यांची किंचित वेगळी रचना आणि पिके, काही प्रमाणात सांस्कृतिक रीतिरिवाज, स्थानिक देव-देवतानुसार असलेले धार्मिक आचार सोडले तर त्याची आंतरिक रचना स्वातंत्र्यपूर्व काळात एकसारखीच होती, भारतीय संस्कृतीइतकेच भारतीय खेडे हे प्राचीन आहे. वेद-वाङ्मय, रामायण, महाभारत, कौटिल्याचे अर्थशास्त्र इ. प्राचीन ग्रंथांतून प्राचीन भारतीय खेड्यांविषयी सविस्तर माहिती मिळते. इतिहासातील नोंदीवरून असे दिसून येते की, भारतीय खेडे मोगलपूर्व काळापर्यंत स्वयंपूर्ण आणि स्थिर होते.

भौगोलिकदृष्ट्या भारतीय भूमी खेड्यांनाच जन्म देण्याच्या दृष्टीने अनुकूल आहे. ती उंच-सखलतेने, डोंगर-दऱ्यांनी भरलेली आहे. जंगले, वने, नद्या-नाले या भूमीत भरपूर आहेत. मान्सून प्रदेशात ही भूमी येत असल्याने व विस्तारानेही विशाल असल्याने निसर्गाची, वृक्षवल्लरींची, फळा-फुलांची विविधता हिच्यात पुष्कळच आहे. पिकांची विविधताही पुष्कळच आहे. दुसरे असे की, देशातील पावसाचे स्वरूप हे वर्षातील तीन-चार महिनेच टिकणारे असल्यामुळे या देशातील सुपीक-नापीक जमिनीला कृत्रिमरीत्याच पाणीपुरवठा करावा लागतो. त्यामुळे विहिरी, कालवे खोदावे लागतात. तळी, तलाव, बंधारे तयार करावे लागतात. काही तळी, तलाव निसर्गनिर्मितही आहेत. यातूनच शेतीला पाणी पुरवावे लागते. त्यामुळे जेथे जशी पाण्याची व्यवस्था करता येईल किंवा जशी असेल तिथे तशी खेडी वसत गेली. भारतीय मुख्य व्यवसाय 'शेती' हाच असल्याने भारतीयांना पिकाऊ जमिनी असतील तेथे वस्ती करावी लागली. यातूनच छोट्याछोट्या वस्तींची खेडी तयार झाली. कृषिप्रधानता, शेतीचा उद्योग हा खेड्यांचा आत्मा आहे. हा आत्मा जोवर नाहीसा होत नाही तोवर भारतीय खेडे कितीही सुधारले तरी खेडेच राहणार आहे, हे उघड आहे. त्यामुळे भारतीय जीवनात व संस्कृतीत ग्रामीण साहित्याला अनन्यसाधारण

महत्त्व आहे. 'इथल्या मातीचे दर्शन घडविणारे' ते खास साहित्य आहे. ग्रामीण जीवनाचा आत्मा असलेली ही शेती आणि ती कसणारे शेतकरी हेच ग्रामीण साहित्याचा आत्मा का असतात याची कल्पना यावरून येईल आणि शेतीवर पिकणारी पिके व आसपासचा निसर्ग यांनी ग्रामीण साहित्यातील वातावरण मोठ्या प्रमाणात भारून गेलेले का असते हेही कळू शकेल.

एकूण भारतीय जीवनाचाच गाभा असलेले हे खेडे भारताच्या इतिहासात प्रामुख्याने तीनदा बदलले. मोगल सत्ता आल्यावर, ब्रिटिश सत्ता आल्यावर आणि देशाला स्वातंत्र्य मिळाल्यावर.

मोगलपूर्व काळापर्यंतचे खेडे हे स्थिर प्रकृतीचे, जीवनाच्या गरजा भागविण्याच्या दृष्टीने स्वयंसिद्ध असे होते. बलुतेदारी पद्धतीमुळे जीवनाला व तेथील उद्योगाला लागणाऱ्या सर्व वस्तू तिथे निर्माण होत होत्या. रूढीचे प्राबल्य असल्यामुळे जातींना महत्त्व होते. त्या त्या जातीत लहान मुलांचे त्या त्या जातिनिष्ठ व्यवसायांचे शिक्षण पूर्ण होत होते. हे शिक्षण जन्मभर चालत असल्याने व त्याला रोजच्या रोज प्रात्यक्षिकाची जोड असल्याने ते सहज होऊन जात असे. खुनासारख्या बाबींचा निर्णय सोडला तर सर्व न्यायव्यवस्था गावातच होती. धर्म आणि नीती यांची सांगड घातल्याने वेगळ्या शाळा उघडाव्या लागत नव्हत्या. ग्रामाचा प्रश्न असेल तर ग्रामवासी एकत्र जमून बहुमताने (आजच्या भाषेत लोकशाही पद्धतीने) निर्णय घेत. पाटलाने शेतसारा जमवून सरकारला दिला तर राजाला, सरकारला खेड्याकडे पाहण्याचे कारणच उरत नसे.

पण अकराव्या शतकात मोगलशाही इथे आली आणि या स्वयंपूर्ण खेड्यांत परकी सत्ता, खेड्याबाहेरची सत्ता हस्तक्षेप करू लागली. मोगल बादशहांनी आपली माणसे शेतसाऱ्याच्या वसुलीसाठी नेमली. शेतसारा ठरविण्याचे अधिकार या परकी सत्तेने आपल्याकडे घेतल्याने ही स्वयंपूर्ण समृद्ध खेडी हळूहळू आर्थिकदृष्ट्या लुबाडली जाऊ लागली. आरंभीच्या काळात त्यांनी या खेड्यांची लुटालूट केली ती वेगळीच. परकीय अधिकारी स्थानिक परिस्थितीचा विचार न करता वसुली करू लागल्याने खेडी गरीब होत चालली. ग्रामवासी कंगाल होत चालला. परकी अधिकाऱ्याला सामील होणारा नवा वर्ग खेड्यात तयार होऊन तो दादागिरी करू लागला. धर्मप्रचारासाठी खेड्यावर अत्याचार केले. मूर्तिभंजन केले, धार्मिक भावनांना कीड लावून टाकली. खेड्यांच्या दृष्टीने त्यांचा हा काळ अराजकाचा आणि अनागोंदी कारभाराचा होता. त्यामुळे खेड्यातील सांस्कृतिक जीवन उद्ध्वस्त झाले. स्थानिकदृष्ट्या स्वयंपूर्ण असलेल्या कारभाराला पोखीर लागला. खेड्याच्या स्वयंभूपणाला याच काळापासून निरर्थकता येत चालली. हिंदुजीवन पद्धतीला मुस्लीम राजांकडून प्रोत्साहन मिळेनासे झाले.

ब्रिटिशांच्या दीडशे वर्षांच्या कारकिर्दीत भारतीय खेडे तर पार खिळखिळे होऊन डोलाऱ्यासारखे झाले. उद्योगप्रधान आणि व्यक्तिवादी (individualistic) संस्कृतीतून आलेले ब्रिटिश, प्रत्येक गोष्टीचे केंद्रीकरण करीत होते. त्यांनी आपली जीवनपद्धती रुजविण्याच्या प्रयत्नातून खेड्याच्या विघटनालाच प्रारंभ केला. त्यांच्या शिक्षण-पद्धतीनुसार त्यांनी शिक्षणव्यवस्था, न्यायव्यवस्था, आरोग्यव्यवस्था, सरकारी अधिकारी व कार्यालये ही सर्व शहरात एकत्र गोळा केली. त्यामुळे आतापर्यंत स्वतंत्र असलेल्या खेड्यांना शिक्षणासाठी, कोर्टकचेऱ्यांसाठी, औषधोपचारासाठी, सरकारी अधिकाऱ्यांना भेटण्यासाठी सारखी शहरांकडे धाव घ्यावी लागली व ती खेडी पूर्णपणे शहरांवर अवलंबून राहू लागली. त्यांच्या हातातून शिक्षण, न्याय, सत्ता ही सर्व गेली. शहरातील लोकांना स्थानिक परिस्थिती नेमकी काय आहे याचा पत्ता नसल्याने खेड्यांवर विविध परींनी अन्याय, त्यांची लुबाडणूक, छळवणूक सुरू झाली.

दुसरे असे की, शेतसारा नीटपणे वसूल होण्यासाठी ब्रिटिशांनी जमीनदारीला राजमान्यता दिली. त्यामुळे जमीनदार गडगंज होत गेले आणि सर्वार्थांनी परावलंबी झालेल्या ग्रामवासीयांची पिळवणूक करू लागले. त्यामुळे खेड्यात दुसऱ्या बाजूने दारिद्र्य प्रचंड प्रमाणात वाढत गेले. उपासमार सुरू झाली. शहरात ब्रिटिशांच्या सर्व शक्ती एकत्र झाल्याने खेड्यातील लोकांची शहरांकडे उद्योग मिळविण्यासाठी धावाधाव सुरू झाली. जे शिकू लागले ते शेवटी खेडी सोडून शहरात गेले. त्यामुळेही ही खेडी अडाणी, अशिक्षित, जुनाट स्थितीतच राहू लागली. त्यांच्याकडे शहरांचे दुर्लक्ष होऊ लागले. ती उपेक्षित झाली. त्यातूनच नैसर्गिक आपत्ती, अवर्षण, रोगराई यांनी ती हैराण होऊ लागली. त्याचा परिणाम धर्मभोळेपणा, दैवाधीनता यांच्यात झाल्याने ती रूढीग्रस्तच राहिली. त्याचा फायदा खेड्यातील भट-भिक्षुक, सावकार, जमीनदार, वाणीउदमी, नोकरदार यांनी बेसुमार उपटला नि भारतीय खेड्यांचे रूपांतर भेसूर ग्रामीण जीवनात झाले.

ब्रिटिशपूर्व काळात ग्रामीण कुटुंब हे एकजिनसी, स्थिर, संघटित होते. कारण प्रत्येक कुटुंबाचा एकच व्यवसाय असे. त्या व्यवसायात ते कुटुंब मग्न असे. तो व्यवसाय हेच त्यांच्या उदरनिर्वाहाचे साधन होते. कुटुंबकर्ता सर्वांना कामे ठरवून देई. त्याच्या अंकित सर्व असत, तो सर्वांची जबाबदारी घेई. सर्वच एक व्यवसाय करीत असल्याने व एकच काम करीत असल्याने सर्वांची व्यक्तिमत्त्वे संवादी, मिळतीजुळती, एकमेकास जवळून ओळखणारी, परस्पर प्रेमसंबंधाची असत. कोणत्याही कार्यात सर्वांना मिळून कामे करावी लागत. एकत्र खाणे-पिणे, उत्सव-जत्रांना जाणे, रीतिरिवाज पाळणे होई. कुटुंबे मोठी, संयुक्त असत. ब्रिटिश काळात केंद्रीकरण जसे वाढत गेले; तशी कुटुंबे फुटू लागली. व्यक्ती शहरांत पोट भरण्यासाठी, नोकरी करण्यासाठी जाऊ लागल्या. शहरांतून पैसा आणून खेड्यातील व्यक्तींचे निर्वाह

चालू लागले. त्यामुळे हळूहळू कुटुंबाचे विविध व्यवसाय होऊ लागले. शहरातला मिळवता पुरुष अधिक सत्ता मागू लागला. त्यामुळे वडीलधारा कर्ता मागे पडू लागला. शहरातल्यांची बायका-पोरे ती शहराकडे जाऊ लागली नि खेड्यातल्यांची खेड्यातच राहिल्याने दुसऱ्या पिढीत फरक व अंतर पडू लागले. घरगुती वा धार्मिक कार्ये सर्वांनी एकत्र येऊन प्रत्येकवेळी करता येईनाशी झाली. रीतिरिवाज सर्वांना एकत्र पाळता येईनासे झाले आणि यातूनच ग्रामीण संयुक्त कुटुंबाचे विघटन, विशेषत: विसाव्या शतकाच्या प्रारंभापासून होऊ लागले. तोवर ते हळूहळू होऊ घातले होते, आता स्वातंत्र्योत्तर काळात ते मोठ्या प्रमाणात होताना दिसते.

जातिव्यवस्थेला ग्रामीण जीवनात स्थान होते. प्रत्येक जातीचा व्यवसाय ठरलेला असे. सामाजिक जीवनातही या जातींचे गट ठरलेले असत. त्यांचा सामाजिक, धार्मिक दर्जाही ठरलेला असे. ब्रिटिश काळात म. जोतीराव फुले यांच्या कार्यामुळे महाराष्ट्रात प्रथम जातिव्यवस्थेला हादरा बसला आणि तिचे हळूहळू विघटन सुरू झाले. पुढे छत्रपती शाहू महाराज, महर्षी विठ्ठल रामजी शिंदे, श्री. म. माटे, डॉ. बाबासाहेब आंबेडकर, महात्मा गांधी यांच्या उज्ज्वल परंपरेमुळे जातिव्यवस्था खिळखिळी होत गेली. स्वातंत्र्योत्तर काळात शिक्षणामुळे, औद्योगिकीकरणामुळे व नोकरीपेशात दलितांना अग्रहक्क दिल्यामुळे जातिनिष्ठ अर्थव्यवस्था नष्ट होण्याच्या मार्गावर लागली आहे.

ब्रिटिश काळात ग्रामीण अर्थव्यवस्था प्रामुख्याने तेथील जमीनदार, वतनदार, सावकार, वाणी-उदीम यांच्या ताब्यात गेली. त्यामुळे कुळे, मजूर आणि पददलित समाज हे कंगाल बनत गेले होते.

गावात व गावच्या आसपास जे धान्य आपल्याला लागेल व वर्षभर ज्याची गरज आहे अशा विविध धान्यांची पिके काढण्याची प्रथा पूर्वीपासून खेड्यात होती, पण ब्रिटिश राजवटीत हळूहळू 'कच्ची' पिके व पैसे देणारी पिके काढणे सुरू झाले. त्यांचा बाजाराशी संबंध येऊ लागला. त्यामुळे त्या त्या खेड्यातून निदान पोटापुरता धान्यसंचय होत असे तोही नाहीसा झाला नि खेडी भिकार होण्यात त्यांची परिणती झाली. स्वातंत्र्योत्तर काळात बऱ्याचशा सरकारी योजनांमुळे, सहकारी सोसायट्यांमुळे, साखर कारखान्यांमुळे खेड्यांची अर्थव्यवस्था बदलत असली तरी अजून पिकाच्या किमती ठरवून दिल्या जात नाहीत. मजुरांचे पगार ठरवून दिले जात नाहीत. तसेच तेथील अर्थव्यवस्था प्रामुख्याने बागायतदार, मोठे शेतकरी, साखर कारखानदार आणि नव्याने पुढे येत असलेला ग्रामीण व्यापारीवर्ग यांच्या ताब्यात गेली आहे.

ग्रामीण माणूस हा ब्रिटिशपूर्व व ब्रिटिश काळात मूलत: देवाधर्मावर श्रद्धा ठेवणारा होता. शेतीचे सगळेच जीवन पावसावर! खेड्यात इतर व्यवस्था नसल्याने रोगराई, अपघात, अन्याय, फसवाफसवी, शहरी लोकांची खेडुतांकडे बघण्याची

लहरी, संधीसाधू दृष्टी यापैकी कोणते अनपेक्षित संकट केव्हा येईल याचा अजूनही भरवसा नाही. असहायपणे त्याला या गोष्टींना तोंड द्यावे लागते. त्यातून देवावर भार ठेवून जगण्याची त्याची वृत्ती पोसली गेली आहे. त्यामुळे धार्मिक रूढी, रिवाज, पद्धती, स्थानिक देवता यांना खेड्यांत विशेष महत्त्व आहे. शिवाय ही देवाची देवळे सांस्कृतिकदृष्ट्या, न्याय देण्याची, शाळांची ठिकाणे म्हणूनही महत्त्वाची असतात. गावाला नीतीचे अधिष्ठानही या देवळामुळे लाभते.

बहुरूपी, गोंधळी, डोंबारी, कोल्हाटी कडकलक्ष्मी, नंदी बैलवाले, माकडवाले, अस्वलवाले, वाघवाले, कोकेवाले, नागवाले, तमासगीर, कीर्तनकार, भजनीमंडळे ही करमणूक करणारी मंडळी व त्याचबरोबर साधेल तेवढे नैतिक, सांस्कृतिक संस्कार करणारे हे लोक आहेत. आता हे प्रकार नष्ट होत चालले आहेत. रेडिओ, वर्तमानपत्रे, सिनेमा, नाटके खेड्यापर्यंत जाऊन पोहोचली आहेत. खेड्यातील बारा बलुतेदारांनी खेड्याला एक स्वयंभूपण पूर्वी आणलेले होते. ग्रामीण जीवनासाठी अत्यावश्यक लागणारे, धंदेकाम, वस्तुनिर्मिती ते करीत होते. त्या गावात जे पिकेल त्याचा थोडा थोडा भाग कामाच्या मोबदल्यात मिळवून उदरनिर्वाह करीत होते. देशाला स्वातंत्र्य मिळेपर्यंत ही पद्धती चालूच होती. खेड्याचा पाटील हा मुख्य. जणू तो त्या गावचा राजा असे.

देशाला स्वातंत्र्य मिळाले आणि ब्रिटिशांनी खिळखिळ्या केलेल्या खेड्याला बदलण्याचा चंग आपल्या केंद्रसरकारने व राज्यसरकारने बांधला. खेडी हा आपल्या राष्ट्राचा प्राण आहे हे आपल्या सरकारने प्रथमपासूनच ओळखले आहे. या खेड्यांच्या उत्कर्षामुळे सगळा भारत आर्थिक आणि सामाजिक जीवनातही स्वयंपूर्ण होणार आहे. त्यामुळेच पंचवार्षिक योजनांत खेड्यांना अग्रक्रम मिळाला. खेड्यांतून धरणे, कालवे, पाटबंधारे, तलाव निर्माण झाले. समाजविकास-योजना आल्या. पंचायती राज्य आले. या पंचायती राज्यामुळे खेड्यांत घराघरांत राजकारण शिरले. खेडे-तालुका-जिल्हा-राज्यसरकार-केंद्रसरकार अशी साखळी निर्माण झाली नि खेड्यातला – गल्लीतला माणूस दिल्लीलाही कामासाठी जाऊ लागला. सहकार चळवळींनी जिकडे-तिकडे अनेक प्रकारच्या सोसायट्या, मंडळे निर्माण झाली. कॅनॉल, धरणे यांचे पाणी आले आणि साखर कारखाने निर्माण झाले. या साखर-कारखान्यांनी बागायतदारांना नवी समृद्धी दिली आणि नवे अर्थकारण खेड्यापाड्यांत सुरू झाले.

यातूनच नवे ताण, नवे नाट्य, नव-जीवन-पद्धती घडू लागली. दळणवळणाच्या सुकरतेमुळे शहराशी संपर्क ठेवणे ग्रामीणांना सहज शक्य झाले. त्यामुळे तेथील नागर-जीवनातील सुबक गोष्टींचा, कपडा, भांडी, पोशाख, जीवनोपयोगी साधने यांचा सुळसुळाट खेड्यात झाला नि जुने खेडे पालटून जाऊ लागले. मात्र या ग्रामरूपांतरात खेड्यातील छोटा शेतकरी आणि ग्रामाचा गाभा असलेला मजूरवर्ग

उपेक्षितच राहिला. त्याला सरकारी योजनेचे फायदे उचलता आले नाहीत. ते आहे त्या परिस्थितीत पैशाअभावी, ओळखीअभावी, वशिल्याअभावी उचलता येणे अशक्य होते. म्हणूनच हा वर्ग शिक्षण-सवलतींचा फायदा घेऊन मात्र कमीअधिक प्रमाणात आपल्याला जमेल तसे मुलाला शिकवू लागला... पण यातून पुढे पुढे सुशिक्षित बेकारी वाढू लागली. छोट्या बुद्धिजीवी नोकऱ्या या वर्गातील लोकांना अधूनमधून मिळू लागल्या. यातूनच नवा ग्रामीण साहित्यिक पुढे येऊ लागलेला दिसतो.

आजघडीला दिसणारे स्वातंत्र्योत्तर खेडे हे असे आहे. या नव्या खेड्याचे स्वरूप महाराष्ट्रात सर्वत्र सारखेच आहे असे नाही. कोकणातील खेड्यात फारसा फरक झालेला दिसून येत नाही, तर महाराष्ट्रातील विशेषतः पुणे, नगर, सातारा, सांगली, कोल्हापूर या जिल्ह्यांतील खेडी झपाट्याने बदलत चालली आहेत. विदर्भ-मराठवाड्यात त्यांच्या बदलाची गती मंद दिसते, तर शहरापासून आतमध्ये दूरवर असलेली दळणवळणाची विशेष व्यवस्था नसलेली खेडी न बदलता तशीच राहिलेली दिसतील. ज्या भागात पाणी नाही, जो भाग दुष्काळी आहे, तेथील खेडीही बदललेली नाहीत आणि नव्या बदललेल्या खेड्यांपेक्षा न बदललेल्या, उपेक्षित राहिलेल्या खेड्यांचे प्रमाण महाराष्ट्रात फारच मोठे आहे.

त्यात पुन्हा बदललेल्या नव्या खेड्यांचे फायदे, त्यांची फळे खेड्यातील जमीनदार, वतनदार, कार्यकर्ते, पुढारी, बागायतदार यांनाच मिळालेली आहेत. खेड्यात संख्येने जास्त असलेल्या छोट्या शेतकऱ्यांच्या व मजुरांच्या नशिबी मात्र असलेले दारिद्र्य, उपासमार, उपेक्षा अजून संपलेली नाही आणि विशेष असे की याच खालच्या स्तरातून आज ग्रामीण लेखक पुढे येत आहे. त्यांच्या वाट्याला नवे खेडे अजून आलेलेच नाही. आले ते नवी दुःखे घेऊन. नवे संघर्ष, नवे प्रश्न घेऊन. त्यांच्या जिवावर या नव्या खेड्यांचा ज्या प्रमाणावर वरील स्वरूपाचा परिणाम झाला, त्या स्वरूपात हे नवे खेडे तो आपल्या कुवतीनुसार, विशेषतः गेल्या दशकात म्हणजे १९७० ते १९८० च्या काळात ग्रामीण साहित्यात आणण्याचा प्रयत्न करीत आहे.

◆

ग्रामीण साहित्य आणि शहरी संस्कार

ग्राम-शहर संबंधित असे काही प्रश्न वेळोवेळी ग्रामीण साहित्याच्या संदर्भात उपस्थित होतात. हे प्रश्न बरेचसे वरवरच्या विचारांतून निर्माण झालेले असतात. ग्रामीण साहित्यावर होणाऱ्या चर्चांतून, परिसंवादांतून बरीचशी प्राध्यापक मंडळीच हे प्रश्न उपस्थित करतात.

ग्रामीण कथा-कादंबऱ्यांतील कथानकांत पुष्कळवेळा जे घडलेले असते तेच शहरी जीवनातही घडत असते. त्यामुळे असे वाटते की, 'यात ग्रामीण असे ते काय आहे? हे तर शहरीच आहे. किंबहुना हे मध्यमवर्गीय जीवनातीलच आहे. इकडून तिकडे नेऊन त्याला ग्रामीण पेहराव केलेला आहे. तेव्हा अशा साहित्याला ग्रामीण साहित्य का म्हणावे?' अशा स्वरूपाचा एक प्रश्न असतो.

या प्रश्नामध्ये अनेक गैरसमजुती आहेत. शहरात व मध्यमवर्गीय जीवनात जे घडते ते ग्रामात आणि ग्रामीण माणसाच्या जीवनात घडत नाही. शहरात जे जे घडते ते ते इतरत्र घडले तरी ते 'शहरी'च असते. शहरी जीवनाच्या तुलनेने ग्रामीण जीवनात जे 'वेगळे' असेल, जे 'खास' असेल तेवढेच फक्त ग्रामीण साहित्यात यावे; बाकीचे येऊ नये - असे त्यांना म्हणावयाचे असते.

अशाप्रकारचे प्रश्न शहरातच ज्यांचे आयुष्य गेले आहे अशा प्राध्यापकांकडून, जिज्ञासूंकडून विचारले जातात. त्यांच्या जाणिवांची कक्षा कळत नकळत शहरी जीवनाशी निगडित आणि तिथेच मर्यादित झालेली असते. या कक्षेत जे जे घडते ते ते शहरी, मध्यमवर्गीय असे त्यांना वाटत असावे.

वास्तविक माणसाचे प्रेम, राग, लोभादि विकार हे मूलभूत असतात. त्यांचा आविष्कार ज्या भोवतालच्या परिस्थितीच्या अनुषंगाने होत असतो, त्या परिस्थितीचा विशिष्ट रंग, तेथील विशिष्ट भाषा, विशिष्ट संस्कृती, बोलणाऱ्या वा लिहिणाऱ्या व्यक्तीचे विशिष्ट व्यक्तिमत्त्व या सर्वांचे मिळून त्या मूलभूत भावनेला वा विकाराला

विशिष्ट शरीर लाभलेले असते. अर्थात त्या विशिष्ट शरीरामुळे त्याला विशिष्ट प्रादेशिकता, ग्रामीणता, नागरपण यांचा सांस्कृतिक संदर्भ लाभतो आणि ते त्या त्या भागाचे वाटतात. उलट त्या शरीराच्या आधाराने व्यक्त झालेले असतात ते मूलभूत भावना-विकार सर्वत्र सारखेच वाटतात; कारण मानवी सहजप्रवृत्ती या सर्वत्र सारख्याच असतात. मग ते शहर असो, ग्राम असो, आदिवासींचे जंगल असो वा आफ्रिका खंडाच्या अज्ञात प्रदेशातील अनघड मानव असो... ते फक्त 'मानवी' असतात. 'मानव' म्हणून मूलत: आपण समान अशा सहज प्रवृत्तींनीच युक्त असतो.

शिवाय शहरी, ग्रामीण हे भाग जरी आपण वेगवेगळे मानत असलो तरी आपण सर्व महाराष्ट्रीय म्हणूनही एक आहोत. महाराष्ट्रीय म्हणून आपली संस्कृती, रीतीरिवाज एक असतात. देव-देवता एक असतात. मराठी माणसाची विशिष्ट गोष्टींच्या बाबतीत विशिष्टच प्रतिक्रिया होत असते. त्यामुळेही आपल्या नागर वा ग्रामीण जीवनात बऱ्याच गोष्टी समान असल्यासारख्या दिसतात. उदाहरणार्थ 'हुंडा' ही पद्धती आपल्या संस्कृतीत (ती अयोग्य मानत असलो तरी) अजूनही रूढ आहे. नवऱ्या मुलीच्या बापाला लग्नात वा लग्न झाल्यावरही बराच काळ नवरा मुलगा वा त्याची माणसे विविध प्रकारांनी लुबाडत असतात. अर्थात ही शहरातही आहेत आणि ग्रामातही आहेत. पुरुषाला आपला अहंकार गोंजारण्याची व वरकडी करण्याची या प्रकरणात खूप संधी मिळते. 'Sense of Property' सारखी सहज प्रवृत्तीही तिथे कार्यप्रवण झालेली असते. पण शहरी समाजात यासंबंधात सापडलेल्या व्यक्तींची सामाजिक परिस्थिती, प्रतिष्ठा, त्यांची भाषा, त्यांच्यावरचे इतर संस्कार यामुळे याचा आविष्कार वेगळा होईल; तर रा. रं. बोराडे यांच्या ग्रामीण कथेत वेगळा होईल. याचा अर्थ रा. रं. बोराडे यांची कथा शहरी जीवनातील घटनांना ग्रामीण रूप देऊन अवतरली आहे, असा होणार नाही. कारण या घटना दोन्हीकडेही घडू शकतात.

आणि यामुळेच शंकर पाटील आपल्या मुलाखतीत ('ग्रामीण साहित्य : स्वरूप आणि समस्या' या पुस्तकात) जे म्हणतात ते बरोबर वाटते. त्यांना शहरी जीवनात अशा अनेक घटना दिसतात की, त्यांच्या आधारे त्यांच्या मनात 'ग्रामीण कथा' आकाराला येते. मानसशास्त्रीयदृष्ट्याही तसे होऊ शकते; हे नाकारता येत नाही.

मात्र हे खरे की काही घटना, प्रसंग, अनुभव हे खास शहरीच किंवा खास ग्रामीणच असू शकतात. कारण ते तेथील विशिष्ट परिस्थितीतच जन्माला येऊ शकतात. अशा खास फक्त शहरातच घडू शकणाऱ्या प्रसंगांच्या आधारे ग्रामीण कथा दुराग्रहाने लिहिली तरी ती अयशस्वी होणार; हे उघड आहे. उदा. शंकर पाटील हे फक्त (एखाद-दुसरा अपवाद असला तरी) ग्रामीण कथाच लिहितात. पुष्कळ कथा त्यांना शहरातील प्रसंगांच्या आधारे सुचूही शकतात. त्यांची कल्पनाशक्ती विशेष असल्याने ते त्यात यशस्वीही होऊ शकतात, पण शहरातील प्रसंगावर

‘कथा’ सुचली तरी त्यातून प्रत्येकवेळी ‘ग्रामीण कथा’ लिहिताच येईल असे नाही. त्यांची ‘भैरवी’ नावाची एक कथा त्यांच्या ‘पाहुणी’ या कथासंग्रहात आहे. ‘गोपाळा’ नावाचा शेतकरी इचलकरंजीकरबुवांच्या शास्त्रीय गायनाने अबोल, मुग्ध होऊन परत येतो. तृप्त मनाने, झपाटलेपणाने गप्प होऊन बसतो. शेवटी खूप विचारणा केल्यावर सांगतो की, ‘काय बुवा गायले आज! आऽऽ हा ऽऽ हा! मरायला मोकळा झालो बग! असा रंग भरला! काय सांगू पोरा...!’ असे म्हणतो.

कथा वाचून झाल्यावर पटकन पहिला प्रश्न असा पडतो की, गोपाळासारख्या मोट मारणाऱ्या, दिवसभर मळ्यात राबणाऱ्या शेतकऱ्याला इचलकरंजीकरबुवांचे शास्त्रीय गायन ‘समजण्या’इतके ‘ज्ञान’ असू शकेल काय? त्यासाठी जी रागदारींची, एकूणच शास्त्रीय गायनाच्या तांत्रिक अंगोपांगांची माहिती करून घ्यावी लागते; ती त्याला कोठून मिळाली? त्याला ती होती का नुसताच तो झपाटून गेला? असे झपाटून जाण्यासाठी गायनातील जे बारकावे, ज्या खाचाखोचा समजाव्या लागतात आणि मुख्य म्हणजे शास्त्रीय गायनातील, शब्दांतील स्वरविलास समजण्यासाठी जी एक तरल, सूक्ष्म संवेदना असावी लागते की, जी घडवावीही लागते ती ‘गोपाळा’ने त्या खेड्यात कधी, केव्हा घडविली? त्यासाठी त्याने किती वेगवेगळ्या घराण्यांच्या, गायकींच्या बैठकी कितीदा अनुभवल्या? – या प्रश्नांना कथेतील ग्रामीण परिसराचा वास्तव संदर्भ लक्षात घेता नीट उत्तरे मिळत नाहीत. शहरी जीवनातच हे शक्य आहे, असे वाटते. बरे लोकविलक्षण संवेदनांचा ‘गोपाळा’ होता, त्याने शहरात जाऊन हे ज्ञान पूर्वी घेतले होते, असे ज्ञान घेण्यासाठी बागायतदारी, वतनदारी, पैसाअडका असलेली सुखवस्तू राहणी खेड्यात जी असावी लागते आणि जो गायनाचा नाद पूर्वीपासून करावा लागतो; तसा गोपाळाने केला, तशी त्याची राहणी होती; असे जर काही असेल म्हणावे तर त्यांचे संदर्भही कथेत येत नाहीत. असे असते तर गोपाळाचे झपाटलेपण कळू शकले असते. आहे त्या कथांतर्गत संदर्भात ‘गोपाळा’ हा सामान्य शेतकरी वाटतो आणि सामान्य शेतकऱ्याची जी जाणीव असते त्या जाणिवेच्या थोडी आगेमागेच ‘गोपाळा’ची जाणीव असावी, अशी माहिती कथा वाचताना मिळत जाते, पण ‘गोपाळा’ गायनाने झपाटल्यावर खात्री होते की, गायनाची त्याची जाणीव (खेड्यातल्या सर्वसाधारण माणसाच्या तुलनेने लक्षात घेता) असामान्याची आहे. शहरी जीवनातच ती सामान्यत: शक्य वाटणारी आहे. त्यामुळे ‘भैरवी’ ही ग्रामीण कथा नागर-संवेदनेवर बेतल्यासारखी स्पष्ट वाटू लागते. आता लावणी, भेदिक गाणी, भजने, अभंग यांनी तो भारून गेला असता तर ते समजू शकले असते, प्रत्ययकारी वाटू शकले असते– (मूळ मुद्दा स्पष्ट करण्यापुरताच हा संदर्भ घ्यावयाचा आहे. कथेच्या इतर अंगांविषयी बोलणे इथे अप्रस्तुत आहे.)

याउलट १९४५ पूर्वी नागरी जीवनच बव्हंशी जगणाऱ्या लेखकांनी ग्रामीणांच्या जीवनाला नीटपणे समजून न घेता सरधोपटपणे 'आपल्या' भावभावना त्यांच्या मुखातून पुष्कळवेळा वदविल्या. विशेषत: रविकिरण-मंडळकालीन 'जानपद कविते'त असे झाले आहे - असे झाले तर मात्र 'ग्रामीण साहित्य' हे नागरी जीवनाला ग्रामीण मुखवटे चढवून लिहिलेले साहित्य निश्चितपणे होऊ शकेल. सारांश शहरातील वा ग्रामातील कोणत्याही प्रसंग-घटनांच्या आधारे ग्रामीण कथा-कादंबरी सुचलेली असली तरी तिच्यातून व्यक्त होणारी संवेदना ही अस्सल ग्रामीणतेची असली तरच ती कथा-कादंबरी 'ग्रामीण' होऊ शकेल. यासाठी ग्रामीण व नागर या दोन्ही जीवनाचा अभ्यास विशेषत: प्रस्तुत संदर्भात लेखकानेही खोलात जाऊन केला पाहिजे.

सध्या खेडे आणि शहर यांचे दळणवळण विशेष वाढले आहे. पुष्कळ खेडी ही शहरांची 'पुरवठा-स्थाने' झालेली आहेत. त्यामुळे ग्रामीण माणूस मोठ्या प्रमाणात शहराच्या संपर्कात येत आहे. शहरी राहणीतील सुखभोगाचे विविध नमुने तो आपल्या समोर ठेवीत आहे. त्यांचे अनुकरण करीत आहे. अशावेळी शहरी जीवनात व ग्रामीण जीवनात वरवर तरी अनेक घटना-गोष्टींची समानता दिसणे शक्य आहे. सिनेमा, वर्तमानपत्रे, नियतकालिके, रेडिओ यांच्या द्वारा नागरी संस्कृतीचा प्रसार मोठ्या प्रमाणात खेड्यात होत चालला आहे. तेव्हा त्यांचा प्रत्यक्षाप्रत्यक्ष परिणाम होऊन समान घटना-गोष्टींची बरीचशी शक्यता निर्माण झालेली आहे, हे ध्यानात घ्यावे.

त्याहून महत्त्वाची आणखी एक बाब म्हणजे असे प्रश्न विचारणाऱ्यांच्या मनावर भूतकाळाची पकड मोठ्या प्रमाणात असते. पूर्वसूरींचे वाचलेले (विशेषत: स्वातंत्र्योत्तर पहिल्या पिढीच्या ग्रामीण लेखकांचे) साहित्य त्यांच्या मनासमोर असते. या साहित्यिकांनी रंगविलेले खेडे हे स्वातंत्र्यपूर्व काळातील होते. आजच्या खेड्याच्या तुलनेने ते एक स्वतंत्र विश्व वाटावे इतकी तफावत त्यावेळी शहरी राहणीत आणि ग्रामीण राहणीत होती. त्यामुळे त्या लेखकांच्या ग्रामीण साहित्यातील ते खेडे, तेथील जीवन हे शहरवासीयांना साम्यापेक्षा भेद-वैशिष्ट्यांनीच उठून दिसत होते. तसेच आताच्याही ग्रामीण साहित्यात ते खेडे भेद-वैशिष्ट्यांनीच उठून दिसावे, असे त्यांना वाटते. त्यामुळे ती अपेक्षा कालबाह्य ठरणारी आहे.

पहिल्या पिढीच्या ग्रामीण साहित्यातील भेद-वैशिष्ट्यांचा दुसरा एक नकळत परिणाम नागररसिकांवर झाला आहे. तो म्हणजे शहरी जीवनाच्या तुलनेने ग्रामीण जीवनात जे 'वेगळे' असेल, जे भेद-वैशिष्ट्यामुळे उठून दिसत असेल, तेवढेच ग्रामीण साहित्यात यावे अशी त्यांची अपेक्षा असते. कारण पहिल्या पिढीच्या ग्रामीण साहित्यात विशेषत्वाने तसा ठळक वेगळेपणा दिसून येतो.

पण आता ही अपेक्षा करणे बरोबर ठरणार नाही. ग्रामीण साहित्याकडे अशी मर्यादित कामगिरी सोपविणे म्हणजे त्याच्या नशिबी 'साधनत्व' देण्यासारखे आहे.

नागरजीवनातील रसिकांना ग्रामीणांचे खास वेगळेपण कळावे या हेतूने ग्रामीण साहित्याला बजावण्यास सांगितलेली ती एक कामगिरी होईल. येथून पुढे ग्रामीण साहित्यिकांना बदलत जाणाऱ्या खेड्यांत जे आणि जसे अनुभव येत असतील त्यांचा सौंदर्यानुभवांच्या पातळीवर निखळपणे आविष्कार करू देणेच स्वाभाविक आणि श्रेयस्कर आहे.

दुसरा एक प्रश्न असा उपस्थित केला जातो की, उद्या खेड्यांचे शहरीकरण होईल, खेडी सुधारल्यानंतर त्यांचे खेडेपण शिल्लक राहणार नाही, ती शहरेच होतील. मग ग्रामीण साहित्य अस्तित्वातच राहणार नाही. कारण जोपर्यंत खेडी ही 'खेडी' आहेत तोपर्यंतच 'ग्रामीण साहित्य' अस्तित्वात राहणार आहे. म्हणून ग्रामीण साहित्याला भवितव्य नाही.

हा प्रश्न काही गोष्टींच्या अज्ञानातून निर्माण झाल्यासारखा वाटतो. खेड्यांच्या पुनर्रचनेशी हा प्रश्न निगडित आहे. ब्रिटिश अमदानीत भारतीय खेड्यांची अतोनात हानी झाली. अनेक दृष्टींनी ती उद्ध्वस्तच झाली होती. भारताला स्वातंत्र्य मिळाल्यावर खेड्यांची झालेली ही वाताहत नाहीशी करण्याचे, खेडी सुधारण्याचे प्रयत्न सुरू झाले. आजवर झालेल्या पंचवार्षिक योजनांतून खेड्यांना प्राधान्य दिले. कारण खेडी हा भारताचा प्राण आहे, हे सुजाणांना चांगले माहीत आहे. भारतीय आर्थिक जीवनात राष्ट्रीय उत्पन्नापैकी ४४ टक्के उत्पन्न शेतीचेच आहे. इंग्लंड-अमेरिकेत ते २ ते ३ टक्क्यांच्या आसपासच आहे. यावरून भारतीय जीवनात (खेड्यांचा आत्मा असलेल्या) शेतीला किती मोठे स्थान आहे याची कल्पना येईल. शेती हा ७० टक्के लोकांचा प्रमुख व्यवसाय आहे. भारतातील उद्योगधंदे शेतीवर अवलंबून आहेत. आंतरराष्ट्रीय व्यापारात भारताला शेतीनेच स्थान मिळवून दिले आहे. यावरून स्पष्टच होते की, खेडे हाच भारतीय अर्थव्यवस्थेचा आणि जीवनाचा कणा आहे. या खेड्यांमुळे सगळा भारतच आर्थिक आणि सामाजिक जीवनातही स्वयंपूर्ण होणार आहे.

हे लक्षात घेऊन भारत सरकारने खेडी सुधारण्याचा, त्यांची पुनर्रचना करण्याचा प्रयत्न चालविला आहे. खेड्यांतील लोकांत असलेल्या जमीनविषयक संबंधातून तेथील आर्थिक जीवन साकारले जाते. ब्रिटिश अमदानीत हे जमीनविषयक संबंध खेड्यात पराकोटीच्या विषम स्वरूपाचे होते. त्यातून समाजात प्रचंड दरी निर्माण होऊन मूठभर लोक प्रचंड श्रीमंत आणि दुसऱ्या टोकाला बहुसंख्य जण दारिद्र्यात खितपत पडले होते. हे नाहीसे करण्यासाठी व नव्या खेड्याचा पाया नीट बांधण्यासाठी; म्हणजे जमिनीचे विषम संबंध सुधारण्यासाठी कूळकायदा, कसेल त्याची जमीन, कमाल जमीन-मर्यादा कायदा इ. कायदे केले गेले आणि खेड्याचा चेहरामोहरा पालटू लागला.

खेडी बदलत आहेत, त्यामागे हीच प्रेरणा आहे. खेडुतांचे भयानक दारिद्र्य लक्षात घेऊनच गरिबी हटाव मोहीम सुरू झाली. शेतीला जोडून जोडधंदे, दूध-

सोसायट्या, कोंबडी-पालन, डुकरे-पालन, इ. सुरू झाले. कुटीरोद्योग, लघुउद्योग, भूमिहीनांना काम देणे, झोपड्या बांधून देणे, कर्ज माफ करणे, खेड्याशी जोडणारे रस्ते तयार करणे, दळणवळण वाढवणे; शिक्षण प्रसार करणे, प्रौढ शिक्षण देणे, दवाखाने काढणे; अंधश्रद्धा बदलण्यासाठी व शेती सुधारण्यासाठी रेडिओ-सिनेमांचा वापर करणे, वाचनालये काढून साक्षरता टिकविण्याचा, सांस्कृतिक गोष्टींची गोडी लावण्याचा प्रयत्न करणे; धरणे, कालवे, पाटबंधारे, तलाव तयार करणे; नवी बियाणे, नवी खते, नवी अवजारे, नवी जनावरे (दूध व मांस यासाठी) यांचा पुरवठा करून वाढ करणे इत्यादी जोरात सुरू झाले. पंचायती राज्य आले आणि त्यातून खेड्यात राजकारण आले. या सर्वांच्या परिणामाने आज नवे खेडे आकाराला येत आहे. यातूनच नव्या गोष्टी, नवी जीवनपद्धती, नवे नाट्य, नवे ताण ग्रामीण जीवनात येऊ लागलेले आहेत.

यामुळे शहरातील रसिक वर्गाला, समीक्षकाला, प्राध्यापकाला असे वाटते आहे की, आता खेडे बदलत चालले आहे आणि त्याचे शहरीकरण होते आहे. मग पुढे पुढे 'ग्रामीण साहित्य' जन्माला येणार कसे? तसेच आजवर निर्माण झालेल्या ग्रामीण साहित्यालाही भवितव्य तरी असणार कसे? - असा त्यांचा सूर असतो.

वास्तविक खेड्यांची सुधारणा म्हणजे त्यांचे शहरीकरण करणे असे समजणे चूक आहे. येथील वस्तुस्थितीला ते धरूनही नाही. खेडी सुधारली तरी ती 'सुधारलेली खेडी'च असतील; त्यांचे रूप आजच्या खेड्यांपेक्षा निश्चितपणे वेगळे असेल, पण ती नक्कीच नवी शहरे किंवा शहरांचे उपनगरसदृश भाग होणार नाहीत.

शहरातील समाज हा एक विराट समाज असतो. त्याची आर्थिकदृष्ट्या वर्गविभागणी पडलेली असते. कारखानदार, उद्योगधंदेवाले व व्यापारी यांचा सधनवर्ग, नोकरी करणारा पांढरपेशा मध्यमवर्ग आणि मजूर काम करणारा, बिगार काम करणारा तिसरा (मजूर) वर्ग – हा विराट समाज असा अनेक वर्गांत विभागलेला असतो. या वर्गातही पुन्हा छोटे-मोठे गट, प्रकार असतात. त्यामुळे हा समाज बहुजिनसी किंवा तुकड्यातुकड्यांचा असतो, पण खेड्यातला समाज लहान असतो. त्या खेड्यातील माणसे बहुधा एकमेकाला ओळखत असतात. तसेच तो समाजही तसा एकजिनसी असतो. एकमेकाला मानणारा असतो. एका शेतीच्या कामासाठीच त्याच्या कामांची व्यवस्था असते. शहरातील व्यवसाय हा बिगर-शेतीचा असतो. कारखाने, व्यापार, उद्योगधंदे असे मनुष्यनिर्मित उत्पादन करणारे हे व्यवसाय असतात. तर खेड्याचा सर्व व्यवसाय शेती आणि शेतीच्या अनुषंगाने चालणारे धंदे यांचा असतो. त्यामुळे खेड्याचे भवितव्य शेतीवर अवलंबून असते आणि शेती ही तेथील भौगोलिक परिस्थिती, पाऊस, जमिनीचा कस, पाण्याची व्यवस्था इत्यादी नैसर्गिक साधनांवर अवलंबून असते. त्यामुळे तो व्यवसाय मानवी शक्तीच्या हातापलीकडे, बराचसा

निसर्गाच्या ताब्यात असतो. त्यामुळे खेड्यातील माणूस नियतिवादी असतो, तर शहरातील व्यवसाय हे मानवनिर्मित साधनांवर अवलंबून असतात. त्यामुळे ते त्याच्याच ताब्यात असतात. त्यामुळे शहरी मन कर्तृत्ववादी असते. शहरातील लोकसंख्या अतिशय दाट असल्याने या लोकसंख्येने शहरात असे अनेक प्रश्न निर्माण करून ठेवलेले असतात की, तेथील माणसाला त्या प्रश्नांना नेहमी तोंड द्यावे लागते. त्यामुळे त्यांची मनोवृत्ती विशिष्ट झालेली असते. त्यात शहराचे जीवन गतिमान आणि घड्याळी असते. खेड्यात विरळ लोकसंख्या असते. त्यामुळेही ग्रामीण माणसाच्या मनाची रचना वेगळी असते. त्याचे जीवन संथ गतीचे असते. खेडेगावातील या संथ जीवनात कधीतरी येणाऱ्या शहरी माणसाचा वेळ जाता जात नाही. या वस्तुस्थितीमुळे त्यातील विरोध लक्षात येईल. शहरातील माणसाचे एकूण संबंध, सूक्ष्मतः व्यापारी वृत्तीचे असतात. तेथील शिष्टाचारात, आगतस्वागतात हिशेबीपणा, उपयुक्ततावादी दृष्टिकोन, लाभालाभाचा विचार स्थायी स्वरूपात कळत नकळत असतो. खेड्यातील संबंध हे एकपदरी, सरळ असतात. कारण समाज लहान असतो. संबंध स्थिर असतात. त्यात बदल करणे तेथील मर्यादित समाजात फारसे शक्य नसते. त्याचाच एक परिणाम असा की, खेड्यातील जीवन हे सामूहिक असते. एक घर दुसऱ्या घराला आतून बाहेरून माहीत असते. त्यामुळे एखादी अवैध, अनैतिक, रीतिबाह्य गोष्ट करताना नकळतच समाजाचा दाब व्यक्तीच्या मनावर येतो. शहरातील माणूस तसा एकाकी जीवन जगतो. आपल्या खासगी जीवनाशी इतरेजनांचा संबंध तो येऊ देऊ इच्छित नाही. त्यामुळे शहरी जीवनात एकाकीपणाची जाणीव विशेष होते. – समाजशास्त्राने या गोष्टी दाखवून दिलेल्या आहेत.

हे एवढे विस्तृतपणाने सांगण्याचे मुख्य कारण एवढेच की, शहर आणि खेडी यात मूलतःच फरक आहे. वरवर दिसणाऱ्या चार आधुनिक सुधारणा आल्या की, त्याचे 'शहर' होईल हे म्हणणे कसे चुकीचे आहे, हे इथे निदर्शनास आणून द्यावयाचे आहे. 'सुधारणा' म्हणजे 'शहरीकरण' हे समीकरण मुळी 'बूट सुटातला माणूस सुशिक्षित असतो' या विधानासारखे फसवे आहे. सांगण्याचा हेतू असा की, खेडे सुधारल्यावर ते 'जुने खेडे' असणार नाही. तेथील शेतकरी ट्रॅक्टर वापरेल, सुधारलेली बियाणी, खते वापरेल, मोटारसायकलीने किंवा जीपगाडीने तो दळण-वळण करील, फोनवरून बोलेल; तरी 'शेतकरी'च राहणार आहे. फक्त तो सुशिक्षित होईल आणि खेड्याचा प्राण असलेली शेती ही सुधारली तरी शेतीच राहणार आहे. बाकीचे शहरी मूलभूत प्रश्न की, जे शहरातील माणसाला नव्यानेच घडवतात. ते इथे या जीवनात उपस्थितच होणार नाहीत.

महत्त्वाची गोष्ट म्हणजे बदल हा मानवी जीवन-पद्धतीचा स्थायिभाव आहे. शहरेही बदलणार आहेत आणि खेडीही बदलणार आहेत. तरीही ती शहरेच आणि

ती खेडीच राहणार आहेत. त्या अनुषंगाने नव्या खेड्यांचे 'नवे ग्रामीण साहित्य' निर्माण होईल. तेव्हा त्याच्या भवितव्याची चिंता करण्याचे कारण नाही.

त्याहून महत्त्वाची गोष्ट अशी की, एखाद्या अस्तित्वात असलेल्या विश्वाचा आधार घेऊन कोणतेही निर्माण झालेले साहित्य हे नंतर आपले स्वतंत्र विश्व प्रस्थापित करीत असते. त्यातील पात्रे, जीवन-नाट्य हे स्वयंभूपणाने उभे राहतात. त्यासाठी तशा प्रकारचे 'वास्तव विश्व' नंतर अस्तित्वात असलेच पाहिजे असे नाही. तसे ते राहूही शकत नाही. तरीही त्यावर निर्माण झालेल्या साहित्याला स्वतंत्र मूल्य प्राप्त होते. रामायण-महाभारतात प्रतिबिंबित झालेले विश्व ऐतिहासिक, चरित्रात्मक कादंबऱ्यातील विश्व, बखर वाङ्मयातील विश्व, एवढेच काय हरिभाऊ आपटे यांच्या कथा-कादंबऱ्यांतील विश्व आज प्रत्यक्षात कुठे अस्तित्वात आहे? ते कधीच नाहीसे झाले आहे. तरीही साहित्याचे मोल कमी होत नाही. उलट ते सामाजिकदृष्ट्या, सांस्कृतिकदृष्ट्या, ऐतिहासिकदृष्ट्या, भाषिकदृष्ट्या अधिक महत्त्वाचे ठरते. ग्रामीण साहित्याच्या बाबतीतही तेच मानावे लागेल. त्याच्या साहित्यातील खेडे प्रत्यक्षात असो अथवा नसो ते 'ग्रामीण साहित्य' स्वतंत्रपणे आस्वादता येऊ शकेल. तेव्हा ग्रामीण साहित्याचे भवितव्य एकूण मराठी साहित्याप्रमाणेच असणार.

आणखी एका सामाजिक वस्तुस्थितीचा पुन:पुन्हा निर्देश केला जातो. तो असा की, ग्रामीण साहित्यिक हे नोकरीच्या निमित्ताने वा अन्य कारणाने शहरात येऊन स्थिर होतात, तिथेच राहतात आणि शहरात बसून ग्रामीण जीवनाचे रेखाटन आपल्या साहित्यात करतात.

वस्तुस्थितीकडे निर्देश करण्याचा त्यांचा हेतू असा असतो की, हे ग्रामीण साहित्यिक त्यांच्या बालपणी पाहिलेले खेडे म्हणजे जवळजवळ पंचवीस वर्षांपूर्वीचे खेडे ते 'आत्ता' वास्तव खेडे म्हणून रंगवीत असतात. 'आत्ताचे वास्तव खेडे' हे वेगळेच आहे. त्यामुळे त्यांच्या साहित्यातील खेड्याचा व प्रत्यक्ष वर्तमान वास्तवातील खेड्याचा मेळ बसत नाही. त्यांच्यात खूपच फरक पडलेला असतो. असे बालपणी पाहिलेले खेडे ते पुढे पुढे कल्पनेने रंगवू लागतात, असेही त्यांना म्हणावयाचे असते. व्यतिरेकाने त्यांना असे सुचवावयाचे असते की, ग्रामीण साहित्यिकांनी प्रत्यक्ष खेड्यात जाऊन राहिले पाहिजे. तेथील वर्तमान जीवन प्रत्यक्ष पाहिले पाहिजे. जे तिथे घडते तेच त्यांनी रंगविले पाहिजे. खोटे काल्पनिक जीवन त्यांनी रंगवू नये. ते जर प्रत्यक्ष जाऊन खेड्यात राहिले नि त्यांनी तेथील प्रत्यक्ष जीवन पाहिले तर त्यांचे साहित्य प्रभावी होईल.

स्वातंत्र्योत्तर पहिल्या व दुसऱ्या पिढीचे ग्रामीण साहित्यिक शहरात येऊन स्थिर झाले आहेत. ती वस्तुस्थिती आहे. त्यामुळे त्यांचे सर्वार्थाने खेड्यातील जगणे संपते; हीही वस्तुस्थिती आहे. हे लेखक मनाने तिथे जगत असतात. व्यंकटेश माडगूळकर,

शंकर पाटील हे ज्या काळात लिहीत होते त्या काळात शहरातच होते. पण त्यांच्या बोलण्यात, चर्चेत, वाचनात खेड्याचा विषय पुष्कळवेळा येत असे. लेखन करताना खेड्याविषयीची एखादी माहिती त्यांना हवी असेल तर ते तिचा पिच्छा पुरवून ती मिळवीत असत. खेड्याविषयीच्या अनुभवाचा सतत अन्वयार्थ लावण्याचा पुन्हा त्यावर चिंतन करून त्याचा नवा आकार शोधण्याचा त्यांना जणू ध्यासच होता. अधूनमधून ते आपल्या गावी जाऊन येत असत. त्या मुक्कामात त्यांना त्यांच्या आयुष्यातील जुन्या व्यक्ती भेटत, बोलत आणि त्यांच्या जीवनाचा पट त्यांच्या मनासमोर अर्थपूर्णतेने उलगडत जात. जुन्या आठवणींना उजाळा मिळत असे. अधिक घटनांची भर पडत असे. घरातला कर्ता माणूस म्हणून खेड्यातील माझ्याही घराचे प्रश्न मला अजून (गेली वीस वर्षे) सोडवावे लागत आहेत. तिकडे जाऊन अनेक कारणांनी मुक्काम करावे लागतात. त्यातून घराविषयीचे, खेड्यातील एका सर्वसाधारण कुटुंबाविषयीचे अनेक प्रश्न सोडवावे लागतात; समजून घ्यावे लागतात – कमीअधिक फरकाने पहिल्या व दुसऱ्या पिढीच्या ग्रामीण साहित्यिकांची सामाजिक स्थिती अशाच प्रकारची आहे. त्यामुळे हे लेखक मनाने आपल्या ग्रामीण विश्वातच जगताना दिसतात. एवढेच नव्हे तर गेली तीस वर्षे ते शहरात असूनही त्यातील काहींनी फक्त ग्रामीण साहित्य निर्मितीच केली आहे; इतके ते शहरापासून साहित्यिक अनुभवाच्या संदर्भात मनाने दूर आहेत आणि खेड्याला जवळचे आहेत.

पण हळूहळू हे मनाने खेडे भोगणे कमीकमी होत जात असावे. जवळच्या अनुभवांच्या आधारे पुष्कळ साहित्यनिर्मिती झाली की, त्या अनुभवांचा भुगा होत असावा आणि मग त्या प्रकारच्या अनुभवांच्या आधारे जी साहित्यनिर्मिती चाललेलीच असते ती हळूहळू मंद तेज, विरळ, शबल, अतिशय ओळखीची होत जात असावी. त्यामुळे अशाप्रकारचे लेखन थांबवावे असे मनापासून वाटत असावे... पण यालाही चांगले-वाईट अपवाद असू शकतात, आहेत.

पण या विशेषत: पहिल्या पिढीच्या साहित्यिकांकडून त्यांच्या साहित्यात नव्या खेड्याचे दर्शन घडावे, अशी अपेक्षा करणे बरोबर होणार नाही. पहिले उघड कारण असे – नव्या वास्तव खेड्यांशी त्यांचा संपर्क तुटला आहे. संपर्क ठेवून त्याचे दर्शन घडविण्याची त्यांची इच्छा किंवा जिद्द दिसत नाही. (अनिल अवचट यांच्यासारखे लेखक प्रत्यक्ष वणवणते होऊन भटकंती करतात आणि अनुभवांची नवी नवी क्षेत्रे धुंडतात; एका वेगळ्या प्रकारचे सामाजिक वास्तवधर्मी ललित गद्य लिहितात. जिद्द किंवा इच्छा असेल तर अशा प्रकारेही संपर्क किंवा संबंध ठेवून साहित्यनिर्मिती करता येणे शक्य असते.) दुसरे असे की, जोपर्यंत हे साहित्यिक खेड्यात होते तोपर्यंत त्यांनी जे अनुभवले त्या अनुभवविश्वाशी प्रामाणिक राहून त्यांनी साहित्यनिर्मिती करावी हेच उत्तम. कारण साहित्यिक कशाचे वास्तव दर्शन घडवितो हे महत्त्वाचे

नसून त्याच्या हातून उत्तम साहित्यनिर्मिती होणे महत्त्वाचे असते. त्याला जे अनुभवाला आले नाही किंवा अनुभवावे असे वाटत नाही त्यावर तो साहित्यनिर्मिती करणार कशी?

उलट रणजित देसाई, ना. धों. महानोर यासारखे ग्रामीण साहित्यिक आजघडीलाही खेड्यात वास्तव्य करून राहत आहेत, पण त्यांच्या साहित्यात कुठे आजचे नवे खेडे प्रतिबिंबित झाले आहे? कारण त्यांची प्रकृती वास्तववादी साहित्यनिर्मिती करणाऱ्याची नाही. ते आपल्या अनुभवविश्वाकडे वेगळ्या दृष्टीने पाहतात. तेव्हा त्यांच्या साहित्यात 'नवे खेडे' वास्तव स्वरूपात दिसत नाही; म्हणून ते ग्रामीण साहित्यच नव्हे असे म्हणता येणार नाही आणि त्याचमुळे शहरातील ग्रामीण साहित्यिक आज खेड्यात जाऊन राहिले तर त्यांच्या हातून 'नव्या खेड्याचे' दर्शन घडले जाईलच, अशी खात्री देता येणार नाही. फक्त अपेक्षा तेवढी करता येईल. दर्शन घडविणे न घडविणे हे त्यांच्या साहित्यिक प्रकृतीवर अवलंबून राहील.

केवळ वास्तववादी साहित्यनिर्मिती करणारी ज्यांची प्रकृती आहे, त्यांच्याकडून मला अशाप्रकारची विशेष अपेक्षा करता येण्यासारखी आहे, पण तीही मर्यादित प्रमाणातच. कारण हा प्रश्न सामाजिक, साहित्यिक आणि वैयक्तिक असा तिहेरी गुंतागुंतीचा आहे. एकतर नव्या खेड्याच्या दर्शनाची साहित्याकडून अपेक्षा करणे हे वाङ्मयबाह्य मानावे लागते. ही एक सामाजिक अपेक्षा असते. मात्र अशी सामाजिक अपेक्षा साहित्याने पूर्ण केली तर त्यांना ते साहित्य हवे आहे. शिवाय ते साहित्य म्हणूनही उत्तम दर्जाचे, म्हणजे तो सामाजिक अनुभव 'सौंदर्यानुभवाच्या' पातळीवर अवतरलेला असावा; असेही त्यांना अभिप्रेत असते. नुसतीच ती सामाजिक अपेक्षा नसते. म्हणजे 'साहित्य म्हणून ते सामान्य दर्जाचे असले तरी चालेल, पण त्याने नव्या खेड्याचे दर्शन घडवावे' असे त्यांना म्हणावयाचे नसते, पण आदर्श साहित्य-रसिकाची भूमिका अशी असते की, साहित्यिकाकडून फक्त 'उत्तम साहित्या'ची अपेक्षा करावी आणि त्याचा मनोभावे फक्त आस्वाद घ्यावा. मग त्याने कोणत्याही प्रकारचा अनुभव त्या साहित्यात व्यक्त केलेला असला तरी चालेल. कारण त्याच्या साहित्यिक-स्वातंत्र्याचा तो प्रश्न आहे. फक्त व्यक्त झालेला अनुभव सर्वांगांनी चैतन्यपूर्णतेने फुलून आलेला असला; म्हणजे पुरे.

हे साहित्यिक-स्वातंत्र्य वैयक्तिकरीत्या तो साहित्यिक घेतो आणि आपणाला येणाऱ्या अनुभवांच्या आधारे तो साहित्यनिर्मिती करतो. तो जर सामाजिक वास्तवधर्मी साहित्यनिर्मिती करीत असेल; तर मग त्याने वर्तमान सामाजिक वास्तवाचा वेध घ्यावा, अशी स्वाभाविकच अपेक्षा निर्माण होते. कारण वर्तमान सामाजिक वास्तवातील अनुभव जर साहित्य गुणांनी सर्वांगांनी चैतन्यपूर्ण होऊन आले तर त्या रसिकांना ते साहित्य अधिक हवेहवेसे वाटते. कारण त्यातील अनुभव जवळचे, सतत अंगावर

येऊन कोसळणारे असतात आणि त्यामुळे त्यांचा वाङ्‌मयीन आस्वाद घेण्याची त्यांच्या मनाची चटकन तयारी होते. शिवाय ते त्यांना सामाजिकदृष्ट्याही महत्त्वाचे वाटत असतात. आसपासच्या परिसरात, वर्तमान वास्तवात घडणाऱ्या एका जीवननाट्याचे आकलनही त्यांना होणार असते. अशा रीतीने साहित्य-वाचनाचा त्यांना दुहेरी फायदा हवा असतो. म्हणून त्यांना सतत प्रामुख्याने सामाजिक वास्तववादी असलेल्या ग्रामीण साहित्याने वर्तमान जीवनाचा सामाजिक संदर्भ घेऊन जन्मावे असे वाटत असते. अर्थातच सामान्य रसिकाच्या या अपेक्षेचा साहित्यिकाने स्वतःच्या स्वातंत्र्याची प्रतिष्ठा राखून विचार करावयाचा असतो. त्याच्या प्रकृतीला मानवला तर तो अनुकूल विचार करील किंवा तो त्याला उडवूनही लावू शकेल.

म्हणून आपल्या खेड्यातून येऊन शहरात स्थिर झालेल्या साहित्यिकांनी केवळ पुन्हा खेड्यात जाऊन राहिल्याने हा 'नव्या खेड्याच्या साहित्य-दर्शना'चा प्रश्न सुटेल असे वाटत नाही. ही अपेक्षा काहीशी अवास्तवही आहे.

हा प्रश्न नंतरच्या पिढ्यांवरच सोपवून देणे योग्य वाटते. कारण मानसशास्त्र असे सांगते की, माणसाच्या, अर्थात पर्यायाने कलावंतांच्या व्यक्तिमत्त्वाची घडण मूलतः त्याच्या बालपणातच होत असते. बालपणी त्याच्या मनावर झालेल्या घटना-प्रसंगांचा पगडा मोठा असतो. या वयातील त्याचे अनुभव त्याच्या भावी काळातील जीवनदृष्टीचे सामान्यतः नियंत्रण करीत असतात. या वयात आलेल्या अनुभवांची शिदोरी त्याला जन्मभर पुरत असते... नंतर त्यांचा फक्त विकास आणि विस्तारच होत असतो.

असे जर असेल तर ज्यांचे बालपण नव्या खेड्याच्या घडामोडीत गेले आहे, नव्या खेड्याचे जीवननाट्य ज्यांनी बालपणातील तीव्रोत्कट वृत्तींनी आणि कोवळ्या संवेदनांनी अनुभवलेले आहे; त्यांच्याकडूनच यथार्थ स्वरूपात नव्या खेड्याचे साहित्य-दर्शन घडण्याची शक्यता जास्त आहे. तेव्हा स्वातंत्र्योत्तर तिसऱ्या पिढीच्या साहित्यिकाकडूनच ही अपेक्षा करणे उचित होईल.

यासाठी हा तरुण ग्रामीण साहित्यिक खेडे सोडून शहरात आला तर बरे होईल असे वाटते – साहित्यिकाच्या संदर्भात सध्याच्या खेड्यांची स्थिती हेच सुचविते. 'ग्रामीण साहित्यिक आपले खेडे सोडून शहरात येऊन स्थिर होतो.' ही वस्तुस्थिती सध्याच्या आपल्या राज्य-व्यवस्थेच्या दाबातून तयार झालेली आहे; हे विसरता येणार नाही.

कोणताही आधुनिक मराठी साहित्यिक (त्यातच ग्रामीण साहित्यिक आला) केवळ लेखनावर सध्यातरी जगू शकत नाही. जगण्याचे साधन वेगळे असावे लागते. साहित्यिकाची दर्जेदार साहित्यनिर्मिती हा त्याचा एक स्वभावधर्म असतो. एक छंद, अनुभवाविष्काराचा एक मार्ग म्हणून तो अशा साहित्याकडे पाहत असतो.

त्यातून फारच थोडे धन त्याच्या हाती लागत असते. तेवढ्यावर तो जगणे अशक्य असते. साहित्यिक म्हणून सर्वार्थाने आणि नीटपणे खेड्यात जगता येणे सद्य:परिस्थितीत तरी जवळजवळ अशक्य आहे.

आधुनिक युगातील साहित्यिकाचे मन हे माधव आचवल यांनी सांगितल्याप्रमाणे 'जाणिवांची जाणीव असलेले मन' आहे. 'आपल्या जाणिवांची जाणीव' येण्यासाठी ते साक्षर, सुशिक्षित होणे जरूर असते. हे सुशिक्षितपण नीट पोसण्यासाठी, त्याचा विकास योग्य दिशेने होण्यासाठी भोवतालचा समाज तसाच असणे जरूर आहे. दुसऱ्या भाषेत असे म्हणता येईल की, साहित्यिकाचे वाचन हे त्याच्या मानसिक मशागतीचा एक भाग असते. मानसशास्त्र, समाजशास्त्र, तत्त्वज्ञान, इतिहास, आपल्या देशाचा जिवंत भूगोल एवढेच नव्हे तर इतर अनेक शास्त्रांचे ज्ञान त्याच्या साहित्यनिर्मितीला पुष्ट व्हायला मदत करीत असते. अशा प्रकारचे ग्रंथ किंवा हे ग्रंथ असलेली ग्रंथालये त्याला खेड्यात (तेथील महाविद्यालयातील ग्रंथालये लक्षात घेऊनही) मिळत नाहीत. प्रत्येक ग्रंथ विकत घेण्याची सामान्यत: त्याची कुवत नसते, वेळोवेळी त्याला अनेक संदर्भ लागत असतात. वाङ्मयीन चर्चा, परिसंवाद, साहित्यिकांचे क्लब्स, त्यांच्या गप्पा, एकमेकांच्या वाङ्मयीन भेटी, एकमेकांसमोर होणारी त्यांच्या प्रथम लेखनांची वाचने, नियतकालिके, प्रकाशन संस्था, त्यांचे संपादक आणि प्रकाशक इत्यादींच्या वातावरणात साहित्यिक जीवन सामान्यत: पोसत असते, उत्साहित होत असते, सखोल होत असते. मन लेखन-प्रवृत्त होत असते.

हे सध्या (आणि पुढील बरीच वर्षे) खेड्यात मिळणे अशक्य आहे. खेड्यांची सध्याची (साहित्यविषयक) परिस्थिती साहित्यिक मनाचा कोवळा संवेदनशील कोंभ तत्काळ करपून जाईल अशीच आहे. (त्याची माहिती 'ग्रामीण साहित्य स्वरूप आणि समस्या' या पुस्तकात पूर्वी सविस्तर येऊन गेलेली आहे.)

जोपर्यंत हे ग्रामीण साहित्यिकाला खेड्यात मिळू शकत नाही तोपर्यंत त्याने शहरात येण्यानेच त्याची ग्रामीण साहित्यनिर्मिती उत्तमरीत्या होणार आहे. उत्तम साहित्यनिर्मितीचे अनेक बारकावे, त्यांची परीक्षा, चर्चा शहरातच होत असते, हे जसे खरे आहे, तसे शहरी जीवनाच्या विरोधाने भोगलेल्या ग्रामीण जीवनातील नाट्य तीव्रतेने जाणवण्याची फार शक्यता शहरातच आहे. त्या भोगलेल्या जीवनाची अर्थपूर्णता, त्यापासून मनाने नव्हे तर शरीराने जरा दूर गेल्याने त्या परिसराला सोडून दुसऱ्या परिसरात आल्याने, विरोध गुणांनी विशेष कळण्याची शक्यता असते. चरितार्थाच्या साधनांचाही प्रश्न सुटल्याने व ग्रामाच्या तुलनेने शहरातील व्यक्तिस्वातंत्र्य-जीवनपद्धतीमुळे साहित्यनिर्मितीला अधिक निर्वेध एकान्त मिळण्याचीही शक्यता नाकारता येत नाही. सध्याच्या ग्रामीण जीवनातील सांस्कृतिक सुविधांचा विचार करता असेच म्हणावे लागते की (त्यांच्या पंचविशीनंतर), ग्रामीण साहित्यिकांच्या

प्रत्येक पिढीच्या लाटा खेड्यांतून शहरात आल्या पाहिजेत. तोपर्यंत त्यांच्याजवळ अनुभवांचे सुवर्णसंचित तयार झालेले असते. त्यामुळे त्या लाटा शहरात येऊन उत्तम साहित्यनिर्मितीच्या दिशेने घडल्या पाहिजेत आणि त्यांनी प्रत्येक बदलत्या ग्रामीण पिढीचे व जीवनाचे सर्वांगीण दर्शन घडविणारे ग्रामीण साहित्य निर्माण केले पाहिजे आणि वेळोवेळी आपल्या ग्रामीण परिसरात जाऊन अनुभव पुन:पुन्हा अंगावर घेतले पाहिजेत; तरच ग्रामीण साहित्याला प्रतिष्ठेचे दिवस येऊ शकतील. ग्रामीण साहित्यिकांनी कायमचे राहण्यासाठी खेड्याकडे जाण्याने, असे साहित्य निर्माण होऊ शकेल असे वाटत नाही. आधुनिक साहित्यिक हा बहुधा मध्यमवर्गीय पांढरपेशा असतो. या वर्गाने आधुनिक जगातील साहित्यनिर्मिती फार मोठ्या प्रमाणात केलेली आहे. खेड्यात विविध समाजस्तरातील तरुण आज शिकत आहेत. त्यांच्यातूनच अनेक साहित्यिक पुढे येत आहेत. हे साहित्यिक तिथे न राहता ते शहरात येऊन बुद्धिजीवी मध्यमवर्गात जमा झाले पाहिजेत. त्या वर्गाची साहित्य-साधना, सांस्कृतिक-साधना, विचार-साधना आत्मसात करून ती आपल्या ग्रामीण साहित्यनिर्मितीसाठी त्यांनी राबविली पाहिजे.

या जिद्दीने शहरात येणारा ग्रामीण साहित्यिक या नागरी जीवनाचे व संस्कृतीचे साहित्यनिर्मितीच्या संदर्भातील धोकेही ओळखल्याशिवाय राहू शकणार नाही. शहरी जीवनाचा पहिला शाप जो बहुतेकांना भोवतो; तो म्हणजे सतत गरजा वाढवत जाणारी राहणी आणि तिच्यासाठी मिळेल तेवढा पैसा सतत मिळवत राहण्याची खटपटी-भोगी वृत्ती. हे खेड्यातून शहरात स्थिर होण्यासाठी येणाऱ्या प्रत्येकाला जास्त भोवण्याची शक्यता असते. कारण तो उपाशी, फकिरीच्या अवस्थेतच शहरात आलेला असतो. ग्रामीण साहित्यिकही त्याला अपवाद ठरू शकणार नाही. पण साध्याचे भान नीट असेल तर फसगतही होणार नाही. एरवी पाश्चात्त्यांच्या साहित्याचे चलाख अनुकरण केल्याने झटपट साहित्यिक प्रतिष्ठा मिळते, चटकदार ग्रामीण शैलीची 'सदरे' चालविण्यासाठी सतत मागणी असते, किस्सेछाप विनोदी सरपंच-कथांना भरघोस मासिक खप असतो, कथा-कथनाचे बहारदार कार्यक्रम करून धनलाभही होतो आणि लोकप्रियताही मिळते, ग्रामीण राजकारणावर भरपूर मसालेदार लिहून शहरवासीयांचे मनोरंजनही करता येते आणि चार पैसेही सुटतात; हे उथळ वृत्तीला लक्षात यायला वेळ लागत नाही आणि मग ते ग्रामीण मन आपले 'साहित्यिक ग्रामीणत्व' सोडून नाना प्रकारे तडजोड करून लेखन कामाठीचा धंदा करू लागते. शहरात येणाऱ्या ग्रामीण साहित्यिकाला हे धोके खाऊन टाकण्याची शक्यता जास्त आहे; हे निरीक्षण नजरेतून सुटू शकत नाही. या धोक्यांना टाळूनच नव्या पिढीच्या ग्रामीण साहित्यिकांनी शहरात येऊन आपली 'साहित्य-साधना' जी. ए. कुलकर्णींच्या व्रतवृत्तीने केली

तरच हातून काहीतरी घडण्यासारखे आहे... अन्यथा सगळीच हिरवी भाते पिकून पिवळी होतात.

आणखी एक प्रश्न उपस्थित केला जातो की, ग्रामीण साहित्यिकाच्या व्यक्तिमत्त्वावर नागर साहित्याचेच संस्कार आहेत. त्यामुळे ग्रामीण साहित्यिकाचे व्यक्तिमत्त्व हेही संकरित आहे, ते शुद्ध ग्रामीण नाही. अशावेळी 'ग्रामीण साहित्य निर्माण करताना साहित्यिकाने आपल्या ग्रामीण व्यक्तिमत्त्वाची अग्रे पुढे सरकवावयाची' म्हणजे काय? ती 'ग्रामीण' असतात का? ग्रामीण साहित्याने सगळे संस्कार शहरी साहित्याचेच उचललेले आहेत. मग याला निखळ ग्रामीण साहित्य म्हणता येईल काय?

या प्रश्नाची चर्चा करण्यापूर्वी अनुषंगाने एका गोष्टीचे स्पष्टीकरण अगोदरच केले पाहिजे. 'खेडूत' किंवा 'ग्रामीण माणूस' असे म्हटल्याबरोबर आपल्या तथाकथित 'नागर' मनात कोणीतरी अडाणी, मागासलेला, मंदबुद्धी, जुनाट चालीरीतींचा अवशिष्ट भाग अशी जी नकळत कल्पना येते, ती आता स्वातंत्र्योत्तरच्या तीस वर्षांनंतर सोडून दिली पाहिजे. या आधुनिकतेच्या युगासंदर्भात तर ती मध्ययुगीन वाटणारी आहे. आज मराठी खेडे इतक्या झपाट्याने सुधारत चालले आहेत की, आपल्या खेड्याविषयीच्या सर्वच कल्पना आता एकदा नीट तपासून आणि योग्य तो फेरफार करून घेतल्या पाहिजेत. काहींचा मुळातच त्याग केला पाहिजे.

'ज्यांच्यावर काही संस्कार झाले नाहीत तेच फक्त ग्रामीण व्यक्तिमत्त्व' अशी गृहीत कल्पना आपल्या मनात असल्याने वरील प्रश्न मनात येत असतात; याचे भान प्रथमच आले पाहिजे. 'तेथील शुद्ध ग्रामीणत्व जपणे' असे म्हणतानाही एका सुजाण भाषेत ग्रामीण जुन्या परंपराच जपणे आणि त्याबरोबर आजवर खेडे उपेक्षित राहिल्याने त्याच्या नशिबी जे भयाण विद्रूप जीवन आले आहे आणि त्यातून जे मानवी मन आजवर घडले आहे तेच जपणे असे त्यांना सुचवावयाचे असते. अर्थात हे नकळत होत असेल, पण म्हणूनच जरा 'नीट तपासणी' झाली पाहिजे.

ग्रामीण साहित्यिकावर तथाकथित नागर संस्कार जरूर आहेत. 'आधुनिक साहित्य'च मुळी संस्कारित मनाच्या प्रकृतीतून जन्माला येत असते आणि ग्रामीण साहित्य म्हणजेच 'आधुनिक' ग्रामीण साहित्य असे गृहीत धरलेले असते. त्यामुळे साहित्याच्या संदर्भात त्यावर आधुनिकतेचे संस्कार जरूर असणार. त्याची मांडणी, धाटणी, भाषा-माध्यमाची त्याची संकल्पना ही आधुनिकच असणार.

आधुनिकतेचे सगळे संस्कार म्हणजे 'शहरी किंवा नागरी' संस्कार असे समीकरण घालू नये. एकूणच आधुनिक मानवी संस्कृतीचे ते फल आहे. ते संस्कार केवळ शहरी मानणे अज्ञपणाचे आहे. विशेषत: आधुनिक साहित्याच्या संकल्पना, मूल्ये, मांडणी, कल्पना इत्यादी तर आता जागतिक संकल्पनात समाविष्ट झालेल्या आहेत. कथा, कादंबरी, लघुनिबंध, निबंध यासारखे साहित्य-प्रकार आपण इंग्रजीतून मराठीत

घेतले आहेत, पण आता ते 'इंग्रजी साहित्य प्रकार' मानता येणार नाहीत. ते आधुनिक साहित्य-प्रकार मानावे लागतात. तसेच त्या त्या साहित्य-प्रकारांचा विचारही (जरी ते साहित्य प्रामुख्याने मध्यमवर्गीय साहित्यिक लिहीत असला तरी) मध्यमवर्गीय विचार होऊ शकत नाही. नाही म्हटले तरी त्यांना एक शास्त्रीय स्वरूप आलेले असते आणि कोणतेही शास्त्र हे इंग्रजी शास्त्रज्ञाचे शास्त्र किंवा मध्यमवर्गीय, उच्चवर्गीय यांचे शास्त्र असू शकत नाही. त्याच्यात येऊन जमा होणारा 'विचार' हा तार्किक असतो, वर्गीय नसतो हे कुणाच्याही लक्षात येऊ शकेल. हे विचार एकूणच मानवी संस्कृतीच्या मालकीचे झालेले असतात. म्हणून आधुनिक मराठी साहित्य-प्रकार इंग्रजीतून घेतलेले असूनही ते साहित्य 'मराठी' असू शकते.

तेव्हा आधुनिक ग्रामीण साहित्यिकाने जे संस्कार उचललेले असतात; त्यात असलेच तर शहरी मध्यमवर्गीय फारच थोडे असतात आणि मूलत: ते मोठ्या प्रमाणात 'आधुनिक मानवाचे' असतात, आधुनिक कलावंताचे असतात. शहरी मध्यमवर्गीयपणाची ती खास व्यवच्छेदक प्रॉपर्टी मानता येणार नाही.

आज तरी आधुनिक साहित्य-कलेची संस्कार केंद्रे सोयीच्या दृष्टीने शहरात आहेत; म्हणून त्या केंद्रातून होणारे मूलभूत संस्कार, मूलभूत शिक्षण हे शहरी आहेत, असे म्हणता येणार नाही. त्याचे आनुषंगिक परिणाम फार तर शहरी असू शकतील. जशा न्यायसंस्था, संशोधन संस्था शहरात असतात म्हणून तेथील न्याय किंवा संशोधन 'शहरी' असू शकत नाही, ते मानवी असू शकते.

असे असूनही ग्रामीण साहित्यिकावर अनुषंगाने शहरी मध्यमवर्गीय संस्कार होण्याची शक्यता असते. हे संस्कार मध्यमवर्गीय भाषिक संदर्भात, जीवन पद्धतीच्या, राहणीच्या संदर्भात होण्याची शक्यता असते. मध्यमवर्गीय शहरी भाषा ही त्या वर्गाच्या, त्या जागेच्या विशिष्ट भौगोलिक, सांस्कृतिक संदर्भातून तयार झालेली असते. ती ग्रामीण जीवनाची वा ग्रामाची असू शकणार नाही. कारण तेथील (शहरातील) भौगोलिक, सांस्कृतिक संदर्भ काही प्रमाणात वेगळे असल्याने तेथील भाषा आणि भावभावना व्यक्त करण्याची, आविष्कार करण्याची पद्धती वेगळी असणार. शहरी जीवनपद्धती, राहणी हीसुद्धा तेथील मध्यमवर्गीय व्यक्तीची विशिष्ट आर्थिक स्थिती, शहरात जीवनाच्या गरजा भागविण्यासाठी मिळणाऱ्या सुविधा, सिनेमा, नाटके, व्याख्याने, चर्चा, परिसंवाद, ग्रंथालये, ऑफिसे, विविध संस्था, कामाच्या वेळा इत्यादींमधून निर्माण झालेला सांस्कृतिक संदर्भ वेगळा असतो. तो ग्रामीण जीवन पद्धतीत वा सांस्कृतिक संदर्भात आणणे बरोबर होणार नाही– हे सर्व ओळखून, बौद्धिक शिस्तीने बाजूला सारून ग्रामीण साहित्यिकाने ग्रामीण भाषा, तिची आविष्कारपद्धती, ग्रामातील जीवनपद्धती, तेथील संस्कृती व तिचे आचरण समजून घेतले पाहिजे आणि त्याचा आविष्कार आपल्या ग्रामीण साहित्यात केला पाहिजे.

या अर्थानेच ग्रामीण साहित्यिकाने (तो आज घडला तरी शहरात राहत असल्याने, आपल्या शहरी संस्कारांची अग्रे बाजूला सारून ग्रामीण व्यक्तिमत्त्वाची अग्रे पुढे सरकविली पाहिजेत आणि ग्रामीण साहित्यनिर्मिती केली पाहिजे, अशी अपेक्षा असते. मला वाटते ती योग्य आहे. विशेषत: १९४५ पूर्वीची रविकिरण मंडळकालीन ग्रामीण (जानपद) कविता किंवा त्याच काळातील बऱ्याचशा ग्रामीण जीवनावरील कादंबऱ्या वाचताना असे दिसून येते की, या साहित्यकृतींच्या साहित्यिकांनी आपल्या शहरी मध्यमवर्गीय व्यक्तिमत्त्वाला बाजूला सारून ग्रामीण जीवन समजून घेतलेले नाही. त्यामुळे त्यांचे ग्रामीण साहित्य मोठ्या प्रमाणात संकरित आणि त्यामुळे व्याज स्वरूपाचे वाटते. हे भान १९५० नंतर मात्र मराठी ग्रामीण साहित्याला मोठ्या प्रमाणात यशस्वी स्वरूपात आलेले जाणवते. हळूहळू ते अधिक निखळ होत चालले आहे. तेव्हा आजचा ग्रामीण साहित्यिक हा शहरात येऊन आधुनिकतेचे संस्कार घेतो आणि अनुषंगाने झालेल्या शहरी संस्कारांना बाजूला हटवून ग्रामीण साहित्याची निर्मिती करीत असतो, म्हणून त्याचे साहित्य हे आधुनिक ग्रामीण साहित्य आहे. ते शहरी संस्कारांनी शबलित झालेले नसते, असे म्हणावे लागते.

◆

ग्रामीण साहित्य आणि बदलते खेडे

'नव्या बदलत्या खेड्याला ग्रामीण साहित्यिकांनी जाणून घेतले पाहिजे. हे खेडे आजच्या ग्रामीण साहित्यात प्रतिबिंबित होत नाही, ते झाले पाहिजे.' अशी अपेक्षा वाचकवर्गाकडून, समीक्षकांकडून, सुजाण प्रतिष्ठितांकडून वरचेवर केली जाते. वेळोवेळी ग्रामीण साहित्यिकही त्याबद्दल वस्तुस्थिती काय आहे हे सांगण्याचा प्रयत्न करीत असतात. या अपेक्षेचा नीटपणे सर्वांगांनी विचार करणे जरूर आहे.

१९६० नंतर बदलत गेलेले नवे खेडे सर्वांगांनी अजून ग्रामीण साहित्यात येत नाही; ही वस्तुस्थिती काहीशी खरी आहे. लघुकथेसारखा स्फुट प्रकारच हाताळण्याच्या अनुकरणात अजून नवा ग्रामीण साहित्यिक अडकला आहे. त्याला ते सोईचे वाटते; कारण वाट मळलेली आहे. मळलेल्या वाटेने जाणे सुरक्षित असते. तेच हा साहित्यिक करीत आहे. त्याला स्वतंत्रपणे चिंतन करण्याची, नवी वाट तयार करण्याची गरज वाटत नाही. नवे आव्हान स्वीकारण्याचे जागरूक भान या सुरक्षित वाटेने जाण्यामध्ये गंजूनही जाऊ लागते. तेच या ग्रामीण साहित्यिकाचे होत आहे. तो फक्त पूर्वसुरींच्या कथांतील घटनांना समांतर घटना घेऊन त्याच साच्यातील कथा बहुधा लिहिताना दिसतो.

दुसरे असे की, व्यापक आणि समग्र जीवनाविषयीच्या अनुभवाला कथेद्वारा हात घालणे सामान्यत: कठीण होऊन बसते. अशाप्रकारच्या अनुभवाला आपसुख आवाका घालणारा कादंबरीसारखा विस्तृत पट असलेला प्रकार स्वीकारणे जरूर असते. त्या दृष्टीनेही नेटाने प्रयत्न होताना दिसत नाहीत. होतात ते वर्णनाच्या, तपशिलाच्या पातळीवरच होतात. महादेव मोरे यांच्या कादंबऱ्या त्या दृष्टीने पाहण्यासारख्या आहेत. 'ग्रामीण कथा म्हणजे ग्रामीण जीवनाचा गंभीरपणे शोध-वेध घेणारा एक अंतर्मुख कलाप्रकार' या जाणिवेपेक्षा ती एक नागरवाचकांचे आणि ग्रामीणांचेही मनोरंजन करणारी किस्सेवजा-विनोदी गोष्ट अशीच नव्या पिढीची समजूत पहिल्या

पिढीच्या ग्रामीण लेखकांनी आपल्या कथा-लेखनाच्या व कथा-कथनांच्या शेकडो कार्यक्रमांच्या द्वारा नकळत पटवून दिलेली आहे. ही समजूत तत्काळ प्रसिद्धी मिळवून देणारी बाब असल्याने नव्या पिढीच्या लेखकालाही सोडावीशी वाटत नाही. वास्तविक पहिल्या पिढीच्या लेखकांनी गंभीर प्रकृतीच्या कथाही लिहिल्या, पण त्यांनी लोकप्रिय मासिकांतून किस्सेवजा विनोदी कथांचे लेखन विशेष प्रमाणात केले. कथाकथनातही त्यांच्या अशाच प्रकारच्या कथा विपुल प्रमाणात असतात. खेड्यापाड्यात राहून लेखन करणाऱ्या लेखकांपर्यंत ही लोकप्रिय मासिके आणि हे कार्यक्रम प्रथम जाऊन पोहोचतात, ही वस्तुस्थिती आहे. ग्रामीण भागात तरुण पिढीची साहित्यदृष्टी घडविणारा साहित्याचा प्राध्यापकवर्गही सामान्य दर्जाचाच आहे, ही वस्तुस्थिती नाकारता येत नाही.

सर्वच प्रदेशांतील सर्वच खेडी सारख्या प्रमाणात बदललेलीही नाहीत. मुंबई ते कोल्हापूर या महामार्गाच्या आसपास पूर्व-पश्चिम साठ-सत्तर मैलाच्या पट्ट्यातील खेडी विशेष बदललेली दिसतात; तर कोकणातील खेड्यांना बदलाचा स्पर्शही अजून झालेला दिसत नाही. मराठवाडा-विदर्भात या बदलाची गती अतिशय मंद आहे. अजून तेथे जुने खेडेच आहे. बदल नुकतेच येऊ घातलेले दिसतात. अर्थात त्या त्या प्रदेशातील लेखक आपले खेडे व आसपासचा प्रदेश रंगविण्याचा प्रयत्न करणार. तेव्हा प्रत्येक ग्रामीण लेखकाकडून बदलते खेडे रंगविण्याची अपेक्षा करणे योग्य होणार नाही.

स्वातंत्र्योत्तर एकूण मराठी साहित्यात लेखकाची आत्मनिष्ठा विशेष वाढीला लागलेली आहे. आपल्याला जोपर्यंत एखाद्या वस्तुस्थितीचा अनुभव येत नाही आणि येणारा अनुभव त्याच्या अंगोपांगांसह फुलून चैतन्यपूर्णतेने जाणवत नाही; तोपर्यंत त्यासंबंधीचे लेखन करावयास मन धजत नाही. पर्यायाने आपल्या जीवनात जे अनुभवाला येते, जे आपणास आत्मीय वाटते तेच तेवढे आपल्या साहित्यात आपण व्यक्त करावयाचे, अशी धारणा ही वाङ्मयीन आत्मनिष्ठा करीत असते. त्यामुळे तो ग्रामीण साहित्यिक आपल्या भोवतालचे अनुभवाला आलेले आणि अजूनही फारसे न बदललेले वास्तव खेडेच रंगविण्याचा प्रयत्न करत असावा.

खालच्या सामाजिक स्तरातून नव्या पिढीचा ग्रामीण साहित्यिक पुढे येत आहे. नवे बदललेले खेडे जवळजवळ त्याच्या वाट्याला मानसिकदृष्ट्या येत नाही असे दिसून येईल. बदललेल्या खेड्यातही त्याच्या घरादाराचा रोजगार चुकत नाही, उपासमार चुकत नाही. बदलत्या खेड्याचे फायदे मिळविणारा आणि अंतर्बाह्य बदललेला ग्रामीण भागातला वरचा वर्ग वेगळाच आहे. स्वतःच्या भयाण दारिद्र्यविषयक, उपासमारीच्या, अज्ञानजन्य आणि जीवघेण्या अनुभवापलीकडे जाऊन दुसऱ्याच्या जीवनातील शीतल वाटणाऱ्या (स्वतःच्या आत्माविष्काराच्या, उन्मेषाच्या संदर्भात), दुय्यम वाटणाऱ्या ग्रामीण वरच्या वर्गाच्या अनुभवांकडे तो वळू धजत नसावा.

ग्रामीण समाजातील ज्या वर्गाला नव्या बदलत्या खेड्याची फळे चाखावयास मिळाली आहेत त्या जमीनदार, बागायतदार, बडा शेतकरी, पुढारी, कार्यकर्ता या वर्गातील शिकलेली तरुण मंडळी साहित्याकडे वळताना दिसत नाहीत. ही मंडळी प्रामुख्याने स्थानिक वा अन्य प्रकारचे राजकारण, अर्थकारण, उद्योग-व्यवसाय, शहरात स्थायिक होऊन व्यापार, उद्योगधंदे, एजन्सीज यात मने व पैसा गुंतविण्याकडे वळतात. अशा वर्गातून कुणी प्रतिभावंत तरुण साहित्याकडे वळला तर एक विदारक नवे खेडे साहित्यातून प्रत्ययाला आल्याशिवाय राहणार नाही.

स्वातंत्र्योत्तर पहिल्या पिढीचा (१९५० ते ६०) ग्रामीण लेखकवर्ग जुन्या खेड्यातच घडलेला होता आणि जुने खेडे बदलण्यापूर्वीच त्याने भौगोलिकदृष्ट्या आणि शारीरिक दृष्ट्या ते सोडले होते व तो शहरवासी होऊन तिथे प्रस्थापितही झाला होता. श्री. ना. पेंडसे, व्यंकटेश माडगूळकर, शंकर पाटील, द. मा. मिरासदार, उद्धव शेळके, मधु मंगेश कर्णिक आदींच्या जीवनघटनांचा त्या दृष्टीने विचार करता येण्यासारखा आहे. १९६० पर्यंत त्यांची साहित्यनिर्मिती विपुल प्रमाणात झालेली दिसते. तोपर्यंत साहित्यिक म्हणूनही त्यांचा प्रकृतिधर्म स्थिर व सिद्ध झालेला होता. त्यामुळे बदलत्या खेड्याशी जाणीवपूर्वक संबंध प्रस्थापित करण्याची त्यांना आवश्यकताही वाटली नसावी. तोपर्यंत त्यांच्याकडून बदलत्या खेड्याच्या दर्शनाची कुणी अपेक्षाही केली नव्हती. तेव्हा त्यांच्याकडून बदलत्या खेड्याच्या दर्शनाची आता अपेक्षा करणे अवाजवी आहे. नवे बदलते खेडे त्यांनी अंगावर घेऊन गंभीरपणे अनुभवले नाही. सांगोवांगी, वर्तमानपत्रातून ज्या ग्रामीण राजकारणाचे सवंगपणाने एकांगी दर्शन घडविले त्यातून त्यांना जे कळले तेवढेच खेडे पहिल्या पिढीच्या काही लेखकांनी आपल्या 'विनोदा'साठी वापरलेले दिसते.

दुसरी पिढीही १९६० च्या आसपास खेड्यातून शहरात येऊन स्थिर झालेली आहे. या काळात खेडी बदलण्याचे वेध लागू लागले होते. ती बदलण्यास प्रारंभ होऊ घातलेला होता आणि दुसऱ्या पिढीचे अनुभवविश्वही प्रामुख्याने १९६० पूर्वीचे होते. म्हणून त्यांच्या लेखनातही जुने खेडे प्रामुख्याने आले आहे. तरीही ही पिढी आपल्या परीने 'नवे खेडे' गंभीरपणे साहित्यात आणण्याचा प्रयत्न करताना दिसते. रा. रं. बोराडे यांची 'पाचोळा' किंवा आनंद यादव यांची 'गोतावळा' या कादंबऱ्या त्या दृष्टीने पाहता येण्यासारख्या आहेत. महादेव मोरे यांच्या कथा-कादंबऱ्यांतूनही ते खेडे पुष्कळसे वर्णनाच्या पातळीवर अवतरताना दिसते.

जुन्या खेड्याच्या तुलनेने नवे खेडे साहित्यात रंगविणे अधिक आव्हानात्मक आहे. जुने खेडे हे अनेक वर्षे स्थिर होते, स्थितिशील होते. त्याच्या संरचनेचे सर्वांगीण परिणाम ग्रामीण जीवनावर अनेक वर्षे झालेले होते. त्या परिणामांनी तेथील कण नि कण, माणूस नि माणूस आतून-बाहेरून रंगून, तावून-सुलाखून गेलेला

होता. या खेड्याचे गुणदोष सिद्ध स्वरूपात वावरत होते. अनेक वर्षे चालत आलेल्या या ग्रामीण जीवनाचा परिपाक जणू तयार झालेला होता. त्यामुळे ते जुने खेडे रंगविणे पहिल्या-दुसऱ्या पिढीच्या ग्रामीण लेखकांना जिकिरीचे गेले नाही.

नवे खेडे गतिमान आहे. नुकतीच त्याची घडई सुरू झाली आहे. ती संपलेली नाही. त्याचे ग्रामीण जीवनावर एकांगी झाले असले तरी सर्वांगीण परिणाम अजून व्हावयाचे आहेत. ग्रामीण मने अजून त्या परिणामांनी वरपासून खालपर्यंत रंगून, भरून जावयाची आहेत. अशावेळी हे गतिमान खेडे समग्रतेने पकडता येणे कठीण आहे. दिसणारा बदल कितपत खोलवर गेला आहे, त्याच्या मागच्या प्रेरणा कोणत्या आहेत, याचा नीटपणे अभ्यास केल्याशिवाय 'नवे खेडे' ललित लेखणीला पकडता येईल असे वाटत नाही.

म्हणून १९७० च्या आसपास ग्रामीण साहित्याची निर्मिती करणाऱ्या भास्कर चंदनशिव, व. बा. बोधे, उत्तम तुपे, अर्जुन भोसले, श्रीराम गुंदेकर, शिवाजी बावळे, नारायण आनंद यासारख्या तिसऱ्या पिढीच्या अनेक ग्रामीण साहित्यिकांवर अधिक मोठी जबाबदारी येऊन पडते. यांच्या कथांतून नकळत नवे खेडे डोकावू लागले आहे. त्यांनी ते अधिक जाणीवपूर्वक शोधून त्याचा आविष्कार केला पाहिजे. त्या दृष्टीने या पिढीवर फार मोठी जबाबदारी पडते आहे. पूर्वसुरींच्या अनुकरणातून, तिथेच जुन्या आशयाला नवी नक्षी काढत बसण्यातून, केवळ ग्रामीण भाषेच्या विविध लकबीतच धन्यता मानण्यातून ही पिढी बाहेर पडली पाहिजे. त्यांना वाङ्मयातील व्यापक क्षितिजे एकदा तरी दिसण्याची गरज आहे. त्यासाठी अव्वल दर्जाच्या जागतिक साहित्याचे वाचन त्यांच्याकडून होणे जरूर आहे. त्यामुळे साहित्याची सर्वांगीण शहाणी जाण त्यांना येऊ शकेल. परिणामी एका सुदृढ आत्मविश्वासाने ते परंपरेच्या दडपणातून मुक्त होऊ शकतील. त्यांच्या अनुभव-विश्वाला व्यापक समाजशास्त्रीय, मानसशास्त्रीय; सांस्कृतिक परंपरांच्या चिंतनाची बैठक लाभली तर दुय्यम दर्जाच्या वर सांगितलेल्या अनेक कारणांना ओलांडून त्यांची प्रतिभा नवे खेडे मोठ्या ताकदीने रंगविल्याशिवाय राहणार नाही; अन्यथा त्यांची साहित्यनिर्मिती प्राथमिक साहित्यविषयक कल्पनांतच घोटाळत राहूत किरटत जाण्याचा धोका आहे. आजची त्यांची साहित्यनिर्मिती या दर्जाची वाटते; हे कटू सत्य नाकारता येत नाही.

'बदलते खेडे साहित्यात प्रतिबिंबित होत नाही; ते झाले पाहिजे' ही (वास्तविक अवाङ्मयीन) अपेक्षा ग्रामीण साहित्याकडून का केली जाते त्याला काही कारणे आहेत.

वाङ्मयेतिहासात डोकावून पाहिले तर, आधुनिक मराठी वाङ्मयाची मध्यवर्ती धारा ही प्रामुख्याने सामाजिक आशय व्यक्त करणारी दिसते. निखळ सामाजिक आशय व्यक्त करणाऱ्या साहित्याला विशेष प्रमाणात प्रतिष्ठा मिळत गेलेली

जाणवते. साहजिकच ग्रामीण वाङ्मयाने ग्रामीण जीवनातील बदलते सामाजिक वास्तव व्यक्त करावे असे सर्वसाधारणपणे वाटत असावे.

ग्रामीण साहित्यिकाने ही आरंभापासून सामाजिक वास्तव व्यक्त करण्याचीच परंपरा प्रामुख्याने सांभाळलेली आहे. एवढेच नव्हे तर एकूण मराठी साहित्य सामाजिक वास्तवापासून दूर जाऊन जेव्हा जेव्हा कल्पनाजन्य, आभासाश्रयी जीवनाचा आविष्कार करते, तेव्हाही ग्रामीण साहित्याने सामाजिक वास्तवाचा आविष्कार करण्याचे भान विशेष राखलेले इतिहासात दिसून येते.

असे भान राखण्याची अनेक कारणे असू शकतील. त्यातील महत्त्वाचे एक कारण असे सांगता येईल की, १९६० पर्यंत तरी वाङ्मयीन निर्मितीचे व आस्वादाचे क्षेत्र मध्यमवर्गीय शहरी मनापुरते मर्यादित होते. त्यामुळे त्या मध्यमवर्गीय जीवनकक्षेच्या बाहेर जे काही चालले आहे त्याचे यथार्थ वास्तव दर्शन या रसिक-वर्गास घडवावे अशी प्रेरणा साहित्यिकांना झाली असावी आणि तशी अपेक्षाही सर्वसाधारण रसिक-वर्गाने केली असावी किंवा त्याची तशी मागणी असावी. ज्या खेड्यात आपले बालपण गेले आणि जेथून आपण बाहेर पडलो ते खेडे सध्या आहे तरी कसे? किंवा खेड्यांचे प्रत्यक्ष दर्शन कारणपरत्वे तात्कालिक स्वरूपात घडते, तेथील निसर्ग, पिके, माणसे, साधी राहणी इत्यादी गोष्टी त्या त्या वेळी तरी आकर्षक वाटतात. तेथील जगण्याच्या कल्पना मोठ्या रोमँटिक वाटतात. त्यामुळे ते खेडे नेमके आहे तरी कसे, या जिज्ञासेतून 'खेड्याचे सामाजिक वास्तव' साहित्यासारख्या जिवंत माध्यमाच्या द्वारा समजून देण्याची व समजून घेण्याची तीव्र इच्छा साहित्यिकांना व वाचकांनाही झाली असावी. कारण हे दोन्ही वर्ग एका अर्थी शहरी मध्यम वर्गच होते.

'समाज-स्थितीवरचे भाष्य म्हणजे साहित्य' ही भूमिका काही काळ अनेक लेखकांची होती. कदाचित त्यामुळेही वास्तवाने दर्शन घडवता घडवता त्यावर भाष्य करणे, ही भूमिका ग्रामीण साहित्यात अजून रेंगाळत असावी.

मराठी साहित्याच्या क्षेत्रात शहरी समाजाचे सांस्कृतिक वर्चस्व अजून तरी आहे. त्यामुळे ग्रामीण साहित्याच्या निर्मितीकडून त्याच्या ज्या अपेक्षा होत्या त्याच सर्वस्वी प्रमाण मानून ग्रामीण साहित्यनिर्मिती १९६० पर्यंत तरी होत होती. 'पिराजी पाटील' या धनुर्धारींच्या कादंबरीमागच्या प्रेरणेचे स्वरूप पाहताना किंवा के. नारखेडे यांच्या 'ग्रामीण भाषेत कविता लिहावी का नको?' यासंबंधीचे विवेचन वाचताना, व्यंकटेश माडगूळकर व शंकर पाटील आदी ग्रामीण लेखकांच्या कथांतील सततच तृतीयपुरुषी निवेदक प्रमाणभाषेत कथा निवेदित करताना ग्रामीण वाङ्मयाकडून असलेल्या शहरी मध्यमवर्गीय अपेक्षा कळत नकळत कशा प्रत्यक्ष ग्रामीण साहित्यनिर्मितीच्या वेळी कार्यप्रवण झालेल्या आहेत याची चाहूल लागते. ग्रामीण साहित्याने ग्रामीण वास्तवाचे दर्शन घडवावे, अशी अपेक्षा हा वर्ग सतत करताना दिसतो.

शहरी जीवनाच्या तुलनेने ग्रामीणांच्या वाट्याला कोणते जीवन आलेले आहे, याचे विरोधपूर्ण दर्शनही ग्रामीण साहित्यात घडत असते. त्यामुळे जे आपणास अनुभवता येत नाही ते इतरेजण अनुभवतात तरी कसे, ही जिज्ञासा त्या पाठीमागे असावी. तुलनेने शहरी मध्यमवर्गीय जीवन हे चाकोरीतील असते. त्या विशेष स्वरूपाचे नाट्य क्वचितच निर्माण होते. तुलनेने ग्रामीण जीवनात विशेष नाट्य आहे. या जीवननाट्याचा जिवंत थरार (Thrill) ग्रामीण साहित्याच्या द्वारा अनुभवता येतो; म्हणूनही ग्रामीण साहित्याचे नाट्यपूर्ण 'वास्तव दर्शन' घडवावे अशी अपेक्षा निर्माण झाली असण्याची शक्यता आहे.

वास्तवाची अपेक्षा ही एका सुजाण मनाचीही अपेक्षा असू शकते. अशा मनाला स्वप्निलाच्या चिंतनापेक्षा प्रखर वास्तवाचे दर्शन काही 'जीवनसार' देऊन जाते, असे वाटत असते आणि ते खरेही आहे.

सामाजिक जीवन हे सामान्यत: मानवी मनाला दिवसाच्या चोवीस तासांपैकी जवळजवळ अठरा-वीस तास तरी व्यापून असते. आपल्या जगण्याचे बहुतेक प्रश्न सामाजिक वास्तवाशी निगडित असतात. मनात चाललेल्या विचारात बहुतेकवेळा सामाजिक संदर्भच येत असतात. हे सामाजिक संदर्भच आपले बव्हंशी भौतिक जीवन आकाराला आणत असतात. फार म्हणजे फारच थोडा वेळ, या सामाजिक वास्तवापलीकडे जाऊन आपण रोमँटिक, आध्यात्मिक, आदर्शात्मक, मूल्यविषयक, विश्वात्मक, सृष्टी-निसर्गविषयक इ. विचार करीत असतो. अशाप्रकारचे क्षण अर्थपूर्ण आणि प्रिय असले तरी तरल आणि विरलही असतात. त्यामुळे साहित्याकडून पहिली मागणी सामाजिक वास्तवाची असते. त्याचाच एक भाग म्हणून साहित्याने बदलत्या सामाजिक वास्तवाचे व्यापक पातळीवर दर्शन घडवावे, ही अपेक्षा केली जात असावी.

बदलत्या खेड्याचे वास्तव दर्शन घडविण्यात ग्रामीण साहित्य हे अनुषंगाने एक समाजकारणही साधत असते. मराठी खेड्याच्या दृष्टीने सध्याचा काळ हा संक्रमणाचा काळ आहे. हजारो वर्षे चालत आलेली जुन्या खेड्याची सर्वांगीण संरचना बदलत आहे. त्याचे विघटन होऊन नवे खेडे अंग धरत आहे. या संक्रमणात ग्रामीण जुन्या समाजाच्या अनेक अंगोपांगांची वाताहत होऊन ती अनेक निरुपद्रवी व्यक्तिसमूहांना उद्ध्वस्त करून टाकत आहे. अनेक समाजस्तरांची कधी नव्हे अशी जागृती होऊन नव्या समाजव्यवस्थेत स्वत:ला जमवून घेऊन स्थिर होण्याच्या प्रयत्नात ओढाताण सुरू आहे. ग्रामीण समाजाच्या संक्रमणाचे हे जिवंत नाट्य व अपूर्व इतिहास साहित्यासारख्या सरळसरळ जीवनप्रत्यय देणाऱ्या कलाप्रकाराच्या द्वारा पकडून ठेवणे हे पुढच्या पिढ्यांना मार्गदर्शक आणि उपकारक ठरणार आहे. तो एक (सांस्कृतिक संचित म्हणून) मोलाचा ठेवा ठरणार आहे.

एकदा हे खेडे पूर्ण बदलून नव्या व्यवस्थेत स्थिर झाले की, जुने सगळे हरवून जाणार आहे. तेव्हा जुने काय आहे, नवे त्यातून आकाराला कसे येऊ लागले आहे, हा एका युगान्ताचा व नव्या दुसऱ्या युग-जन्माचा इतिहास म्हणूनही या साहित्याला मान्यता मिळू शकणार आहे. त्या दृष्टीने बदलत्या खेड्याचे दर्शन घडविण्याचा प्रयत्न साहित्याने करणे (वाङ्मयीनदृष्ट्या आनुषंगिक असले तरी सांस्कृतिक व समाजशास्त्रीयदृष्ट्या) अतिशय महत्त्वाचे ठरणार आहे.

अशाप्रकारची अपेक्षा ग्रामीण साहित्यिकांकडून आजघडीला करणे अवास्तव ठरेल असे वाटत नाही. आजचा तरुण साहित्यिक हा स्वातंत्र्योत्तर काळात जन्मलेला आहे. स्वातंत्र्योत्तर बदलत्या खेड्याच्या (१९६०-६५) काळात त्याचे संस्कारक्षम बालपण गेलेले आहे. बऱ्याच अंशी बदललेल्या खेड्यात त्याचे तरुणपण जात आहे. अशावेळी त्याने पूर्वसुरींच्या ग्रामीण साहित्याला वाट पुसत जाण्याचे काहीच प्रयोजन नाही. ती वास्तव जीवनापासूनची पराङ्मुखता होईल. कारण पूर्वसुरींच्या ग्रामीण साहित्यातील खेडे हे स्वातंत्र्यपूर्व (तरुण पिढीच्या जन्मपूर्व) काळातील आहे. तेव्हा ज्याचे संस्कार आपल्यावर झाले आहेत, तेच खेडे पुन्हा एकदा प्रतिभेच्या तिसऱ्या डोळ्याने बारकाईने पाहून स्वानुभवात ते कुठे कुठे, कसे कसे विखुरले आहे याचा शोध घेऊन आत्मनिष्ठेने रेखाटले तर या साहित्यिक पिढीचे साहित्य चैतन्याने उजळून निघाल्याशिवाय राहणार नाही.

या बदलत्या खेड्याचे सामाजिक वास्तव ग्रामीण साहित्यिकांनी आत्मसात करण्याचा प्रयत्न केला तर त्यांच्या साहित्याचे स्वरूप अंतर्बाह्य बदलण्यास मदत होईल हे उघडच आहे. अशा प्रयत्नातूनच घटनांचा, अनुभवांचा नवा अन्वयार्थ लागत जातो. नवा आशय जमत जातो. हा नवा आशय पुन्हा अनुभवांना, घटनांना नवा अर्थ प्राप्त करून देत असतो. त्यामुळेही नवे बदलते अनुभव, नव्या बदलत्या घटना यांचे साहित्याला आकलन होऊन त्या अनुभव-घटनांना भराभर नव्या उमेदीने साहित्यात जमा करावे असे वाटू लागते. त्यातूनच मग सौंदर्यानुभव आकाराला येऊ लागतात. त्याबरोबरच नवी भाषा, नवे साहित्य-शरीर आपल्या साहित्याला प्राप्त होत जाते. हे शरीर नवे, ताजे असल्याने एकूणच साहित्य-प्रकारांना त्यांच्या बदलत्या आशयानुसार नवी कांती आल्यासारखी होते. यामुळे साहित्यसन्मुख अनुभवांच्या पातळीवर बदलते खेडे आत्मसात करण्याची नितांत गरज वाटते.

जुन्या खेड्याला उसवून टाकत जे नवे खेडे जन्माला येत आहे त्या स्थित्यंतराचे शेवटच्या दोन कारणांसाठी भान ठेवून ग्रामीण साहित्यिकाने अनुभव घेतले पाहिजेत आणि तेही साहित्य-सन्मुख पातळीवरचे अनुभव हवेत. एरवी त्यांना अर्थ नाही. 'मराठी रसिकाची ती एक अपेक्षा आहे. बदलते खेडे रंगविणे कर्तव्य आहे.' या कोरड्या कर्तव्यनिष्ठेने माहितीच्या, हकिकतीच्या वा अहवालाच्या पातळीवर रेखाटून ते उपयोगाचे

नाही. अशा रेखाटनामुळेही तात्कालिक प्रसिद्धी, यश मिळू शकेल. सामान्य वाचकवर्गाला अनुभवसंपन्न आस्वादापेक्षा अशाप्रकारच्या शैलीदार माहितीची, हकिकतींची वा अहवालांची मोहिनी लवकर पडत असते. वर्तमानपत्री चर्चाही अशा प्रकारच्या साहित्यावर भरपूर होत असते. त्याला सनसनाटी खपही असतो, पण अशा प्रकारच्या माहितीपूर्ण, घटनाप्रधान बदलत्या सामाजिक वास्तवाची अपेक्षा साहित्याचा सुजाण रसिक करीत नसतो. अशाप्रकारचे वास्तव वरवरचे असते. माहिती म्हणून त्याचे मोल असले तरी त्याला समकालीनतेचा, क्षणभंगुरतेचा शाप असतो. बदलत्या खेड्याचे घटनात्मक, प्रसंगात्मक, चित्रणात्मक वास्तव हे साहित्याचा मूल्यधर्म म्हणून अवतरू शकत नाही. असलेच तर ते एक तात्कालिक मोल देऊन जाणारे चलनी नाणे असते. अशा प्रकारचे रिपोर्टिंग हे साहित्याची प्रेरणा होऊ शकत नाही. अशा प्रेरणेने ज्या साहित्यात समकालीन खेडे रंगविले जाईल, ते साहित्य म्हणून (ते समकालीन खेडे उद्या भूतकालीन झाल्यावर) तगूच शकणार नाही.

दुसरी आपत्ती अशी निर्माण होईल की, सतत बदलत जाणाऱ्या या खेड्याचाच ग्रामीण साहित्याला पिच्छा पुरवावा लागेल आणि 'ग्रामीण साहित्य म्हणजे बदलत्या खेड्याची डाक्युमेंटरी' या पातळीवरच राहील किंवा खेडे पूर्ण बदलून त्याचे नवे रूप स्थिर झाले तर ही धावती डाक्युमेंटरीही स्थिर होऊन पुन्हा एका आवर्तात सापडेल. कारण अशाप्रकारच्या साहित्याचे 'मोल' हे साहित्यांतर्गत न राहता बदलत्या खेड्यावर अवलंबून राहणारे असते. तेव्हा 'बदलत्या खेड्याची अपेक्षा' ही साहित्यिकाने वाङ्मयीन पातळीवर समजून घेतली पाहिजे आणि बदलत्या खेड्याचे अनुभव साहित्य सन्मुख पातळीवरच घेतले पाहिजेत; या म्हणण्यातले मर्म नीट समजून घ्यावे. साहित्यसन्मुख पातळीवरचा साहित्यिकाचा अनुभव हा वैचारिक वा माहितीच्या पातळीवर अवतरत नसून तो व्यक्तीच्या (साहित्यातील पात्रांच्या) मनःस्पंदनातून उमलत असतो. त्यामुळे तो नाट्य, काव्य, भावना, कल्पना, चिंतन आणि राग-लोभादि वासना, विकार घेऊन, चैतन्यपूर्ण होऊन येतो. साहित्याच्या आस्वादातून प्रत्यय येतो तो मानवी मनःप्रवासाचा, वैचारिकतेचा नव्हे. हे भान ठेवूनच बदलते खेडे साहित्यिकाने आत्मसात केले पाहिजे आणि त्याच्यातील सामाजिक वास्तवाचा साहित्यात आविष्कार केला पाहिजे. हे सामाजिक वास्तव चैतन्यपूर्ण व्यक्तिजीवनाचा भाग म्हणूनच अवतरले पाहिजे.

त्याहून महत्त्वाची गोष्ट अशी की ग्रामीण साहित्याने सतत सामाजिक वास्तववादी राहणे म्हणजे पुन्हा एका आवर्तात सापडण्यासारखे आहे. सामाजिक वास्तववादाच्या पलीकडे त्याने जाण्याची, सतत झेप घेत राहण्याची गरज आहे. आतापर्यंत ते सामाजिक वास्तववादी राहू शकले. कारण १९६० पर्यंतचा ग्रामीण साहित्यिक हा मूलतः मध्यमवर्गीय, पांढरपेशा राहणीचा किंवा शहरी जीवनाकडे नोकरीच्या निमित्ताने

वा अन्य कारणाने खेचला जाणारा होता. त्यामुळे सामाजिक वास्तववादापलीकडे त्याच्या ज्या साहित्य प्रवृत्ती झेपावत होत्या त्या प्रवृत्तींचा आविष्कार त्याला ग्रामीणेतर साहित्यात करता येणे शक्य होते आणि ज्याची अशी पलीकडे झेपावण्याची प्रवृत्ती नव्हती, तो सामाजिक वास्तववादी ग्रामीण साहित्यच निर्माण करीत होता. ग्रामीण साहित्याचा वाचकवर्गही ग्रामीण साहित्याकडून सामाजिक वास्तववादी ग्रामीण जीवनाची अपेक्षा करीत होता; कारण सामाजिक वास्तववादापलीकडे झेपावणाऱ्या त्याच्या रोमँटिक, आदर्शवादी, केवळ मनोरंजनवादी, अद्‌भुतरम्य इ. वृत्तींचे समाधान ग्रामीणेतर साहित्यातून होत होते. त्यामुळे ग्रामीण साहित्याकडून प्रामुख्याने तो आपल्या सामाजिक वास्तववादी अपेक्षांची पूर्ती करून घेत होता. ग्रामीण साहित्याकडे सोपविलेली ही कामगिरी त्याला (ग्रामीण साहित्याला) साधनात्मक स्वरूप आणणारी आहे.

आता १९६० नंतर ग्रामीण साहित्याच्या संदर्भात वाङ्मयीन परिस्थितीच बदलली आहे. १९५७-५८ पासून महाराष्ट्रात सरकारी धोरणामुळे आणि सातारच्या रयत शिक्षण संस्थेच्या कार्यामुळे शिक्षणाचा व सुधारणांचा प्रसार ग्रामीण विभागातून झपाट्याने झाला आणि त्याचा एक परिणाम ग्रामीण विभागातून नवा तरुण लेखकवर्ग झपाट्याने पुढे येऊ लागला. त्याचबरोबर ग्रामीण विभागात नवा तरुण वाचकवर्गही मोठ्या संख्येने निर्माण होऊ लागला. या लेखक-वाचक वर्गाची स्थिती पूर्वसुरींपेक्षा वेगळी आहे. हा लेखकवर्ग प्रामुख्याने ग्रामवासीच आहे. तेथेच तो छोटे छोटे विविध व्यवसाय वा नोकऱ्या करताना दिसतो. नव्या ग्रामीण वाचकवर्गाची स्थितीही तीच आहे.

अशा परिस्थितीत या संवेदनाशील ग्रामीण साहित्यिकाला ग्रामीण साहित्याची निर्मिती केवळ सामाजिक वास्तवाच्या पातळीवर करून समाधान होणार नाही. त्याच्या विविध प्रेरणांना त्याला वाव देणे आवश्यक होऊन बसेल. वाङ्मयीन पातळीवर त्याच्या व्यक्तिमत्त्वाचा सर्वार्थाने आविष्कार व्हावयाचा असेल तर त्याच्यातील सामाजिक वास्तववादी प्रेरणांबरोबरच रोमँटिक, काव्यात्मक, सौंदर्यवादी वा तत्सदृश वास्तवेतर प्रेरणांचाही आविष्कार करणे त्याला अगत्याचे वाटेल. ग्रामीण जीवनाच्या त्याही प्रेरणा आहेत. ग्रामीण लोकसाहित्यात ग्रामीणांच्या रोमँटिक, काव्यात्म प्रेरणा उत्तम रीतीने प्रतिबिंबित झालेल्या दिसतील. तर ना. धों. महानोरांच्या कवितेत त्याच रोमँटिक प्रेरणांचा आधुनिक पातळीवर आविष्कार झालेला दिसेल. तेही 'ग्रामीण साहित्य'च आहे, हे विसरता येणार नाही.

ग्रामीण भागातील तरुण ग्रामीण वाचकवर्गालाही नागर साहित्यापेक्षा ग्रामीण साहित्य अधिक जवळचे वाटत आहे. येथून पुढे त्याला अशा वाटण्याचे प्रमाण वाढत जाणार. कारण त्याला स्वतःच्या भावभावनांचे, अनुभवांचे प्रत्यक्ष प्रतिबिंब ग्रामीण साहित्यातच अधिक निखळपणे जाणवणार. अशा वाचक-वर्गाला आपले

वाटणाऱ्या ग्रामीण साहित्यातून मोठ्या प्रमाणात आत्मविष्काराचा प्रत्यय यावयाचा असेल तर त्यातून ग्रामवासीयांच्या विविध जीवन-प्रेरणांचा आविष्कार होणे जरूर आहे. अशा परिस्थितीत ग्रामीण साहित्याकडून केवळ 'बदलत्या खेड्याच्या सामाजिक वास्तवाचीच अपेक्षा करणे' हे अवाजवी आणि एकदेशीय ठरेल. त्याला सर्वांगांनी, विविध प्रेरणांनी विकसित होताच येणार नाही. तेव्हा या अपेक्षेतील (ग्रामीण साहित्यात भावी काळात आवर्त निर्माण करणारा) धोका ओळखूनच तरुण ग्रामीण साहित्यिकांनी आपल्या जीवनानुभवांचा विविध प्रेरणांनी युक्त असा आविष्कार करत राहणेच अधिक सयुक्तिक वाटते.

प्रभाकर पाध्ये म्हणतात त्याप्रमाणे मानवी मनाला (साहित्यिक त्यातच येतो) तीन प्रकारांनी अनुभव येत असतात. (१) तो आणि भोवतालचे सामाजिक वास्तव यांचा संबंध, (२) त्याचा त्याच्याशीच झालेला, स्वतःच्या शोधातून झालेला संवाद, (३) आणि त्याचा सबंध विश्वरूपाशी झालेला संवाद. यातून त्याचे अनुभवविश्व आकाराला येत असते. सामाजिक वास्तवाच्या संबंधातून आलेले अनुभव कितीही महत्त्वाचे असले तरी मानवी मनाचे अनुभवविश्व त्यापलीकडे कितीतरी आहे, हे उघड आहे आणि माणसाचे अनुभव केवळ सामाजिक वास्तवापुरते मर्यादित ठेवले आणि तेवढ्याच अनुभवांची त्याच्या साहित्यातून अपेक्षा केली तर ते साहित्य केव्हाही अपुरे आणि क्वचित विकृतही होण्याचा धोका आहे. त्यामुळे 'बदलते खेडे' रंगविता रंगविता या धोक्याच्या कड्यावर आपण जाऊन पोहोचणार तर नाही ना, याचे सावध भानही नव्या पिढीच्या ग्रामीण साहित्यिकाने ठेवणे जरुरीचे आहे.

◆

ग्रामीण साहित्याचे टीकाकार

१९२० पर्यंत मराठी साहित्य प्रामुख्याने त्यावेळच्या पांढरपेशा, मध्यमवर्गीय जीवनाचे वास्तव, त्या वर्गातील सामाजिक सुधारणा, देशप्रेम, जुना भूतकाळ व परंपरा याविषयीचा अभिमान, जनसामान्यांचे मनोरंजन इत्यादी प्रमुख प्रेरणांनी निर्माण झालेले दिसते. आपल्या वर्गापलीकडे डोकावण्याच्या मनःस्थितीत या वेळेपर्यंतचा कथा-कादंबरीकार किंवा कवी-नाटककार कोणीही नव्हता. त्या अर्थाने ते सगळेच साहित्य 'सदाशिव पेठी' होते. यासंदर्भात १९३३ साली 'सुगी'ची प्रस्तावना लिहिताना वि. स. खांडेकरांनी वस्तुस्थितिनिदर्शक टीका केलेली आहे : '... कोल्हटकर, गडकरी, वा. म. जोशी, फडके यांच्या सामाजिक नाटक-कादंबऱ्यांकडे पाहावे! हरिभाऊंचे वाङ्मय निदान चंद्रकांतासारखे आहे. दलितांच्या दर्शनाने त्याला पाझर फुटलेला स्पष्ट दिसतो, पण बाकीच्या साऱ्या कल्पनाप्रिय, तात्त्विक अगर कलाविलासी ग्रंथकारांचे वाङ्मय म्हणजे शुद्ध संगमरवर! दिसायला किती नितळ अन् सुंदर! पण खेड्यात संगमरवर जितका दुर्मीळ, तितकेच दलितांचे अगर खेडवळांचे जीवन यांच्या वाङ्मयात प्रतिबिंबित झालेले दिसणेही कठीण!... या नामांकित ग्रंथकारांनी समाजचित्रणाकरिता संकुचित क्षेत्राबाहेर पाऊल का टाकले नाही; याची जातिभेद, कालमहात्म्य, संस्कृतिभिन्नत्व इत्यादी अनेक कारणे असू शकतील. पण मराठीतील अद्भुतरम्य, कल्पनानिष्ठ आणि प्रणयप्रधान वाङ्मयाला आमच्या खेडेगावांची हवा - ती एरवी कितीही चांगली असली तरी - अद्यापि मानवत नाही हेच खरे.

जातिभेद मोडण्याच्या गोष्टी बोलणाऱ्या लेखकांनी वाङ्मयात नागर व खेडवळ हा भेद तीव्रतेने पाळावा, हे विलक्षण विरोधाभासाचे उदाहरणच नव्हे काय? ... खेड्यातल्या कुणब्यांच्या भाऊबंदकीवर अगर जीवनावर लिहायची पाळी आली की, आमची लेखणी रुसून बसलीच! खेड्यातल्या लोकांचा आमच्या ललित

वाङ्मयात प्रवेश झालाच, तर तो त्यांचा भोळेपणा अगर अडाणीपणा दाखवून विनोदाला रंग भरण्याकरिताच व्हायचा!...' (मीठभाकर, परि. पृ. १६८) या वस्तुस्थितीवर आणखी भाष्य करण्याची आवश्यकता नाही.

टिळकांच्या मृत्यूनंतर मात्र मराठी लेखकांची जीवनदृष्टी आणि साहित्यदृष्टी अधिक विस्तार पावलेली दिसते. १९२५ ते २७ च्या काळात मराठी साहित्यात गांधीवादाचा प्रवेश झालेला दिसतो. त्याचा परिणाम खेडुतांच्या, कामगारांच्या, मजुरांच्या, आदिवासींच्या जीवनावर (म्हणजे जानपद) साहित्यनिर्मिती होऊ लागण्यात झाला. १९२५-२६ मध्ये ना. वि. कुलकर्णी यांच्या 'मजूर', 'दिवस कसे जातील', 'शिपाई', 'पैसा' यासारख्या कादंबऱ्या प्रसिद्ध झाल्या. काव्यक्षेत्रात याच काळात चंद्रशेखरांचे 'काय हो चमत्कार' हे 'सफोक मिरॅकल'चे रूपांतर आणि पुढे लगेच 'आंबराई' हे कवी गिरीशांचे स्वतंत्र खंडकाव्य प्रसिद्ध झाले. कथेच्या क्षेत्रात या वेळी आपल्या 'प्रादेशिक कथा' वि. स. सुखठणकर, लक्ष्मणराव सरदेसाई प्रसिद्ध करीत होते. पुढची वीसएक वर्षे कमीअधिक प्रमाणात गुणवत्ता असलेले जानपद किंवा प्रादेशिक साहित्य 'कथा, कादंबरी, कविता' या तीन क्षेत्रांत प्रामुख्याने निर्माण झाले. १९२५ ते ५० या काळातील ग्रामीण जीवनावरील कादंबऱ्यांची नुसती संख्याच मोजायची झाली, तर पन्नास-साठच्या आसपास भरेल एवढी आहे. या काळात कवितेच्या तुलनेने कथा-कादंबरीची निर्मिती अधिक प्रमाणात होती. ज्या वेगळेपणाने ग्रामीण साहित्याकडे आपण आज पाहतो, जी एक प्रतिष्ठा ग्रामीण साहित्याला आज त्याचा स्वतंत्रपणा सिद्ध होण्याइतकी मिळाली आहे, तेवढे स्वतंत्र अस्तित्व आणि प्रतिष्ठा या काळात नव्हती. जसे कादंबरीचे सामाजिक, अद्‌भुतरम्य, वास्तववादी, तत्त्वचर्चात्मक – असे प्रकार मानले जात; तशाच 'जानपद जीवनांवरील कथा, कादंबरी किंवा कविता' असा एक साहित्याचा प्रकार मानला जात असे. १९२५ ते ५० या काळात साहित्याच्या आशयात एकूणच जी एक विविधता येत होती, त्या विविधतेचाच तो एक भाग मानला जात होता.

या प्रकारचे साहित्य निर्माण करणारा साहित्यिकही मुळात मध्यमवर्गीय पांढरपेशा समाजातील एक होता. 'ग्रामीणांच्या' उद्धार कल्पनेने तो तशा प्रकारच्या साहित्यनिर्मितीकडे वळला होता. म्हणजे पांढरपेशा मध्यमवर्गीय साहित्यिकच एका सामाजिक जाणिवेने सांस्कृतिक संदर्भामुळे भारतीय ग्रामीण समाजसुधारणेच्या चळवळीत भाग घेण्याच्या राष्ट्रीय कर्तव्यभावनेने ग्रामीण साहित्य-निर्मितीकडे वळलेला होता. त्यामुळे तत्कालीन साहित्यिक वा टीकाकार यांच्यापैकी कुणाला या प्रकाराची 'स्वतंत्र'पणे नोंद घ्यावी असे वाटले नसावे. विविध प्रकारच्या आशयामुळे वाचकांची सोय झाली, एवढाच त्या साहित्याकडे पाहण्याचा दृष्टिकोन

होता. मराठी कादंबरीवर लिहिणारे वि. बा. आंबेकर म्हणतात, 'आता कुठल्याही वर्गातल्या वाचकाला दुसऱ्या कुठल्याही वर्गातल्या व्यक्तींची ओळख वाङ्मयात सहज पटते. त्याचे कारण मानवतेची समान मूल्ये आज कलाविष्काराच्या आधारासाठी वापरली जात आहेत. 'बळी', 'भावीण', 'गावगुंड', 'सराई' – या कादंबऱ्या या दृष्टीने विशेष उल्लेखनीय आहेत.' ('प्रदक्षिणा' पृ. ३०८)

मानवतेच्या समान मूल्यांच्या पातळीवरून पुढे त्यांनी अशाप्रकारच्या आशयाचे क्षेत्र विस्तारणाऱ्या कादंबऱ्यांच्या संदर्भात चर्चा केली आहे ही गोष्ट खरी, पण मुळात अशा कादंबऱ्यांचे स्वतंत्र अस्तित्व मानून त्यांना प्रतिष्ठा दिली पाहिजे, ही क्षेत्रे विस्तारण्याचे काम पुढे झाले पाहिजे यासंदर्भात ते बोलताना दिसत नाहीत. या जानपद जीवनावरील साहित्याच्या संदर्भात केवळ 'मानवतेच्या समान मूल्यांची' चर्चा करणे पुरेसे होणार नाही, एवढेच इथे सुचवायचे आहे.

मात्र या काळातील जानपद जीवनावरील कादंबरीची मीमांसा करताना टीकाकारांनी व वाङ्मय-इतिहासकारांनी एकूण कादंबऱ्यांचा परामर्श घेताना याही प्रकारच्या कादंबऱ्यांच्या विविध प्रेरणा दाखवून देण्याचा प्रयत्न केला आहे. त्यांच्या मते गांधीवाद व साम्यवाद या दोन प्रमुख प्रेरणांनी जानपद कादंबरी प्रेरित झालेली दिसते. या कादंबऱ्यांतील कथानके समानता, मानवता, ग्रामसुधारणा यांच्याकडे वाटचाल करताना दिसतात. सावकार, जमीनदार, वतनदार, पाटील, जुलूमकर्ते यांना स्वार्थ सोडून खेड्यांच्या समूहजीवनाशी एकरूप व्हायला सांगतात. ही कथानके खेडुतांना सुशिक्षित करतात; शहरवासीयांना कृत्रिम जीवन सोडून देऊन खेड्याकडे नैसर्गिक जीवनात चालायला सांगतात. खेड्यांतून शहरात गेलेल्या तरुणांना परत फिरवून खेड्यात आणतात, खेड्यांचा उद्धार करायला सांगतात. नायक-नायिकांना सुधारणावादी क्रांतिकारक व्हायला सांगतात, श्रीमंत-गरीब, वर्ग-वर्ण यातील भेद न मानता एकमेकांवर प्रेम करायला लावतात. खेडुतांसाठी त्यागी, ध्येयवादी बनतात. खेडुतांना शिक्षण द्यायला लावतात. खेडुतांचे दारिद्र्य, उपासमार, अज्ञान, कष्ट यांचे दर्शन घडवून त्यावर उपाय सुचवितात. ही सर्व कथानके म्हणजे त्यावेळी प्रभावी असलेल्या गांधीवादाची, मानवतावादाची मुळात वैचारिक पातळीवर घडवलेली निर्मिती आहे. ती वास्तवाचा, मानवी स्वभावाचा, गुंतागुंतीचा सामान्यत: पूर्वार्धापुरता काही प्रमाणात विचार करीत असली तरी पुढे ती वर सांगितलेल्या प्रेरणांनी नियंत्रित होते. ना. वि. कुलकर्णी, भा. वि. वरेरकर, रामतनय (ग. रा. वाळिंबे), वि. वा. हडप यांच्या तत्कालीन कादंबऱ्यांचे विवरण करताना कुसुमावती देशपांडे, अ. ना. देशपांडे, 'मराठी कादंबरी : तंत्र आणि विकास' लिहिणारे बापट - गोडबोले, 'स्वभावलेखन' लिहिणारे पु. ग. सहस्रबुद्धे यांनी हेच दाखवून दिले आहे.

याशिवाय भा. वि. वरेरकर व ना. के. महाजन यांच्या साहित्यावर 'शरदसाहित्या'चाही परिणाम झाल्याची नोंद आहे. हार्डीच्या ससेक्स परगण्यावरील कादंबऱ्यांचा र. वा. दिघे यांच्या कादंबऱ्यांवर परिणाम झालेला दिसतो. या काळातील प्रादेशिक कथेचे क्षेत्रही कमीअधिक प्रमाणात याच प्रेरणांनी प्रेरित झालेले दिसते. या काळातील जानपद कविता मात्र प्रामुख्याने 'रोमँटिक' दिसते. वर दाखवून दिलेल्या प्रेरणा तिच्या निर्मितीमागे कमीअधिक प्रमाणात कार्य करताना दिसतात. या काळातील कवितेविषयी रा. श्री. जोग म्हणतात... 'ग्रामीण जनासही काव्यात स्थान मिळाले आहे. इंग्रजीमधील 'पॅस्टोरल पोएट्री'च्या वाचनाचा परिणाम म्हणून किंवा समाजातील सर्व माणसांसंबंधी वाटू लागलेल्या समतेच्या आणि बंधुतेच्या भावनांचा परिणाम म्हणून किंवा 'परत निसर्गाकडे' या चळवळीचा एक भाग म्हणून अथवा ग्रामोद्धार म्हणून जानपद हा आधुनिक काव्याचा एक महत्त्वाचा विषय होऊन त्यावर लिहिलेल्या कवितांचा एक स्वतंत्र संग्रहही प्रसिद्ध झाला आहे... कित्येकवेळा शहरी राहणीचा तिरस्कार म्हणून जानपदाच्या जीवनाचा हेवा करण्यात येतो; तर बहुधा अज्ञानाने किंवा फॅशन म्हणून या जानपद प्रेमाचा आविष्कार होतो. पुष्कळवेळा नागरिकांच्या त्यांच्यासंबंधीच्या भावना प्रकट होतात, तर अनेकदा त्या जानपदांच्या भावना आपल्या कल्पनेने कवी रंगवीत असतात... विचार आणि भाषा यात शहरी कृत्रिम जीवनाची छटा पडते; जेथे भाषेत अस्वाभाविकता आणली जाते, तेथे दुर्बोधता येते; ...' ('प्रदक्षिणा' पृ. २२) रा. श्री. जोग यांनी तत्कालीन जानपद कवितेच्या सांगितलेल्या प्रेरणा कमीअधिक प्रमाणात जानपद कथा-कादंबरीच्याही होत्या, हे आपण पाहिलेच आहे.

या (१९२५-५०) काळातील जानपदजीवनावरील कादंबऱ्यांच्या संदर्भात वि. पां. दांडेकर यांनी स्वागतशील वृत्ती स्वीकारलेली आहे; तर कुसुमावती देशपांडे यांनी कादंबरी-वाङ्मयाचा परामर्श घेताना जानपद कादंबऱ्यांचे चिकित्सापूर्ण विवरण करून त्यांचे यशापयश जोखले आहे. त्यांचेच अनुसरण पुढे कमीअधिक प्रमाणात ललित वाङ्मयाच्या इतिहासकारांनी, टीकाकारांनी केलेले दिसते. नरहर कुरुंदकरांचा याला काही प्रमाणात अपवाद मानावा लागतो. पु. ग. सहस्त्रबुद्धे यांनीही या कादंबऱ्यांचा आशय, पात्रे व कथानक यांचा परस्परसंबंध बरोबर आहे किंवा नाही याची तपासणी करताना बहुधा प्रतिकूल सूर काढलेला आहे. प्रादेशिक कथेवर म. ना. अदवंत यांनी विवरणशील टीका केलेली आहे व तिची वैशिष्ट्ये दाखवून दिलेली आहेत.

यासंदर्भात तपशिलाचा भाग सोडला तर कुणा टीकाकाराची मते परस्पराहून जाणवण्याइतकी भिन्न आहेत, असे निदान या काळापुरते तरी दिसत नाही. कादंबरीच्या क्षेत्रात भा. वि. वरेरकर ('फाटकी वाकळ' व 'सात लाखांतील एक'),

र. वा. दिघे ('सराई'), विभावरी शिरूरकर ('बळी'), श्री. ना. पेंडसे ('हद्दपार'); कथेच्या क्षेत्रात श्री. म. माटे; कवितेच्या क्षेत्रात ग. ल. ठोकळ यांच्या कामगिरीला विशेष मान्यता मिळालेली दिसते. 'वरेरकरांनी आपल्या जानपद-जीवनावरील कादंबऱ्यांनी, ना. सी. फडके यांच्या पलायनवादी वृत्तीच्या काळात वास्तववादाचे निशाण फडकते ठेवले. जीवनाचे उन्नयन करण्याच्या कार्यापासून त्यांनी मराठी कादंबरीला परावृत्त होऊ दिले नाही. उदार तत्त्वांना सावरून धरले व उपेक्षितांची बाजू घेतली; तर र. वा. दिघे यांच्या 'पाणकळा' आणि विशेषत: 'सराई' या कादंबऱ्यांनी मराठी कादंबरी-क्षेत्रात एक अभिनव असा प्रकार निर्माण केला. एवढेच नव्हे तर खेड्यातील प्राकृत जीवनसृष्टीचा स्वच्छंदवादी रसरशीत आविष्कार केला. बा. सी. मर्ढेकरांनी 'पाणी' या जानपद-जीवनावरील कादंबरीत संज्ञाप्रवाहाचा यशस्वी प्रयोग केला. विभावरींच्या 'बळी'ने तर वस्तुनिष्ठेचा आविष्कार करून मराठी कादंबरीलाच नवे वळण लावण्याचा प्रयत्न केला. पेंडसे यांची 'हद्दपार' तर एकाच वेळी प्रादेशिक आणि सार्वत्रिक वाटणारी कादंबरी आहे. वेगळ्या वाटा धुंडाळणाऱ्या या कादंबऱ्यांमुळे मराठी कादंबरीचे क्षेत्र समृद्ध झाले; याचा अभिमान मराठी रसिकांस सदैव वाटेल,' अशा अर्थाचे उद्‌गार कुसुमावती देशपांडे यांनी वरील कादंबऱ्यांच्या संदर्भात आपल्या ग्रंथात जागोजागी काढलेले आहेत. कुसुमावतींच्या याच मताचे अनुसरण नंतरच्या जाणकारांनी व टीकाकारांनी केलेले दिसून येते. कुसुमावतींचे हे मत आज कुणालाही मान्य होण्यासारखे आहे.

श्री. म. माटे यांचे नागर मराठी कथेच्या क्षेत्रात विशेष महत्त्वाचे कार्य नसले तरी ग्रामीण कथेच्या संदर्भात त्यांचे कार्य अतिशय महत्त्वाचे आहे, हे ग्रामीण साहित्याच्या सर्वच अभ्यासकांनी मान्य केले आहे. ग. ल. ठोकळांचे ग्रामीण कवितेच्या संदर्भात असेच महत्त्वाचे कार्य आहे, याबाबतीतही कुणा टीकाकाराचा मतभेद असण्याचे कारण नाही.

ग्रामीण जीवनावरील कादंबऱ्यांच्या संदर्भात अ. ना. देशपांडे म्हणतात, '...अगदीच मोजक्या कृतींचा अपवाद सोडल्यास बाकीच्यांतील प्रत्ययकारी कलात्मकतेचे नाणे बरेच बद्द वाजणारे आहे. एवढे मात्र खरे की, ना. वि. कुलकर्ण्यांच्या मजूर जीवन-चित्रणात जी कृत्रिम अवास्तवता होती, ती हळूहळू कमी होत गेलेली आहे आणि दलित जीवनचित्रणात वस्तुनिष्ठेची कलात्मक बूज राखण्याचे मन:पूर्वक आणि प्रामाणिक प्रयत्न अलीकडे होऊ लागलेले आहेत. या प्रयत्नांत विभावरी शिरूरकरांच्या 'बळी'चे स्थान आजतागायत तरी एकमेवाद्वितीय आहे.' (पृ. ३३७, आ. म. वा. इतिहास, भाग-२) अ. ना. देशपांडे यांचे हे मत कुणालाही पटण्यासारखेच आहे. या काळातील ग्रामीण जीवनावरील फार तर दोन-तीन कादंबऱ्यांचे अपवाद वगळता 'बाकीच्या कादंबऱ्यांचे कलात्मक नाणे बद्द वाजणारे आहे', ही वस्तुस्थिती नाकारता येत नाही.

पण या वस्तुस्थितीच्या मागे आणखी एक ऐतिहासिक सत्य लपलेले आहे. १९२५ साली जेव्हा ग्रामीण जीवनावर ना. वि. कुलकर्णी यांनी कादंबऱ्या लिहिण्यास प्रारंभ केला तेव्हा त्यांच्या या कादंबऱ्यांचे व उपक्रमाचे 'खेडुत सृष्टीचे कादंबरीकार' म्हणून कौतुक झालेले आहे. '१९२५ साली प्रसिद्ध झालेल्या कुलकर्ण्यांच्या 'मजूर' कादंबरीने सर्वांचे लक्ष एका दुर्लक्षित विषयाकडे वेधले. गरिबांची चित्रे तत्पूर्वीच्या वाङ्मयात आली असली तरी ती तुरळक व लहानसहान असत. 'मजूर' कादंबरीने ही परंपरा मोडून काढली व एक नवीनच दिशा दाखविली.' ('मराठी साहित्याची रूपरेषा'), असे वि. पां. दांडेकर यांनी म्हणून ठेवले आहे.

ना. वि. कुलकर्णी यांनी ही नवी दिशा दाखवली आणि नंतरच्या पंचवीस वर्षांत ग्रामीण जीवनावर लिहिणारे तीसभर कादंबरीकार आणि साठभर कादंबऱ्या निर्माण झाल्या. ग्रामीण जीवनावरही कादंबरीलेखन होऊ शकते, तेथील जीवनही तेवढेच महत्त्वाचे आहे, किंबहुना अधिक महत्त्वाचे आहे; हे या कादंबऱ्यांनी दाखवून दिले. त्या काळपर्यंत संकुचित जीवनकक्षेत घोटाळणाऱ्या मराठी साहित्यसृष्टीला हे विशाल क्षेत्र नुसते या जानपद कथा-कादंबऱ्यांनी नि कवितेने उपलब्धच करून दिले असे नव्हे तर त्याला (जानपद जीवनाला) या क्षेत्रात प्रतिष्ठा मिळवून देण्याचा प्रयत्न केला आणि त्यामुळेच पुढे अनेक नामांकित प्रादेशिक साहित्य निर्मिणारे कथाकादंबरीकार निर्माण झाले. र. वा. दिघे, विभावरी शिरूरकर, श्री. ना. पेंडसे - या तीन कादंबरीकारांना त्यांच्या या पूर्वसुरींनी ग्रामीण जीवनावरही कादंबरी लिहिता येते, आपण खोपोली आसपासच्या कोकणात, भटक्या जमातीच्या काटेरी कुंपणात, हर्णेच्या परिसरात जे अनुभवले तेही साहित्यसृष्टीत अवतरण्याइतकेच महत्त्वाचे आहे. हरिभाऊ, वा. म. जोशी, डॉ. केतकर यांच्या कादंबरी-विश्वाइतकेच ते मोलाचे आहे याचे भान दिले. त्याविषयी आत्मविश्वास दिला. साहित्यसृष्टीत स्वागतासाठी अनुकूल वातावरण निर्माण करून ठेवले. 'वेगळ्या वाटा' हाताळण्याची दिशा दाखवून दिली. हे ना. वि. कुलकर्ण्यादी कादंबरीकारांनी लिहिलेल्या कादंबऱ्यांचे ऐतिहासिक कार्य महत्त्वाचे आहे. अशा परिस्थितीत त्यांच्या कादंबऱ्यांचे नाणे कलात्मकतेच्या निकषावर बद्द वाजले तरी त्यांचे महत्त्व कमी होत नाही. वि. स. खांडेकर म्हणतात त्याप्रमाणे, 'जे धाडस कोल्हटकर, गडकरी, वा. म. जोशी, फडके यांनी केले नाही ते ना. वि. कुलकर्णी यांनी करून 'नवी दिशा' दाखविण्याचा प्रयत्न केला आणि त्यामुळेच त्यांनी निर्माण केलेल्या नव्या वाटेवर आपणास दिवे, शिरूरकर, पेंडसे यांच्यासारखे अव्वल दर्जाची साहित्यनिर्मिती करणारे भेटू शकले, हे विसरता येण्यासारखे नाही.'

१९५० नंतर एकूणच साहित्यनिर्मितीच्या आणि समीक्षेच्या विश्वात स्थित्यंतर झालेले दिसते. दोन्ही क्षेत्रांत कलात्मकतेची जाणीव विशेष वाढीला लागली.

नवकथा आणि नवकविता विशेष जोम धरू लागली. या नव्या जाणिवेच्या कक्षेतच व्यंकटेश माडगूळकर 'माणदेशी माणसे' आणि 'गावाकडच्या गोष्टी' रेखाटू लागले. कलात्मक जाणिवेने आणि नव्या आशयामुळे नवकथा विशेष रसिकप्रिय आणि चर्चाविषय झाली. कथेची लोकप्रियता हेरूनच की काय, माडगूळकरही विशेष जोमाने कथाच लिहू लागले. त्यांचा गाजावाजा होऊ लागला. दरम्यान, त्यांना शंकर पाटील आणि द. मा. मिरासदार हे वेगवेगळ्या ताकदीचे व वैशिष्ट्यांचे कथाकार येऊन मिळाले. रणजित देसाई तुरळक प्रमाणात पूर्वीपासून कथाच लिहीत होते. उद्धव शेळकेही विदर्भातील अनुभवांवर कथाच लिहीत होते. यामुळे ग्रामीण साहित्याच्या निर्मितीचे भान १९५० पासून प्रामुख्याने कादंबरीकडून कथेकडे सरकलेले दिसते. मात्र पेंडसे, दांडेकर कादंबरीलेखनच करीत राहिले. ग्रामीण कथेच्या या लाटेचा बहर १९५० ते १९६० पर्यंत विशेष होता. १९२५-२६ मध्ये प्रादेशिक जीवनावरील कथालेखन करणाऱ्या सुखटणकर-सरदेसाईंनी दाखवून दिलेल्या वाटेवर १९४०-४२ मध्ये श्री. म. माटे यांना विशेष यश मिळाले आणि माटे यांची वाट पुसतपुसत १९५० नंतरच्या कलात्मक जाणिवेच्या काळात माडगूळकर यांनी आणखी वेगळे यश मिळविले.

१९५० ते ६० या दहा वर्षांच्या काळात व्यंकटेश माडगूळकरांचे कौतुक विशेष झाले, त्यानंतरही ते होत आहे, होणे स्वाभाविकही आहे. इतरांच्या कथासंग्रहांवरही स्फुट स्वरूपात परीक्षणे, समीक्षणे येत गेली. त्यांचेही काही प्रमाणात कौतुक होत गेले. पण माडगूळकरांच्या एकूण कथेचे जेवढे कसून आस्वादन, मूल्यमापन झाले आणि त्यांच्या शक्ती व मर्यादाही दाखवून देण्यात आल्या, त्यामानाने एखादा संपादकीय अपवाद वगळता शंकर पाटील यांच्या कथेचे झाले नाही. कुणी टीकाकारांनी त्यांना मराठी रसिकांना नीटपणे समजून दिले नाही. त्यांच्या शक्तीविषयी भाष्य न करता बरेच टीकाकार मूग गिळून बसले.

असे का झाले असावे? व्यंकटेश माडगूळकरांच्या कथेच्या लोकप्रियतेचे गमक सांगताना गंगाधर गाडगीळ एका ठिकाणी म्हणतात, 'अशी (माडगूळकरांच्या कथांतील माणदेशी) माणसे भेटली म्हणजे शहरी मनाला विसावल्यासारखे वाटते. आपल्या पाठीवरचे ओझे ते त्यांच्या सहवासात खाली टाकू शकते. काहीतरी हरवले होते ते मिळाले असे त्याला वाटते आणि म्हणूनच माडगूळकरांची पात्रे इतकी लोकप्रिय झाली आहेत. अवाङ्मयीन कारणांनी काही अंशी एखादा लेखक कसा लोकप्रिय होता त्याचे हे एक गमतीदार उदाहरण आहे. ...' ('खडक आणि पाणी', पृ. ३१७) गाडगीळांनी हे मार्मिक अवाङ्मयीन कारण दाखवून दिलेले आहे.

पण गाडगीळांनी दिलेल्या कारणाबरोबर आणखी काही कारणे आहेत असे मला वाटते. माडगूळकरांची लेखणी कलात्मक असली तरी दृष्टी वाचकावरून ढळलेली नाही. आपल्या कथांचा वाचक नागर मध्यमवर्ग आहे याची त्यांना कळत नकळत जाण आहे. एवढेच नव्हे तर मध्यमवर्गीय संस्कारयुक्त मन ज्या प्रगाढ सहानुभूतीने ग्रामीण व्यक्ती, समाज, तेथील दारिद्र्य, दुःख, अज्ञान, सोशिकपणा, क्रौर्य, बेरकीपणा, टगेगिरी याकडे पाहील तीच नजर व्यंकटेश माडगूळकरांच्या वाङ्मयीन व्यक्तिमत्त्वाचीही आहे. माडगूळकरांच्या कथांतील प्रसिद्ध कलात्मक अलिप्तता ही त्यांच्या व्यावहारिक अलिप्ततेतूनच आलेली आहे आणि ही व्यावहारिक अलिप्तता एका अर्थी नागर मनाचे (जरी ते खेड्यात आरंभी पोसले तरी) लक्षण आहे. हे खेड्याचा अनुभव असलेले नागर मन शहरी वाचकावर भान ठेवून सतत माहीतगार निवेदकाच्या शैलीचा अवलंब करते. गोष्ट सांगणाऱ्या (स्टोरी टेलर) ची भूमिका स्वीकारते. त्यामुळे त्यांची कथा शहरी वृत्तीच्या टीकाकाराला आणि रसिकालाही जवळची वाटली असावी.

आणि याच कारणामुळे शंकर पाटील यांची कथा काहीशी दूरची वाटली असावी. पाटलांची बरीचशी कथासरणी ही ग्रामीणतेला जवळची आहे, घटनांची संवेदना व्यक्त करणारे त्यांचे मन माडगूळकरांपेक्षा अधिक अंशाने ग्रामीण आहे. त्यांची भाषा माडगूळकरांच्या भाषेपेक्षा आशयाशी अधिक झोंबी घेऊन त्याला नक्षींसह व्यक्त करणारी आहे. त्यामुळे ती ग्रामीण बोलीने अधिक संस्कारित झालेली आहे. त्यांची कथा माडगूळकरांच्या कथेपेक्षा अधिक कलात्मक असूनही ग्रामीण मनाचा शोध खोलात जाऊन वेधणारी असूनही; तिची माडगूळकरांच्या तुलनेने कमी प्रमाणात दखल घेतली. याचे कारण टीकाकारांच्याही शहरी मनाला ती माडगूळकरांच्या कथेच्या तुलनेने दूरची वाटली असावी.

माडगूळकर आणि पाटील (व इतर) यांच्या दोन पिढ्या भिन्न मानूनच रा. रं. बोराडे यांनी तिच्यातील फरक सांगितला आहे. 'श्री. व्यंकटेश माडगूळकरांच्या समोर असलेलं उद्दिष्ट स्पष्ट होतं. ज्या माणदेशी माणसांचं जीवन त्यांनी पाहिलं होतं, अनुभवलं होतं, त्या माणदेशी माणसांवर त्यांना लिहावयाचं होतं. ही माणसं वाचकांना अपरिचित आहेत व आपणाला त्यांची ओळख करून द्यावयाची आहे याची जाणीव त्यांना प्रत्यक्ष लेखन करताना होती. अशी जाणीव जेव्हा एखाद्या लेखकाच्या मनात असते तेव्हा काही गोष्टी आपोआप त्याच्या लेखनात येतात. ज्या प्रदेशात ही माणसं वावरतात तो प्रदेश वाचकांना अपरिचित आहे; ही माणसं त्यांना अपरिचित आहेत, त्यांच्या जीवन जगण्याच्या पद्धती; त्यांचे सामाजिक संकेत, त्यांची बोलीभाषा - हे सारं वाचकांना अपरिचित आहे व आपणास त्याचा परिचय करून

द्यावयाचा आहे ही जाणीव तो सहसा विसरू शकत नाही. हे उद्दिष्ट ठेवूनच तो लेखन करू लागतो. व्यंकटेश माडगूळकरांचं सबंध कथालेखन तुम्ही लक्षात घ्या - शहरी मनाला ही माणसं अपरिचित आहेत व आपणाला त्यांची ओळख करून द्यावयाची आहे ही जाणीव त्यांच्या मनातून पुसली असल्याचं दिसून येत नाही.

... ही ओळख करून देताना व्यंकटेश माडगूळकरांनी विलक्षण प्रामाणिकपणा दाखविला आहे. त्यांचं मोठेपण तेवढ्यासाठी अवश्य मान्य करावयास हवे, पण ओळख करून देण्याचं हे प्रकरण कुठंतरी संपत असतं, संपवायला हवं असतं व त्या माणसाविषयी लेखकास अधिक काहीतरी सांगावं लागतं. आजच्या (शंकर पाटील इत्यादी) ग्रामीण कथालेखकांनी हे नेमकं लक्षात घेतलं आहे आणि त्यामुळे आपलं उद्दिष्ट बदलून ते आज कथालेखन करीत आहेत. ग्रामीण जीवनाची केवळ ओळख करून देण्यावरच समाधान न मानता त्यांच्या मनाचा तळ शोधण्याचा, त्यांच्या मनाच्या गुंतागुंती सोडविण्याचा; त्यांच्या भाववृत्तींची चित्रं रेखाटण्याचा प्रयत्न आजचे ग्रामीण कथालेखक करीत आहेत...' ('प्रतिष्ठान', एप्रिल-मे-जून १९६५)

माडगूळकर व पाटील यांच्या कथेतील भिन्नता 'ग्रामीण साहित्याच्या प्रेरणा' या लेखात मी स्पष्टपणे मांडलेली आहे. यातील आणखी गमतीची गोष्ट अशी की, शंकर पाटलांच्या विनोदी कथा आणि द. मा. मिरासदार यांच्या विनोदी कथा या पाटलांच्या गंभीर लेखनाच्या तुलनेने अधिक लोकप्रिय आहेत. याचे कारणही ग्रामीण सुधारणा, पक्ष, निवडणुका, सरपंच इत्यादी गोष्टी या दोघांनी तेथील पात्रांसह मध्यमवर्गीय नागर मनाच्या मनोरंजनासाठी वापरलेल्या आहेत. अशा विनोदी कथांविषयी नरहर कुरुंदकर यांनी जाताजाता विचार मांडले आहेत ते पाहण्यासारखे आहेत : 'ग्रामीण कथेचा किस्सा म्हणून ओळखला जाणारा एक फार मोठा भाग एका विकृत जाणिवेने भारावलेला आहे. या किश्श्याचा वाचकवर्ग हा शहरातील मध्यमवर्गीय वाचकवर्ग आहे. लोकशाहीच्या प्रक्रियेत आपले महत्त्व व प्रतिष्ठा गमावून बसलेला हा मध्यमवर्ग सर्व ग्रामीण नेतृत्वाकडे आणि खेड्यातील राजकारणाकडे तुच्छतेनेच पाहत असतो. त्याचा उपहास आणि हसण्याचा विषय ग्रामीण भाग हा आहे. शहरी मध्यमवर्गाच्या या हास्यास्पद अहंकाराला कुरवाळीत बसण्याचे कामच किश्श्यातून मोठ्या प्रमाणात होत असते. ...' ('वानवळा', प्रस्तावना पृ. १४)

या सर्व विवरणाचा अर्थ एवढाच की, जी जी ग्रामीण कथा मध्यमवर्गीय वाचकाचे भान ठेवून लिहिली जाते तीच तेवढी लोकप्रिय, चर्चाविषय होते आणि जी कलात्मक जाणिवेने, ग्रामीण व्यक्तिमत्त्वाने प्रेरित होऊन लिहिली जाते ती या मध्यमवर्गीय वाचकासह मध्यमवर्गीय नागर टीकाकारालाही दूरची वाटते.

यावरून ग्रामीण साहित्याकडे पाहण्याचा शहरी नागर मनाचा व टीकाकारांचा सर्वसाधारण दृष्टिकोन काय असावा याची मानसशास्त्रीयदृष्ट्या कल्पना करता येण्यासारखी आहे. दलित साहित्याच्या संदर्भात दलितांना मराठी साहित्यात वर्णव्यवस्थेचा प्रभाव दिसून येतो, तर ग्रामीण साहित्याच्या व समीक्षेच्या संदर्भात शहरी वर्गव्यवस्थेचा प्रभाव दिसून येतो असे म्हटले तर चूक होणार नाही असे वाटते.

कारणे काहीही असोत, व्यंकटेश माडगूळकरांनंतरच्या ग्रामीण साहित्याचा टीकाकारांनी नीट अभ्यास केला नाही किंवा पुरेसे लक्ष दिले नाही, ही वस्तुस्थिती आहे.

मात्र माडगूळकरांसह पुढची सर्व ग्रामीण कथा वृत्तीने सलगच मानून १९६० ते ७० च्या काळात एकूणच ग्रामीण कथेविषयी एकत्रित विचार करणारे, अपेक्षा, आक्षेप, गुणदोष यांचे विवेचन करणारे लेख स्फुट स्वरूपात अनेक टीकाकारांनी लिहिले.

१९६० च्या आसपासच माडगूळकर, पाटील, मिरासदार यांच्यात वेगळेपणा असूनही ग्रामीण कथा एका आवर्तात सापडली. तिची निर्मिती विपुल प्रमाणात या काळात होत असली तरी विकास खुंटल्यासारखा झाला. यामुळेच की काय, आवर्तात स्थिर झालेल्या ग्रामीण कथेवर लिहिणे, विचार करणे, निष्कर्ष काढणे सोयीचे गेले असावे.

प्रा. एस. एस. भोसले यांनी आरंभापासून १९६३ अखेरपर्यंत प्रसिद्ध झालेल्या ग्रामीण कथेचा विस्तृत आढावा वर्णनात्मक पातळीवर घेऊन शेवटी काही निष्कर्ष काढले आहेत. याशिवाय म. ना. अदवंत, अंबादास माडगूळकर व सूर्यकांत खांडेकर, आनंद यादव, महादेव मोरे इत्यादी मंडळींनी अनेक लेख लिहून काही निष्कर्ष काढले आहेत. ग्रामीण कथेवर, एकूण ग्रामीण साहित्यावरचे तात्त्विक निष्कर्षात्मक, चिंतनात्मक विचार व्यक्त करणारे काही लेखही प्रसिद्ध झालेले आहेत. याबाबतीत शंकर सारडा, पंडित शेटे, रा. ग. जाधव, गिरीश राठी, रा. रं. बोराडे, वसंत शिरवाडकर, गो. ग. कुलकर्णी, प्रल्हाद वडेर, नरहर कुरुंदकर इत्यादींचा प्रामुख्याने उल्लेख केला पाहिजे.

यांनी काढलेले ग्रामीण साहित्याविषयीचे, विशेषतः १९५० नंतरच्या कथेविषयीचे निष्कर्ष बऱ्याच प्रमाणात परस्परसंवादी आहेत. त्यात राहिलेल्या काही त्रुटी, काही शंकास्पद मते व विचार यांचाच फक्त इथे परामर्श घ्यायचा आहे.

आपल्या लेखात १९४५ पूर्वीचे ग्रामीण साहित्य निर्माण होण्याची कारणे सांगताना म. ना. अदवंत म्हणतात, '... ग्रामीण कथा व कादंबऱ्या केवळ

वैचित्र्य म्हणून निर्माण केल्या जात होत्या. मध्यमवर्गीय जीवनात न आढळणारी अद्‌भुतता त्यांना या जानपद-जीवनात आढळून येत होती. खेडेगावातील सुष्ट व दुष्ट माणसे, त्यांचे परस्परांशी असलेले हाडवैर, त्यातून निर्माण झालेले सनसनाटी व रोमहर्षक प्रसंग, यावरच पूर्वीच्या कथा-कादंबऱ्यांचा भर होता. त्यामुळे या कथा-कादंबऱ्यांचीसुद्धा चटकन चाकोरी बनली. ... दैनंदिन जीवनाच्या ठरावीक नीरस चाकोरीतून जाणाऱ्या वाचकांनाही त्यातील अद्‌भुताचे आकर्षण वाटले.' ('नवजागृती', दिवाळी-अंक, १९६३).

रा. ग. जाधव म्हणतात, '१९४५ पूर्वीच्या वाङ्‌मयाचा व्यवच्छेदक विषय म्हणून ग्रामीण जीवन प्रतिष्ठा पावले हे खरे; परंतु या विषयाचा वाङ्‌मयीन आविष्कार तंत्रवाद व भ्रामक कलावाद यांनी प्रभावित झाला. ग्रामीण जीवनाची अंगभूत संमिश्रता तंत्रवादाने सोयीसाठी सरळसोट करून घेतली. कलावादाचा अर्थ स्वप्नरंजन व जीवनापासून पलायन असाच मानला गेल्याने ग्रामीण चित्रण हे रोमँटिक होऊ लागले. हे रोमँटिक चित्रणदेखील फार भव्यदिव्य, आदर्शवादी नव्हतेच. मुळातच ते मध्यमवर्गीय संज्ञेचे अपत्य असल्याने दोन वर्गीय संकरांची अनिष्ट व शबल छाया त्या चित्रणावर पडली...

... कलावादाच्या भ्रमाप्रमाणेच जीवनवादाच्या भ्रमानेही ग्रामीण चित्रण आविष्कृत झाले. ग्रामीण जीवनाविषयीचा मन:कल्पित उदात्तवाद या चित्रणामागे उभा राहिला. भाबड्या मानवतावादाने व भूतदयावादाने ग्रामीण चित्रण पुन्हा त्याच्या मूळच्या कक्षेपासून ढळले ...' ('महाराष्ट्र टाइम्स')

याच संदर्भात नरहर कुरुंदकर म्हणतात, ' ... हा भारत देश खेड्यात राहतो याची उत्कट जाणीव सुशिक्षित भारतीयांना गांधीजींनी करून दिली. एकतर गांधींमुळे आम्ही ग्रामीण भागाकडे आस्थेने पाहू लागलो होतो. दुसरे म्हणजे केतकरांपासून व्यक्तींऐवजी समाजजीवन चित्रित करण्याकडे आमचा कल वाढू लागलेला होता आणि तिसरे म्हणजे ललित वाङ्‌मयात फडक्यांच्या कालखंडात निसर्गवर्णनांना एक स्वतंत्र महत्त्व दिले जात होते. या सर्व घटकांचा संमिश्र परिणाम म्हणून क्रमाने प्रादेशिक अगर ग्रामीण असे ज्या वाङ्‌मयाला म्हटले जाते ते वाङ्‌मय उदयाला येऊ लागले. मोठ्या प्रमाणात या वाङ्‌मयाचे स्वरूप स्वप्नाळू होते, हे मान्यही केले तरी त्यामुळे प्रादेशिक व ग्रामीण जीवनदर्शनाला एक नवे महत्त्व निर्माण झाले.' ('वानवळा', प्रस्तावना.)

दिघे-ठोकळ यांच्या कथा-कादंबऱ्यांत अदवंत म्हणतात त्याप्रमाणे काही प्रमाणात अद्‌भुतता दिसत असली तरी बाकीच्या कथा-कादंबऱ्यांमध्ये प्रामुख्याने ध्येयवादी, साम्यवादी, गांधीवादी प्रेरणाच दिसतात. तंत्रवाद आणि भ्रामक कलावाद हाही त्यावेळच्या प्रादेशिक कथांमधून काही प्रमाणात दिसतो. पण बव्हंशी कथा-

कादंबरी रोमँटिक वृत्तीपेक्षा ग्रामीण जीवन सुधारण्याच्या नागरजनांनी केलेल्या विचारातून निर्माण झालेल्या प्रश्नांची सोडवणूक करण्यात गुंतलेली होती. तिचे अंतिम ध्येय 'ग्रामसुधारणा' असे होते. या अंतिम ध्येयासाठी तत्कालीन कथा-कादंबरीविषयक ज्या समजुती लोकप्रिय होत्या, त्या समजुतींचा स्वरूपसिद्धीसाठी ग्रामीण कादंबरी पाठपुरावा करत होती. त्यातूनच भ्रामक कलावाद, रोमँटिक वृत्ती, अद्‌भुतता तिच्यात आलेली आहे. फडक्यांच्या कथा-कादंबरीप्रमाणे ती केवळ मनोरंजनवादी, तंत्रवादी, रोमँटिक तर मुळीच नव्हती. असेलच तर तिचे आशयात्म नाते केतकरांच्या कादंबरीपेक्षा हरिभाऊ आपटे यांच्या कथा-कादंबरीशी अधिक होते. कारण डॉ. केतकरांची कादंबरी ही १९२६ नंतर लिहिली गेलेली आहे. ग्रामीण जीवनावरील कथा-कादंबरी त्या अगोदरपासून म्हणजे १९२५ पासूनच लिहिली गेलेली आहे. तिच्यात येणाऱ्या निसर्गाचे नातेही ना. सी. फडके यांच्या साहित्याशी नसून ते हार्डीच्या, शरदबाबूंच्या कादंबऱ्यांशी आहे हे लक्षात ठेवले पाहिजे. कथा-कादंबऱ्या प्रत्यक्ष वाचताना हा नातेसंबंध अधिक स्पष्ट होत जातो.

ग्रामीण साहित्य निर्माण होण्याची अपरिहार्यता व स्वाभाविकता सांगताना रा. ग. जाधव म्हणतात,

' ...ग्रामीणता हा मराठी जीवनाचा सनातन अंगभूत घटक आहे व होता. मराठीसारख्या जिवंत प्रगमनशील वाङ्‌मयपरंपरेला या घटकाला संपूर्णपणे डावलणे केवळ अशक्य होते.' आणि त्यामुळे ग्रामीण साहित्य जन्माला आले, असे त्यांनी सुचवले आहे.

यासंदर्भात गिरीश राठी म्हणतात, ' ...प्रादेशिक वाङ्‌मयाचा जन्म हा मुळात वाङ्‌मयीन अपरिहार्यतेतून झाला आहे. ग्रामीण वाङ्‌मय म्हणजे अनुभूतीच्या अपरिहार्य आविष्कारातून आकारास आलेले जीवन होय.

... हरिभाऊंनी स्वत:च्या काळात राजकीय, सामाजिक आणि विशेष म्हणजे वाङ्‌मयीन वातावरणात जे कर्तृत्व गाजवले, जी कलानिर्मिती केली, तिचा येणाऱ्या अनेक वर्षांपर्यंत पुढच्यांना दीपस्तंभासारखा उपयोग होईल. पण... त्यांचे साहित्य हे समाजातील विशिष्ट वर्गाचेच प्रतिनिधित्व करणारे साहित्य ठरले. संपूर्ण समाजाचे, म्हणजेच समाजातील विविध जनसमुदायाचे ते साहित्य नव्हे... हरिभाऊंनंतरही एकापेक्षा एक समर्थ लेखक मराठीत झाले, पण बहुतेकांनी मर्यादित अर्थाने ही चाकोरी सोडली नाही... त्यामुळे त्याचे (लेखकवर्गाचे) चित्रण करणारे साहित्य शहरातील एका विशिष्ट वर्गाचे साहित्य ठरले... शहरी जीवनपद्धतीने सगळे मराठी साहित्य व्यापून टाकले. या जीवनापेक्षा वेगळे जीवन असू शकते, किंबहुना साहित्यात त्याला आश्रय मिळू शकतो, यावर फारसा खोल विचार करण्याची आवश्यकताच वाटली नाही...

... नागरजनांची सुखदुःखे, त्यांच्या आकांक्षा, आशा, त्यांच्या धडपडी यांनाच जणू वाङ्मयीन मूल्ये प्राप्त झालेली होती. उलट ग्रामीणांचे जीवन रंगवणे, ग्रामीणांच्या बोलीतून ग्रामीणांना त्यांच्या वास्तव समस्यांसहित उभे करणे हे जणू कलासंरक्षकांनी कलाबाह्य ठरवले होते, पण कलावंतांनी ग्रामीणांकडे अशी पाठ फिरवल्यामुळे, त्या जीवनापासून दूर राहिल्यामुळे मराठी साहित्याचीच हानी झाली.

... ग्रामीण वाङ्मयाच्या अभावी मराठी ललित साहित्य अपूर्ण राहिले असते,... एकांगी राहिले असते आणि पर्यायाने काहीसे अवास्तव ठरले असते. सामाजिक प्रतिनिधित्वावर त्याला हक्क सांगता आला नसता...

याचा अर्थ, ग्रामीण वाङ्मयाच्या निर्मितीबरोबर मराठी कथासाहित्य हे पूर्णत्वास, अंतिमपदास पोहोचले, त्याबाहेर नवे असे काही राहिले नाही, असा नाही. पण यामुळे त्याने समृद्धीकडे, विविधतेकडे वाटचाल केलेली आहे असे म्हणण्यात अतिशयोक्ती होऊ नये.

जेव्हा जीवनाचे ग्रामीण आणि नागरी असे दोन भाग - मग ते कशामुळे आणि कोणत्याही कारणामुळे असोत - उघडउघड पडलेले प्रत्यक्षात दिसतात, तेव्हा.. ग्रामीण साहित्याचा उगम न होणे असंभवनीयच. याचाच अर्थ, ग्रामीण वाङ्मयाच्या निर्मितीला प्रेरणा देणारी महान शक्ती म्हणजेच नागरी जीवनापासून ग्रामीण जीवनाची असलेली प्रकृतिभिन्नता होय... शहरात असणाऱ्या लेखकांना (लेखनापुरते का असेना) ग्रामीण जीवनाचे... वाटत असलेले आकर्षण हेही ग्रामीण वाङ्मयाची त्यांना प्रेरणा देण्यास कारणीभूत झाले... याशिवाय ग्रामीण जीवनातील वेगळेपणासहित ते जीवन समजून घेण्याची उत्सुकता, त्यातील समस्यांवर आपापल्या परीने चर्चा, भाष्य करण्याचा प्रयत्न आणि ते जीवन जगताना त्या लोकांकडून दाखविल्या जाणाऱ्या चिकाटीचे करावेसे वाटणारे कौतुक, अशाही काही गोष्टींनी ग्रामीण जीवनावर लिहिण्यास लेखकांना भाग पाडले आहे.' (दै. मराठा, २८ फेब्रु. १९६५.)

ग्रामीण साहित्य निर्माण होण्यामागची अपरिहार्यता सामाजिक संदर्भ देऊन रा. ग. जाधव आणि गिरीश राठी यांनी पटवून दिलेली आहे, ती राठींचे शेवटचे दोन मुद्दे वगळता कुणालाही मान्य होण्यासारखीच आहे.

याच संदर्भात म. ना. अदवंत म्हणतात, –

' ... नागर जीवनात असलेला तोचतोचपणा हा कदाचित जानपदजीवनाच्या लोकप्रियतेला कारणीभूत झाला असेल. कदाचित खेडेगावात राहिलेले, त्या जीवनाचा अगदी जवळून अनुभव घेतलेले व जीवनातील सुखदुःखाशी एकरूप झालेले लेखक आज साहित्य-क्षेत्रात पुढे आलेले आहेत. आणि म्हणून त्या जीवनाचे चित्रण अपरिहार्यपणे कथांतून रंगवले जात आहे.'

गिरीश राठी यांनी ग्रामीण साहित्याच्या निर्मितीला, (१) शहरात राहणाऱ्या लेखकांना ग्रामीण जीवनाचे आकर्षण व (२) ग्रामीण जीवन समजून घेण्यादेण्याची उत्सुकता ही जी दोन कारणे शेवटी सांगितली आहेत, त्यांचे अधिक स्पष्टीकरण होऊन सत्यांश तपासून घेणे आवश्यक आहे. पहिले कारण दुय्यम दर्जाच्या फक्त काही लेखकांच्या बाबतीतच खरे आहे. ५५ ते ६० च्या आसपास व नंतरही काही काळ ग्रामीण कथा लोकप्रिय होत आहे असे दिसताच अनेक लेखकांनी नेहमीच्या वृत्तीप्रमाणे त्या लाटेवर बसून उंच होण्याचा व लोकप्रिय होण्याचा प्रयत्न केला. त्यांच्या ग्रामीण साहित्यात ग्रामीण जीवनानुभवाचा प्रत्यय असा कधीच येत नव्हता. केवळ माहितीच्या आधारावर ते ग्रामीण साहित्याचा लोकप्रियतेच्या आकर्षणातून लेखन करत होते. १९४५ पूर्वीच्या ग्रामीण साहित्याची निर्मिती करणारे अनेक लेखक मात्र ग्रामीण जीवनाच्या भ्रामक आकर्षणातून ग्रामीण साहित्यनिर्मिती करताना दिसतात. विशेषत: जानपद-कविता आणि कादंबरी लिहिणारे साहित्यिक. अर्थात याला पूर्वीही अपवाद होतेच. शिवाय इतरही प्रेरणा कार्य करीत होत्या, पण १९५० नंतरच्या पहिल्या पिढीच्या ग्रामीण लेखकांची ही भूमिका नव्हती, हे सत्य आहे.

ग्रामीण जीवन समजून देण्याघेण्याची उत्सुकता हीसुद्धा १९४५ पूर्वीच्या ग्रामीण जीवनावरील साहित्यनिर्मितीच्या मागे प्रेरणा होतीच. तिचा बारीक धागा मात्र १९५० नंतरच्या ग्रामीण साहित्यिकाच्या पहिल्या पिढीत शबल स्वरूपात रेंगाळताना दिसतो. त्यातल्या त्यात तो तुलनेने अधिक प्रभावी आहे तो व्यंकटेश माडगूळकरांच्या साहित्यात. तोच धागा असलेल्या द. मा. मिरासदार यांनी हे जीवन विनोद-निर्मितीच्या प्रेरणेने समजून दिले तर आरंभीच्या शंकर पाटील यांच्यामध्ये तो अस्तित्वात होता; आणि नंतर पाटील यांची कलात्मक जाणीव विशेष प्रभावी झाल्यावर तो पुढे पुढे वितळू लागला. तरीही पाटलांनी 'जीवन समजू देण्याची' भूमिका शबल करून घेतली; संपूर्ण सोडून दिली असे जाणवत नाही. नागर भाषेशी ग्रामीण भाषेचे केलेले 'ब्लेंडिंग' हा एक त्याचाच परिणाम आहे. त्यांच्या आरंभीच्या कथा 'भेटीगाठी'मध्ये प्रसिद्ध झालेल्या आहेत. 'वळीव'मधील कथा यानंतरच्या आहेत. या तीनही लेखकांनी कथेत सतत तृतीयपुरुषी नागर निवेदकाचीच भूमिका स्वीकारली आहे; तीही प्रत्यक्ष ग्रामीण जीवनानुभव आणि तो समजून घेऊ इच्छिणारा शहरी वाचक यांच्यामध्ये उभ्या असलेल्या निवेदक जाणकाराचीच आहे, हेही दिसून येईल. म्हणून 'ग्रामीण जीवनाचा अगदी जवळून अनुभव घेतलेले व त्या जीवनातील सुखदु:खाशी एकरूप झालेले लेखक आज साहित्यक्षेत्रात पुढे आलेले आहेत.' असे जे म. ना. अदवंत ग्रामीण साहित्य निर्मितीचे एक कारण सांगतात, ते १९५० नंतरच्या पहिल्या पिढीच्या बाबतीत खरे वाटते.

या समीक्षकांनी सांगितलेल्या या प्रेरणा दुसऱ्या पिढीच्या मात्र राहिल्या नाहीत. यासंदर्भात गो. ग. कुलकर्णी जे म्हणतात ते विशेष लक्षात घेण्याजोगे आहे. १९७२ साली प्रसिद्ध झालेल्या त्यांच्या लेखात ते म्हणतात, 'परवापरवापर्यंत ग्रामीण जीवनाचे जे एक चित्रण होई ते प्राधान्याने सुशिक्षित नागर व्यक्तीच्या, बहुधा लेखकाच्या दृष्टीतून होई. नागर व्यक्तीला ग्रामीण जीवन कसे दिसले ते त्यातून व्यक्त होत असे. या नागर व्यक्तीला दिसलेले ग्रामीण जीवन काल्पनिक नव्हते. ग्रामीण जीवनाच्या अनुभवातूनच त्याचे चित्रण करण्याची प्रेरणा अशा नागर लेखकांना प्राप्त झाली होती. व्यंकटेश माडगूळकरांचे ग्रामीण साहित्य हे या स्वरूपाचे आहे. त्यांच्या पूर्वीच्या कल्पनारम्य ग्रामीण साहित्याच्या संदर्भात पाहिल्यास माडगूळकरांचे साहित्य खचितच ग्रामीण जीवनाच्या अधिक जवळ सरकले होते. हा फरक केवळ किती अंतर लेखक ग्रामीण जीवनाच्या जवळ सरकल्याचा नाही; तर ग्रामीण जीवनाकडे पाहण्याच्या लेखकाच्या भूमिकेतच मूलभूत फरक पडला. पण कितीही झाले तरी ग्रामीण जीवनाशी असलेले या लेखकांचे नाते काहीसे दूरत्व निर्माण करणारे होते. माडगूळकरांच्या ठिकाणी लेख्य वस्तूविषयी म्हणजे ग्रामीण जीवनाविषयी अकृत्रिम जिव्हाळा होता. म्हणून ग्रामीण जीवनाची जिवंत चित्रे ते रेखाटू शकले. तरीही ते पांढरपेशा वर्गातले होते. त्यामुळे त्यांच्या लेखनाच्या ऐन बहराच्या काळात वाचकवर्गही - जो बहुसंख्येने पांढरपेशा वर्गातलाच होता, त्याला - माडगूळकरांची ग्रामीण जीवनचित्रे अधिक आकर्षक वाटली. कारण लेखकाच्या भूमिकेत, त्याच्या ग्रामीण जीवनाकडे पाहण्याच्या दृष्टिकोनात जणू त्या वाचकांनाही स्थान मिळत असे, पण ही स्थिती आनंद यादवांच्या ग्रामीण साहित्यात – 'गोतावळा' या कादंबरीत बदलली आहे.

'गोतावळा'मध्ये ग्रामीण जीवन जणू स्वतःच आपल्यापुढे मूर्तिमंत उभे आहे. कुठल्याही प्रकारचा आडपडदा त्याने आपल्यापुढे धरला नाही. वाचकाची दृष्टी येथे एकदम प्रत्यक्ष ग्रामीण जीवनावरच रोखली जाते. लेखकाच्या दृष्टिकोनाच्या माध्यमाचीही येथे गरज भासत नाही...' ('साहित्य : दलित आणि ललित'; पृ. ९४)

गो. ग. कुलकर्णी यांनी दुसऱ्या पिढीच्या साहित्यामागच्या प्रेरणेत पडलेल्या फरकाचे परिणामी स्वरूप येथे दाखवून देण्याचा प्रयत्न केलेला आहे. वास्तविक १९६० साली प्रसिद्ध झालेल्या 'हिरवे जग' या आनंद यादवांच्या ग्रामीण कवितासंग्रहातच या बदलत्या प्रेरणा प्रवाही झालेल्या आणि नंतर 'खळाळ'द्वारा 'गोतावळा'त लक्षात येतील अशा स्वरूपात उमटलेल्या दिसतात.

पण पहिल्या पिढीच्या मनोवृत्तीतून पुढे सरकू पाहणाऱ्या शंकर पाटलांच्या गंभीर स्वरूपाच्या कथांत या प्रेरणांची चाहूल प्रथम लागते. त्या काळी नागर

वाचकास व टीकाकारास कौतुकास्पद व लक्षणीय वाटलेले शंकर पाटील यांचे भाषेतील 'ब्लेंडिंग' जर त्यांनी नाकारले असते आणि तीव्र आत्मनिष्ठेने साहित्याविष्कार केला असता, तर पाटील पहिल्या पिढीपासून तुटून ठळकपणे आणि पूर्णपणे दुसऱ्या पिढीचे अग्रदूत ठरले असते. कारण पाटलांची घाटाची कलात्मक जाणीव आणि अनुभव व्यक्त करण्याची त्यांची स्वतंत्र वृत्ती ही पाटलांना व्यवच्छेदक होतीच, पण आविष्काराच्या बाबतीत त्यांनी जे 'भाषिक ब्लेंडिंग' केले, ती एक सन्मान्य तडजोड होती. त्यामुळे स्वातंत्र्योत्तर ग्रामीण साहित्यातील दुसऱ्या पिढीला पाटील फार जवळचे, त्यांच्यातीलच एक वाटतात. उद्धव शेळकेही असेच जवळचे वाटतात, हे विसरता येत नाही.

'स्वातंत्र्योत्तर ग्रामीण साहित्यिक वास्तवाचे वर्णन दोन तऱ्हांनी करतात', असे १९६३ सालीच सांगणाऱ्या म. ना. अदवंतांनी पुसटपणे याची नोंद घेतलेली दिसते. ते म्हणतात,

'दुसऱ्या प्रकारात लेखक हे जीवन रंगविताना तटस्थ राहू शकत नाही. तो त्या जीवनाशी इतका समरस होतो, इतका एकरूप होतो की, त्याला स्वतंत्र निराळे अस्तित्व राहत नाही. प्रादेशिक जीवनाचे रंग लेखकाच्या व्यक्तिमत्त्वाच्या रंगांत मिसळून जातात आणि त्यातून निर्माण झालेले चित्र लेखकाच्या दृष्टिकोनाचा ठसा घेऊन प्रकट होते... लेखक आपणाबरोबर वाचकांनाही या जीवनाच्या अंतरंगात नेतो व तेथील सुखदुःखे व तेथील विविध समस्या यांच्याशी समरस व्हावयास भाग पाडतो. शंकर पाटील, उद्धव शेळके यांच्या कथांतून ही भूमिका प्रामुख्याने दिसते.' ('नव जागृति', दिवाळी-अंक १९६३) हे लिहिताना म. ना. अदवंत माडगूळकर -मिरासदार आणि शंकर पाटील-शेळके यांच्या प्रेरणांमधील वरील संदर्भातील सूक्ष्म भेदच सुचवून जाताना दिसतात.

स्वातंत्र्योत्तर ग्रामीण साहित्यिकांची पहिली पिढी आणि दुसरी पिढी यांच्या प्रेरणांमध्ये हा महत्त्वाचा मूलभूत फरक आहे. दुसरा एक तितकाच महत्त्वाचा फरक जाणवतो. लोकशाहीतील शिक्षणव्यवस्थेचे 'ज्ञानफल' मिळून प्रथमच मुखरित होऊ पाहणाऱ्या आणि सामाजिक व आर्थिकदृष्ट्या स्वातंत्र्योत्तर ग्रामीण साहित्यिकांच्या पहिल्या पिढीपेक्षा खालच्या, कष्टकरी स्तरातील असलेल्या ग्रामीण मनाचा तो अजाण-सुजाण आत्मशोध होता. माझ्या भोवतीच्या पसाऱ्यातून गणगोताच्या स्वरूपात 'मी' जो पसरलो आहे त्याचे स्वरूप काय आहे; या पसाऱ्यातून माझ्यावर कोसळलेले भलेबुरे, सुखात्म, शोकात्म जे अनुभव आहेत त्यांचा अर्थ काय आहे याचा तो शोध होता. त्यामुळेच दुसऱ्या पिढीचे लेखन निवेदनाकडून आविष्काराकडे, प्रसरणशील पिसारेदारपणाकडून सर्वांगांनी अंतर्मुख संकोच करून घेण्याकडे, लेखकाच्या नागररंगी व्यक्तिमत्त्वाकडून ग्रामीण

व्यक्तिमत्त्वाकडे, सामाजिक व्यापकतेकडून मानसिक तीव्रतेकडे, सखोलतेकडे वळलेले दिसते. आरंभी पहिल्या पिढीच्या छायेत वावरणारे रा. रं. बोराडे हळूहळू वृत्तीने दुसऱ्या पिढीस येऊन मिळालेले दिसतात. नंतर पहिली पिढी, दुसरी पिढी यांचा एकच परिणाम होऊन अनेकांनी साहित्यनिर्मिती केलेली दिसते, पण या दुसऱ्या पिढीची दखल अभ्यासू वृत्तीने आणि सलगपणे कुणा टीकाकाराने घेतलेली दिसत नाही. घेतली ती त्या-त्या लेखकांच्या साहित्याचे स्वतंत्रपणे वर्णन करून, बहिरंग वैशिष्ट्ये सांगून. असे होणेही एका अर्थी स्वाभाविक आहे. कारण ज्या टीकाकारांनी आजच्या ग्रामीण साहित्यावर टीकालेखन केले आहे, ते साधारणपणे १९६८ च्या पूर्वी. आणि दुसऱ्या पिढीचा ठळक आविष्कार लक्ष वेधून घेण्याइतका व डोळ्यांत भरण्याजोगा झाला तो 'पाचोळा', 'गोतावळा' या १९७० नंतरच्या कादंबऱ्यांत. त्यामुळे टीकाकारांच्या दृष्टीने परीक्षणे सोडली, तर दुसरी व आता ७५-७६ नंतर आपल्या पाउलखुणा उमटवू लागलेली तिसरी पिढी अजून अस्पृष्ठच आहे.

ग्रामीण कथांची वाढत्या प्रमाणात होणारी निर्मिती लक्षात घेऊन ग्रामीण कथा-कादंबरीचा विशेष प्रभाव मराठी रसिक मनावर पडला आहे, याची नोंद म. ना. अदवंत घेतात. 'नागर जीवनात येणारा तोचतोपणा हा कदाचित (वाङ्मयातील) जानपदजीवनाच्या लोकप्रियतेला कारणीभूत झाला असेल' असे कारण त्यांनी दिले आहे. 'ग्रामीण वाङ्मयाने कळत-नकळत का होईना, स्वतःचा असा एक खास वाचकवर्ग निर्माण केला आहे' असे म्हणून गिरीश राठी यांनी अदवंतानी सांगितलेल्या कारणाचाच प्रामुख्याने विस्तार केला आहे. ग्रामीण साहित्याच्या लोकप्रियतेचे हे कारण खरेतर १९५५ सालीच गंगाधर गाडगीळ यांनी सांगून टाकले आहे. एवढेच नव्हे तर हे वाङ्मयबाह्य कारण आहे हेही त्यांनी स्पष्ट बजावले आहे.

ग्रामीण कथा आजच लोकप्रिय का झाली, १९४५ पूर्वी ती का होऊ शकली नाही, याची अधिक सखोल मीमांसा रा. ग. जाधव यांनी केलेली आहे. ते म्हणतात, '१९४५ पूर्वीचा वाचकवर्ग हाही लेखकांप्रमाणेच भ्रमवलयात उभा होता. या काळात ग्रामीण वास्तवाची अभिरुचीच निर्माण झाली नाही. याचा अर्थ एवढाच की, ग्रामीणतेचा विषय व लेखकवाचक यांच्यात एकप्रकारचा परकेपणा या काळात कायम होता.' ('महाराष्ट्र टाइम्स')

१९५० नंतरच्या 'ग्रामीण कथे'ला लोकप्रियता का मिळाली याचीही कारणमीमांसा ते करतात. अर्थात ही कारणे वाङ्मयबाह्य आहेत हे त्यांनीही सांगून टाकले आहे. 'नागर वाचकांनाच ग्रामीण कथा प्रिय आहे' असे म्हणून त्यांनी नागरी जीवनातूनच आज अटीतटीचे नाट्य कसे हरवले आहे हे दाखवून

दिले आहे. 'हे नाट्य ग्रामीण कथेत नागर वाचकाला भेटते, म्हणून ग्रामीण कथा लोकप्रिय झाली' असे त्यांचे म्हणणे आहे. 'नागर नवकथेतूनही हे नाट्य हरवले होते' असे सांगून पुढे ते म्हणतात, '... एका बाजूने नवकथेतील नागर कथा लिहिली जात असतानाच जणू तिच्या हातात हात घालून प्रादेशिक व ग्रामीण कथाही वाटचाल करू लागली. दुर्बोधता, अश्लीलता, कथाप्रयोजन, वाङ्मयाचे प्रयोजन, व्यवस्थितप्रज्ञता यासारख्या प्रश्नांना व वादांना नागर नवकथेने जन्म दिला; परंतु नवी ग्रामीण कथा या प्रश्नांच्या व वादांच्या पैलच राहिली. या ग्रामीण प्रादेशिक कथेत वाचकाला हवी असलेली गोष्ट आढळली. सरळसरळ नाट्य दिसले. अटीतटीच्या प्रसंगांचे चित्रण दिसले. प्रक्षोभकता आढळली...' ('महाराष्ट्र टाइम्स') आणि यामुळे ती लोकप्रिय झाली... 'नागर वाचकाची ती जीवनविषयक गरज होती' असे रा. ग. जाधव यांना वाटते.

प्रादेशिक साहित्याची विपुल निर्मिती या काळात का झाली, याचे कारण : 'नागरी जीवनाचे कथारूप चित्रण करणे ही काहीशी अवघडच गोष्ट! कारण संशयवादाने व मूल्यहीनतेने पोखरलेले नागरी जीवन कथाविषय करायला वेगळी साधने व वेगळी क्षमता हवी! कथारूपाने या उद्ध्वस्त विश्वाची लक्षणीयता अधोरेखित करणे हे खरोखरच जिकिरीचे काम! मराठीत तर कादंबरीच्या विस्तृत आकृतीत हे नागर जीवन नीटपणे व्यक्तही झाले नाही! म्हणूनच प्रादेशिकतेची सीमित कक्षा लेखकांना अधिक सोयीची व सुलभ वाटली. प्रादेशिकतेचे आकलन व मूल्यमापन सुबोध व म्हणून आविष्कारही सुकर ठरला. आत्मनिष्ठेच्या मूल्यामुळे त्या आविष्कारात अस्सल अनुभूतीचा प्रभावही राहिला. याही कारणांनी प्रादेशिक साहित्याची विपुल निर्मिती होण्यास साहाय्य झाले.' ('महाराष्ट्र टाइम्स')

ग्रामीण कथा नागर वाचकवर्गात लोकप्रिय का झाली याची कारणे या टीकाकारांनी जी सांगितली आहेत ती पटण्यासारखी आहेत, पण या नागर टीकाकारांच्या लक्षात दुसरी एक महत्त्वाची गोष्ट आलेली दिसत नाही. १९५५ नंतरच्या काळात महाराष्ट्रात शिक्षणप्रसार झपाट्याने झाला. प्राथमिक शाळा, हायस्कूल्स, महाविद्यालये खेड्यापाड्यांतून झपाट्याने वाढत गेली. निरनिराळ्या शिक्षणसंस्था ग्रामीण विभागांत स्थापन झाल्या. त्यांनी भरपूर शिक्षणप्रसार केला. खेड्यापाड्यांतला आजवर शिक्षणाला वंचित असलेला स्तर शिक्षण घेऊन साक्षर झाला. या नवतरुण साक्षर वर्गाच्या हातात या काळात साप्ताहिके, दैनिकांच्या साप्ताहिक आवृत्त्या, मासिके, कथा-कथनाचे प्रयोग, रेडिओचा प्रसार; महाविद्यालये, शाळा, हायस्कूल्स, ग्रामपंचायती, तालुके, जिल्हा येथील नवनवी ग्रंथालये यातून ग्रामीण कथा गेली आणि या नवसाक्षर ग्रामीण समाजाला ती आपलीशी वाटू लागली. तिची भाषा, अनुभव, प्रसंग, माणसे, वातावरण ही सर्व त्यांच्या

आसपासची वाटू लागली. क्रमिक पुस्तकांतून ती शिकवली जाऊ लागल्याने या जीवनाला आजवर नसलेली एक प्रतिष्ठा प्राप्त झाली. त्यामुळे ग्रामीण वाचकाचा स्वत:च्या जीवनाविषयीचा आत्मविश्वास वाढवायला ही कथा कारणीभूत झाली आणि तिचा परिणाम ती आपलीशी वाटण्यात झाला. नवकथा या ग्रामीण नववाचकवर्गाला कळणे, आपलीशी वाटणे अनेक सामाजिक, सांस्कृतिक कारणांनी शक्यच नव्हते. यामुळेही ग्रामीण कथा या काळात अधिक लोकप्रिय झाली याचे भान या टीकाकारांना दिसत नाही.

रा. ग. जाधव यांनी ग्रामीण साहित्याच्या विपुल निर्मितीचे जे कारण सांगितले आहे ते तर मुळीच पटण्यासारखे नाही. यासंदर्भात एक साधी वस्तुस्थिती लक्षात आणून देऊ इच्छितो. पहिल्या पिढीचे कथाकार गाडगीळ, अरविंद गोखले, पु. भा. भावे आणि ग्रामीण कथाकार व्यंकटेश माडगूळकर, शंकर पाटील, द. मा. मिरासदार यांचे नागर आणि ग्रामीण कथासंग्रह व त्यातील कथांची एकत्र संख्या जरी नुसती लक्षात घेतली तरी नागर कथा या लेखकांनी 'विपुल' लिहिली आहे हेच दिसून येईल. तेव्हा नागर कथेची निर्मिती अवघड म्हणून विरल आणि ग्रामीण कथेची निर्मिती सुलभ म्हणून विपुल म्हणणे म्हणजे वस्तुस्थितीचा विपर्यास करण्यासारखे आहे; एवढेच नव्हे तर ज्या कारणांनी ग्रामीण कथेची निर्मिती करणे 'सुकर' असे ते म्हणतात ते कारणही फसवेच आहे. नागर जीवनाचेही सुबोध पातळीवर आकलन करता येते, मूल्यमापन सुबोधपणे करता येते. प्रश्न आकलनाचा अगर आविष्काराचा नसून निर्मितिक्षमतेचा आहे. ही जर नसेल तर निर्मितीच होऊ शकणार नाही.

मग या काळात ग्रामीण कथा विपुल निर्माण झाल्यासारखी का वाटते? उत्तर पूर्वीच्याच मुद्द्यात आहे. या काळात तयार झालेला नवसाक्षर ग्रामीण तरुण, हेच कारण होय. या काळात आजवर माणुसकीपासून वंचित असलेल्या या 'ग्रामीणाला' सांस्कृतिक क्षेत्रातही आपल्या अनुभवांना साहित्याच्या रूपाने स्थान मिळू शकते याची जाणीव पहिल्या पिढीच्या ग्रामीण साहित्याने करून दिली. लोकशाहीमुळे स्वत:च्या अस्तित्वाची, हक्काची, अस्मितेची जाणीव झाली नि तिला ग्रामीण साहित्याच्या रूपाने आविष्कार मिळू लागला. आजसुद्धा ग्रामीण साहित्याची विविध रूपांत निर्मिती होतच आहे; फक्त याला पूर्वीइतके लोकप्रियतेच्या लाटेने उंच नेऊन ठेवले जात नाही एवढेच. हा नवसाक्षर तरुण ग्रामीणवर्ग संख्येने सतत वाढतच जातो आहे. त्यामुळे येथून पुढे तर ग्रामीण साहित्याची निर्मिती विविध अंगांनी, विविध रूपांनी, विविध साहित्य प्रकारांतून होण्याची अधिकच शक्यता आहे. पण स्वातंत्र्योत्तर काळात सततच सामाजिक संदर्भ तोडून टाकून नुसताच साहित्यविचार करण्याची सवय लागल्यामुळे ग्रामीण साहित्याचा सामाजिक, सांस्कृतिक संदर्भ टीकाकारांच्या लक्षात आला नसावा.

स्वातंत्र्योत्तर पहिल्या पिढीने केलेल्या कथालेखनाचे विवरण करताना ग्रामीण कथेची वैशिष्ट्ये अनेकांनी सांगितलेली आहेत. त्याबरोबर तिच्या आशयावर, विषयांवर, अभिव्यक्तीवर, मांडणीवर पडलेल्या मर्यादांचे, त्यातील दोषांचे, सांकेतिकतेचे वर्णन अनेकांनी केलेले आहे. लिखित स्वरूपात प्रथम एस. एस. भोसले यांनी तिच्या मर्यादांचे स्वरूप ठळकपणे वर्णन करून सांगितले आहे. त्याअगोदर म. ना. अदवंतांनीही 'ती किस्सेवजा होऊ लागलेली आहे, तिच्यात आजच्या खेड्याचे वर्णन येत नाही.' असे म्हटलेले आहे.

एस. एस. भोसले यांना वाटते की, १९६४ पर्यंतच्या ग्रामीण कथेत पाल्हाळ, कसनुशा क्षणांना वजनदार करण्याचा प्रयत्न, 'नॉस्टॅल्जिक' प्रवृत्तीचे पोषण, भूतकाळात रमण्याची वृत्ती व तेच चांगले होते असे मानण्याकडे कल दिसून येतो. ही कथा परंपरावादी आहे, असावी तितकी प्रयोगशील नाही. जीवनाचा खोलवर शोध घेत नाही, ठरावीक क्लृप्त्यांमुळे हास्यास्पद होत चालली आहे. 'ग्रामीण स्त्री' या साहित्यात विशेषपणे येत नाही. खेड्यापाड्यांतील त्याच त्या विषयांचे दळण ती करते. सांकेतिक झालेली आहे. 'चिटाळ्या'तून बाहेर पडते आहे, व्यापक सामाजिक चिंतन तिच्यात नाही.' - नंतर शंकर सारडा यांनी एस. एस. भोसले यांचेच अनुकरण वेगळ्या भाषेत केलेले आहे. अंबादास माडगूळकर व सूर्यकांत खांडेकर यांचेही महत्त्वाचे आक्षेप वरीलप्रमाणेच आहेत. ग्रामीण कथा रंजकतेचे भान अधिक राखते, शिव्यांचा वापर अवाजवी, अनाठायी करते, विषयांची पुनरावृत्ती करते आहे, बिनीचे लेखक आवर्तात सापडले आहेत, हे वरीलपेक्षा काहीसे वेगळे वाटणारे त्यांचे मुद्दे.

१९५० ते १९६० या वर्षांत बिनीच्या ग्रामीण लेखकांनी आपल्या कुवतीच्या मानाने थोडक्या अवधीत पुष्कळच लेखन केले. या काळात ग्रामीण कथा लोकप्रिय झाली. तिची चर्चा होऊ लागली. तिला प्रतिष्ठा मिळू लागली. या सर्वांचा परिणाम ती आवर्तात सापडण्यात झालेला असावा. लेखकाचाही एक विकास असतो. या विकासासाठी दमदारपणे संथ गतीने आपले वाचन, चिंतन वाढवत, त्यावर चर्चा करत, स्वतःच्या लेखनाचा वारंवार अंतर्मुख वृत्तीने विचार करून त्यात सुधारणा करत, त्यात नवनवी भर घालत, स्वतःच निर्माण केलेल्या चाकोऱ्या मोडून नवनवे प्रयोग करत, नव्या वाटा शोधत लेखकाला सतत जावे लागते. या सर्वांसाठी लेखनातून जी उसंत मिळावी लागते, तीच या बिनीच्या लेखकांच्या लोकप्रियतेमुळे त्यांना त्या दहा वर्षांत मिळाली नाही. हे लेखक सतत लेखनच करत राहिले आणि त्यांचे लेखन वाढत्या मागणीने सतत प्रसिद्ध होत गेले, त्याचे कौतुक होत गेले. वाचकवर्गही या लेखनाचे कौतुक करत राहिला. टीकाकारही तसेच लाटेवर

आरूढ होऊन त्यांचे कौतुक करत राहिले. त्यामुळे या लेखकांना आपल्या लेखनात काही मर्यादा आहेत, आपण आवर्तात सापडत चाललो आहोत, याकडे लक्ष देण्याचे कारणच पडले नाही. थोडक्या अवधीत खूप लेखन केल्यामुळे त्यांचे आपोआपच साचे, 'विटाळी' तयार झाली. सखोल जीवनचिंतनासाठी लेखनात जो संथपणा हवा असतो, तो ठेवून त्यांना मागणी पुरी करता येणे शक्यच नव्हते. यामुळेच तिचा आरंभी जो त्या-त्या लेखकाच्या आकलनानुसार त्याच्या-त्याच्या कथेचा घाट सिद्ध झाला, तिथेच ती कथा राहिली. ती १९६०-६२ पर्यंत पुढे सरकलीच नाही आणि पुढे या लेखकांचे लेखन रोडावून गेले.

यातूनच तिच्यात वर सांगितलेले दोष व मर्यादा निर्माण झाल्या. १९३० च्या आसपास मराठी साहित्यात लघुनिबंधाची अशीच लाट आली होती आणि ती बारा-पंधरा वर्षे टिकली होती. त्या वेळीही असेच झाले होते. समाजजीवनात काय किंवा साहित्यसृष्टीत काय, कोणतीही लाट जेव्हा येते तेव्हा अंतर्मुखतेचा, यथार्थ आत्मनिरीक्षणाचा व योग्य परीक्षणाचा अभावच निर्माण होतो. दलित साहित्यही आज याच आवर्तात सापडलेले दिसते.

या काळातील ग्रामीण कथेत 'आजचे खेडे' येऊ शकले नाही याचे कारण वरील कारणमीमांसा जमेस धरूनही आणखी थोडे वेगळे आहे असे वाटते. या बिनीच्या लेखकांनी आपल्या उमेदीच्या विशीपर्यंत जे खेडे पाहिले होते ते स्वातंत्र्यपूर्ण काळातील होते हे उघड आहे. नंतर ही मंडळी या ना त्या कारणांनी शहरवासी झाली. या वयात येणारे अनुभवच माणसाचे व्यक्तिमत्त्व व त्याची वैशिष्ट्ये घडवीत असतात. या वेळेपर्यंत आपण तसे कुणी नसतो. सामान्य राहून जीवनप्रवाह अंगावर घेत असतो. विविध अनुभव अंगावर कोसळत असतात. एकदा का शिक्षणाची चाकोरी सुरू झाली आणि त्यानंतर नोकरीची चाकोरी सुरू झाली की, त्या चाकोरीतीलच अनुभव येऊ लागतात. चाकोरीबाहेर सहसा जाणे आणि बाहेर जाऊन अनुभव अंगावर घेणे जमत नाही. अशावेळी 'ऑब्झर्वर'चीच भूमिका आपल्यावर येते. त्यामुळे पहिल्या पिढीच्या ग्रामीण लेखकांचे खेडे स्वातंत्र्यपूर्व काळातीलच राहिले. त्यांच्या कथेत स्वातंत्र्योत्तर खेडे आले ते विनोद-विडंबनाचा विषय होऊन. कारण सांगोवांगीने त्यांच्या कानांवर ज्या गोष्टी येत, त्यातून ज्या 'गप्पाटप्पा' होत, 'चकाट्या' पिटल्या जात, त्यातून विनोद-विडंबनाला खतपाणी मिळणे कल्पनाविलासामुळे सहज शक्य असते. स्वातंत्र्योत्तर काळातील खेड्याची गंभीर बाजू या बिनीच्या लेखकांना कधी कळूच शकली नाही आणि त्यांना स्वातंत्र्योत्तर खेड्याचे लोकप्रिय झालेले किस्सेच अर्थसाधन म्हणून पिकवायचे असल्याने

ते खेडे गंभीरपणे समजून घेण्याची गरजही वाटली नसावी. वास्तविक आज १९८० च्या आसपास बदलत्या खेड्याची अवस्था आणि दुरवस्था गंभीरपणे समजून घेण्याची नितांत गरज आहे.

लेखकांच्या अंगाने हा जसा विचार करता येतो, तसा तो खेड्याच्या अंगानेही करता येतो. १९५० ते ६० या काळात खेड्याचे रूप पालटू घातले होते; ते पालटलेले नव्हते. रूप पालटण्यासाठी जे राजकीय, सामाजिक, शैक्षणिक, आर्थिक, शेतीविषयक, आरोग्यविषयक, लोकसंख्यानियंत्रणविषयक उपक्रम हाती घेतले जात होते, ती नुकती कुठे त्यांची सुरुवात होती. जीवनाच्या वरवरच्या थरावर ती येत होती. ग्रामीण जीवनाच्या खोल मातीत पहिल्या तळापर्यंत त्या उपक्रमांची मुळे जायची होती. तशी ती मुळे जाऊन प्रत्यक्ष जीवन जगताना त्या मुळांचे जीवनशैलीवरच जे सर्वव्यापी नियंत्रण चालायला हवे असते ते अजून निर्माण झाले नव्हते. जीवनाची जुनी शैलीच प्रभावी होती. खेड्याचा गाभा तसाच होता. मूठभर मळेवाले, बागायतवाले, इनामदार, पाटील, देशमुख यासारख्या सधनांच्या शेतातच हे उपक्रम फिरत होते.

राष्ट्रीय महारस्त्यांच्या आसपासची, उद्योगप्रधान शहरांच्या जवळपासची, ज्या परिसराचे राजकीय कार्यकर्ते, मंत्री वा तसेच एखादे महत्त्वाचे पद भूषवणारे असतील त्या ग्रामीण परिसरातच हे नवजागरण सुरू झाले होते. आंतरभागातील शेकडो खेडी (की ज्यांचा वर्तमानपत्रांना पत्ताही नसतो) जुन्याच शैलीने जगत होती. 'मराठवाडा' तर शांतशांतच वाटत होता. अशावेळी नागर-मनोवृत्तीच्या टीकाकारांनी, वर्तमानपत्रांतील स्तंभ सजवणाऱ्यांनी आणि वर्तमानपत्रांच्या आधारेच खेडे समजून घेणाऱ्यांनी पहिल्या पिढीच्या ग्रामीण कथाकारांकडून १९६०-६५ च्या आसपासच 'आजच्या खेड्याची' अपेक्षा त्यांच्या साहित्यांतून करणे अनाठायी व घाईचे होते, हे उघड आहे. यासंदर्भात १९६५ साली रा. रं. बोराडे यांनी काही उद्गार काढले आहेत; तेही लक्षणीय आहेत. ते म्हणतात, 'आजच्या ग्रामीण कथेवर अप्रामाणिकपणाचा आरोप करणारी आणखी काही मंडळी आहेत. या मंडळींच्या मतानं आमच्या ग्रामीण जीवनात स्थित्यंतरं होत आहेत, पण या स्थित्यंतरांची जाणीव आमच्या मराठी कथेत दिसून येत नाही. आमच्या ग्रामीण जीवनात स्थित्यंतर होत असल्याची जाणीव मलाही आहे, पण हे स्थित्यंतर कोणत्या बाबतीत होत आहे हे लक्षात घेतलं पाहिजे.

... जो काही बदल दिसून येतो तो वरवरचा आहे आणि या बदलाची दखल ग्रामीण कथेनंही घेतली आहे... आजची ग्रामीण कथा ग्रामीण मनाचा तळ शोधीत आहे. म्हणून आजच्या ग्रामीण कथेत स्थित्यंतर व्हावं असं वाटत असेल, तर ही ग्रामीण मनं तळापासून ढवळून निघायला हवीत. भावनिक संबंधाला

भराभर तडे जायला हवेत आणि असं काही व्हावं असं वाटत असेल, तर आजच्या ग्रामीण जीवनात फार मोठा बदल घडून यायला हवा. असं काही झालं तर आजची ग्रामीण कथा या बदलाची निश्चित दखल घेईल.' ('प्रतिष्ठान', एप्रिल-मे-जून १९६५.)

स्वातंत्र्योत्तर काळात जन्माला आलेली आणि गेल्या पाच-सात वर्षांत म्हणजे १९७५ च्या आसपास लिहिती झालेली ग्रामीण लेखकांची पिढी बदलत्या खेड्याचे संस्कार घेऊन आलेली दिसते. या बदलत्या खेड्यातील मानसिक ताण-तणाव रेखाटताना ती दिसते आहे. अजून त्यांचे संग्रह बाहेर आलेले नाहीत. ते आल्यावर बदलत्या खेड्याचे चित्र अधिक स्पष्ट स्वरूपात ग्रामीण साहित्यात उमटताना दिसेल. पण १९७० च्या आसपास प्रसिद्ध झालेल्या 'पाचोळा', 'गोतावळा' या कादंबऱ्यांपासूनच बदलत्या खेड्याची पदचिन्हे ग्रामीण साहित्यात उमटू लागल्याचे आपणांस दिसत आहे. यावरून रा. रं. बोराडे यांच्या उद्‌गारांतील अर्थपूर्णता लक्षात यायला हरकत नाही.

पण यासंदर्भात एक मूलभूत प्रश्न उपस्थित होतो. स्वातंत्र्योत्तर पहिल्या पिढीच्या ग्रामीण साहित्यिकांकडून 'आजचे खेडे' जे वास्तवात आहे त्याची अपेक्षा अनेक टीकाकारांनी त्यांच्या साहित्यातून केलेली आहे. ही अपेक्षा करताना आजच्या खेड्यात प्रत्यक्षात कायकाय स्थित्यंतरे झाली आहेत याची विस्तृत वर्णने करून, ती या वाङ्मयात नाहीत असे पुढे म्हटले आहे. पण असा प्रश्न उपस्थित करताना ग्रामीण साहित्याला एक महत्त्वाचा धोका निर्माण होतो याची जाणीव या टीकाकारांना नसावी. ग्रामीण साहित्य हे सामाजिक वास्तवाशी या ना त्या कारणाने आतापर्यंत निगडित ठेवले गेले; किंबहुना 'ग्रामीण' हे विशेषण 'साहित्य' या संज्ञेचे न मानता जणू ग्रामीण सामाजिक वास्तवाचा अर्थनिर्दिष्ट करणारे मानले गेले आणि याच संदर्भात पुढचा प्रश्न उपस्थित केला गेला. गिरीश राठी यांनी तो उपस्थित केला आहे. ते म्हणतात, 'आज आपल्या देशात राजकीय, सामाजिक आणि सांस्कृतिक अशा सर्वच आघाड्यांवर राष्ट्रविकासाचे प्रचंड कार्य कोटीकोटी हातांनी चालले आहे... खेडी ही आता दिवसेंदिवस शहरांच्या अधिकाधिक जवळ येणार आहेत. दोघांतील स्थानभेद काही वर्षांनी नावापुरताच राहणार आहे... अनेक वर्षांपासून शहरांत आणि खेड्यांत जो दुरावा निर्माण झाला होता तो आता वेगाने नामशेष होत जाणार आणि याची परिणती म्हणजे दोन्हींच्या जीवनवैशिष्ट्यांतील जी खोल दरी आहे, ती बुजवण्यात येईल. (त्यामुळे) ...आजच्या खेड्यांचे रूपांतर उद्याच्या शहरांच्या उपनगरात झालेले पाहावयास मिळेल. (त्यावेळी) सुसंस्कृततेच्या, आधुनिकतेच्या विकासाच्या नावाखाली आजचे हे ग्रामीण जीवन

आपल्या सर्व बऱ्यावाईट वैशिष्ट्यांसह, लकबींसह, सुखदुःखांसह त्या नागरी जीवनाच्या विशाल, समर्थ बाहूत समेटून जाईल.

जे ग्रामीण जीवन खऱ्या अर्थाने जेव्हा 'ग्रामीण'च राहणार नाही, मग त्यावरील साहित्य कसे ग्रामीण राहणार? त्याच्या निर्मितीला स्फूर्ती देणाऱ्या, आकर्षण वाटायला लावणाऱ्या साऱ्या 'बिंदूं'चा लोप झाल्यावर त्याचे प्रतिबिंब उमटवणारे वाङ्मय कसे उगम पावणार? ....' ('दै. मराठा', २८ फेब्रु. १९६५)

म्हणजे गिरीश राठी यांचेही म्हणणे असेच आहे की, पुढे काळाच्या ओघात खेड्यांचे संपूर्ण शहरीकरण होईल आणि 'ग्रामीण वास्तव'च अस्तित्वात राहणार नाही; मग त्याचे दर्शन घडवणारे 'ग्रामीण साहित्य' तरी कसे निर्माण होणार? म्हणजे हा प्रश्न विचारण्याच्या मागेही ग्रामीण साहित्य हे खास ग्रामीण म्हणून आज ज्याला म्हटले जाते त्या ग्रामीण सामाजिक वास्तवाचे दर्शन घडण्यासाठीच अवतरते आहे.

तेव्हा याचा अर्थ असा होतो की, नगराच्या विरोधात जी ग्रामीण संस्कृती उभी आहे, त्या ग्रामीण संस्कृतीचे सामाजिक वास्तव चित्रित करण्यासाठी ग्रामीण साहित्याचा अवतार आहे, म्हणून ते कालचे खेडे रंगवते; आजचे खेडे रंगवत नाही; हा त्या साहित्याचा दोष आणि उद्या खेडे अस्तित्वात असणार नाही म्हणून ग्रामीण साहित्याला उद्या अस्तित्व नाही, ते उद्या जन्मू शकणार नाही. अशी ही कारणमीमांसा आहे. रा. रं. बोराडेही वरीलप्रमाणे उत्तर दिल्याने या प्रश्नांना मान हलवतात किंवा मनोमन मानतात असे दिसते.

वरील अर्थाने आजवर ग्रामीण साहित्य अनेक कारणांनी वास्तववादीच राहिले. आरंभी ते ग्रामीण समाजाची सुधारणा करण्याच्या हेतूने अवतरत होते. माट्यांनी ते वस्तुस्थितीचे दिग्दर्शन करण्याच्या हेतूने लिहून सामाजिक प्रश्न उपस्थित केले. पेंडसे-दांडेकर यांनी या ना त्या कारणाने ते संपूर्ण वास्तववादी किंवा श्रद्धावादाने युक्त वास्तवाशी एकनिष्ठ ठेवले. व्यंकटेश माडगूळकरांनी तर ते कलात्मक अलिप्तता सांभाळून संपूर्ण वास्तववादी ठेवले. ... त्यांच्या बरोबरीच्यांनीही तेच केले. म्हणजे आजवर ग्रामीण साहित्य सामाजिक वास्तवाशी एकनिष्ठ राहिलेले दिसते. त्यातूनच या अपेक्षा निर्माण झाल्या आहेत. त्यामुळेच की काय, 'आजचे खेडे त्यात येत नाही.' हा त्याचा दोष झाला किंवा उद्या खेडे अस्तित्वात असणार नाही, त्यामुळे उद्या ते साहित्य नामशेष होणार, ही त्याची नियती झाली.

पण हे बरोबर आहे असे वाटत नाही. ही सगळी कारणमीमांसा शहरी मध्यमवर्गीय दृष्टीतून झालेली आहे असे मला वाटते. जणू शहरी रसिकाला ग्रामीण जीवनाचे, संस्कृतीचे, माणसांचे, वातावरणाचे, रागा-लोभांचे दर्शन

घडवण्यासाठी ग्रामीण साहित्याचा अवतार आहे, अशी सुप्त भूमिका यात गृहीत धरलेली आहे. जोवर ग्रामीण साहित्य घडवणारा आणि ते वाचणारा शहरीवर्गच फक्त अस्तित्वात होता तोवर हे ठीकच होते. त्याशिवाय दुसरी भूमिका त्यांना वठवता येणे शक्यच नव्हते. स्वातंत्र्योत्तर काळातल्या ग्रामीण साहित्यिकांच्या पहिल्या पिढीपर्यंत हे शक्य झाले; कारण या पिढीने मनाने कुठेतरी शहरी वृत्तीला प्रमाण मानून साहित्यनिर्मिती केली होती.

पण दुसऱ्या पिढीपासून चित्रच बदलले आहे. दुसऱ्या पिढीला ग्रामीण साहित्याची निर्मिती ही मनोमन केवळ शहरी वाचकासाठी आहे असे मुळीच वाटत नाही जीवनात आलेल्या अनुभवांचा आत्मनिष्ठेने आविष्कार हेच तिने प्रमाण मानलेले आहे. भाषेचा वापर करताना म्हणूनच आजचे ग्रामीण साहित्य वाचकवर्गाचा विचार न करता, आपणास जे व्यक्त करायचे आहे त्याला अनुरूप अशा भाषेचा विचार करीत आहे. ग्रामीण साहित्याचा वाचकवर्गही आज ग्रामीण विभागांतून मोठ्या प्रमाणात विखुरलेला आहे. त्यांना आज ते त्यांचे साहित्य वाटते आहे. त्यांच्या विकसनशील आधुनिक ग्रामीण समाजाचा त्यांना तो आज सांस्कृतिक वारसा वाटत आहे. ग्रामीण साहित्य निर्माण करणाऱ्या आणि वाचणाऱ्या वर्गाला आज हे सर्व भान आलेले आहे. त्याची शहरी वर्तमानपत्रांतून वाच्यता होत नाही एवढेच. पहिल्या पिढीच्या लाटेबरोबरच टीकाकारांचीही लाट नंतरच्या पिढीच्या बाबतीत उत्साहासरशी ओसरलेली दिसते.

दुसऱ्या पिढीपासून या साहित्याची प्रेरणाही बदलली आहे हे लक्षात येईल. आजवर ही साहित्यनिर्मिती सामाजिक वास्तवाच्या खुंट्याला ढोरासारखी दावे लावून बांधली गेलेली होती, पण आता ती त्या मर्यादित खुंट्याच्या रिंगणातच फेर धरण्यात आनंद मानेल असे दिसत नाही. ही निर्मिती आत्मशोधात गुंगू लागल्यामुळे ती ग्रामीण मानसवास्तवात, नाट्यात, एवढेच नव्हे तर ग्रामीण मनाच्या रोमँटिक वृत्तीतही रमू शकेल. स्वतःच्या मनाचे विविध पापुद्रे ती उकलण्याचा, उलगडण्याचा प्रयत्न करील. आज ना उद्या ही प्रक्रिया अधिक प्रमाणात सुरू झाल्याशिवाय राहणार नाही. मग सामाजिक वास्तवता व्यक्त करायला जवळचे असलेले 'गोष्ट' - रूप कथा-कादंबरीसारखे प्रकार काही काळ बाजूला सारून ती कविता, ललितलेख यासारख्या अनुभवाच्या दृष्टीने वेगळ्या जातीच्या साहित्यप्रकारांकडे वळेल. त्यावेळी या ग्रामीण साहित्याचे स्वरूप पहिल्या पिढीच्या ग्रामीण साहित्यासारखे असणार नाही. याचा अर्थ ते सामाजिक वास्तवाला संपूर्ण नाकारलेले साहित्य असेल असा मुळीच नाही. तो एक त्याचा महत्त्वाचा भाग असला तरी त्याच्या पलीकडे त्याची कक्षा कितीतरी रुंदावलेली असेल एवढेच इथे सुचवायचे आहे.

एका बाजूने अशा ग्रामीण साहित्यिकाच्या प्रेरणाच बदललेल्या असतील; तर दुसऱ्या बाजूने खेडेही बदललेले असेल. कालचे खेडे आज नाही आणि आजचे खेडे उद्या नसणार, हे सत्य कोणीही नाकारू शकणार नाही. पण खेड्याचे उद्योगप्रधान शहरात रूपांतर झालेले नसेल एवढे खास. ते फक्त आजच्या एखाद्या किर्लोस्करवाडीसारखे नमुनेदार किंवा वारणानगरसारखे आधुनिक ग्राम असेल. तेथील शेती, दुग्ध व्यवसाय, पिके, पाणी, मळणी, खुरपणी, पेरणी जाणार नाहीत. अवजारे बदलतील; पिके अधिक कसदार होतील, पण तेथे कारखानदारी, स्कायस्क्रेपर्स, दळणवळणाची जाळी, उद्योगधंद्याच्या उलाढाली, मोठमोठ्या अधिकाऱ्यांची एअर कंडिशन्ड कार्यालये निश्चित येणार नाहीत – की ज्यांनी शहरांना आपला रंग दिलेला असतो. त्यामुळे या उद्याच्या आधुनिक ग्रामांची संस्कृती आजच्या खेड्यापेक्षा वेगळी असेल, पण ती उद्याच्या उद्योगप्रधान शहरासारखी मुळीच असणार नाही उघड आहे. त्यामुळे उद्याचे खेडे वेगळे असले तरी त्या खेड्यात राहणाऱ्या माणसाचे साहित्यही वेगळे आणि त्या ग्रामसंस्कृतीचे प्रतिबिंब असलेले असणार आहे, हेही उघडच आहे. कारण साहित्य ही सुशिक्षित माणसाची आविष्काराच्या अंगाने आणि आस्वादाच्या अंगाने दुहेरी गरज आहे.

सारांश, 'आजचे खेडे नाही - उद्या खेडे असणार नाही' यासारखे सामाजिक वास्तवाशी निगडित असलेले प्रश्न ग्रामीण साहित्याच्या बाबतीत उपस्थित करून त्याला सामाजिक वास्तववादाच्या खुंट्याशी ढोर समजून बांधून ठेवून टीकाकारांनी आपल्याकडे अडाण्याची भूमिका घेऊ नये किंवा 'उद्या' ग्रामीण वाङ्मयाला भवितव्य नाही असेही मानू नये. जोपर्यंत या शेतीप्रधान देशात उद्योगप्रधान शहरांबाहेरच्या ग्रामविभागात माणूस राहतो आहे, तोपर्यंत त्या मनाचा साहित्यरूप आविष्कार हा होतच राहणार.

◆

‘ग्रामीण’ हे विशेषण काय अपेक्षिते?

साहित्याला किंवा साहित्य प्रकारांना वेळोवेळी अनेक विशेषणे कायमची किंवा त्या त्या वेळेपुरती लावून त्यांचे वर्णन केले जाते; वेगळेपण सांगितले जाते. ही विशेषणे पुष्कळवेळा विविध संदर्भ घेऊन जन्माला येत असतात.

(अ) त्यांच्या पाठीमागे पुष्कळवेळा भौगोलिक संदर्भ असतो. ‘अमेरिकन साहित्य’, ‘जपानी साहित्य’, ‘चिनी साहित्य’, ‘पंजाबी साहित्य’, ‘बंगाली साहित्य’, ‘शहरी साहित्य’, ‘ग्रामीण साहित्य’ असे म्हणत असताना त्या विशेषणांनी भौगोलिक संदर्भ सुचविला जातो. त्या त्या देशा-प्रदेशाचे किंवा विभागाचे ते साहित्य असे आपणांस सुचवावयाचे असते.

कित्येकवेळा ते साहित्य कोणत्या विशिष्ट भाषेतील आहे याचा संदर्भ लक्षात घेऊनही आपण ही विशेषणे वापरत असतो. ‘हिंदी साहित्य’ असे म्हणत असताना ‘भारतीय साहित्य’ अभिप्रेत नसते; तर हिंदी भाषेतील साहित्य असे म्हणावयाचे असते. तसेच ‘इंग्रजी साहित्य’ म्हणतानाही इंग्रजी भाषेतील साहित्य असे आपणांस सुचवावयाचे असते. ज्याची इंग्रजी भाषा आहे त्याला ‘केवळ इंग्लंडचे साहित्य’ असे सुचवावयाचे नसते. पुष्कळवेळा देशाचे नाव आणि त्या देशाची वा प्रदेशाची भाषा यांचे नाव एकच असल्याने असे सुचविले जाते; हे खरे. ‘बंगाली साहित्य’ असे म्हणताना बंगाल प्रदेशाचा व बंगाली भाषेचा असा दुहेरी निर्देश त्यात असतो, पण पुष्कळवेळा ती भाषा आपला देश-प्रदेश कवेत घेऊन काही कारणांनी अधिक व्यापक लोकांची झालेली असते. ‘इंग्रजी भाषा’ आज जगाची भाषा समजली जाते. एखादा भारतीयही मुळात इंग्रजीत लेखन करू शकतो. त्यामुळे ते इंग्रजी साहित्य भारतीयांचे इंग्रजी साहित्य होते. भारतातील इंग्रजांचे साहित्य असा त्याचा अर्थ नसतो. ‘हिंदी’ ही भारताची राष्ट्रभाषा झाल्याने ‘हिंदी साहित्य’ हाही शब्दप्रयोग केवळ मध्य प्रदेश व उत्तर प्रदेश या दोन प्रदेशांपुरता मर्यादित न राहता व्यापक झालेला

दिसून येतो. त्यामुळे इंग्रजीत वा हिंदीत ज्यांनी लिहिले ते सर्व 'इंग्रजी साहित्य' वा 'हिंदी साहित्य' याच शब्दप्रयोगांनी ओळखले जाते. फार तर त्याला अधिक विशेषणे वापरली जातात.

धर्म, जाती, वंश यांचा संदर्भ घेऊनही पुष्कळवेळा साहित्याला विशेषणे लावली जातात. 'ख्रिस्ती साहित्य' हा शब्दप्रयोग मराठी वाङ्मयाच्या इतिहासात आढळतो. आजही 'ख्रिस्ती साहित्य संमेलने' भरली जातात. 'ब्लॅक लिटरेचर' हा शब्दप्रयोग आफ्रिकनांच्या साहित्याला अमेरिकेत वापरला जातो असे दिसते. 'दलित साहित्य' हा शब्दप्रयोग सकृतदर्शनी सामाजिक संदर्भ दाखवतो असे वाटत असले तरी तो विशिष्ट मागासवर्गीय जातींच्या साहित्याचे सूचना करतो.

(ब) साहित्य-परंपराविशेष निर्दिष्ट करण्यासाठी 'संत वाङ्मय', 'पंडिती वाङ्मय', 'शाहिरी वाङ्मय', 'आधुनिक साहित्य', 'नव साहित्य' असे शब्दप्रयोग आपण करीत असतो. या परंपरांना कालसंदर्भही असू शकतो. 'आधुनिक साहित्या'ने एक व्यापक परंपराही सुचविली जाते आणि कालसंदर्भही सुचविला जातो. 'संत वाङ्मय', 'पंडिती वाङ्मय' यांनीही साहित्य परंपरा आणि काल या दोहोंची सूचना मिळते.

(क) साहित्यात काही आशयधर्मी विशेषणे असतात. 'सामाजिक किंवा राजकीय कादंबरी', 'कुटुंबप्रधान वा व्यक्तिप्रधान कादंबरी' असे म्हणताना आपणाला त्या विशिष्ट साहित्यवस्तूतील आशयाचे प्राथमिक, स्थूल स्वरूप सुचवावयाचे असते. 'पलायनवादी साहित्य', 'स्वप्नरंजनवादी साहित्य', 'वास्तववादी साहित्य', 'सुधारणावादी साहित्य', 'अस्तित्ववादी साहित्य' इत्यादींसारख्या शब्दप्रयोगांतील 'वाद'युक्त विशेषणे आशयधर्मीच आहेत. त्या त्या साहित्यातून व्यक्त होणाऱ्या आशयाचा 'विशेष'च ती सुचवतात. अर्थात आशय बदलला किंवा त्याचा एखादा विशेषधर्म प्रभावीपणे व्यक्त होऊ लागला की, अभिव्यक्तीही कमीअधिक प्रमाणात बदलू शकते. अनुषंगाने भाषा त्यात येतेच किंवा अभिव्यक्तीचा वा भाषेचा एखादा गुणविशेष प्रभावीपणे कुणा लेखकाला नव्याने जाणवला किंवा त्याच्या व्यक्तिमत्त्वाचाच तो एक भाग असला तर त्यामुळेही आशयाला काही प्रमाणात विशिष्टता लाभत असते. हे एवढ्यासाठीच इथे सांगितले की, 'आशयधर्मी' विशेषणे असे म्हणत असताना त्यात शबल स्वरूपात कधीकधी अभिव्यक्तीचे गुणविशेषही दाखविण्याची सूक्ष्मसूचना असू शकते, हे ध्यानात यावे. 'व्यक्तिप्रधान कादंबरी' हे त्याचे उदाहरण मानता येण्यासारखे आहे. 'ऐतिहासिक कादंबरी', 'पौराणिक कादंबरी' अशा शब्दप्रयोगांतील विशेषणांना कालसंदर्भयुक्त आशयच सुचवावयाचा असतो; हे उघड आहे.

(ड) 'घटनाप्रधान कादंबरी', 'तंत्रप्रधान कादंबरी', 'अलंकारप्रचुर काव्य' असेही शब्दप्रयोग आपण करतो. तेव्हा आपणांस एका अर्थी अभिव्यक्तीचा किंवा मांडणी (exposition) चा गुणविशेष सुचवावयाचा असतो.

(ई) अधिकच तात्त्विक मीमांसा करावयाची असेल तर साहित्याचे जे तथाकथित कथा, कादंबरी, कविता, नाटक इ. प्रकार आहेत; तेही साहित्याचे एक विशिष्ट रूपच निर्दिष्ट करतात. म्हणजे पर्यायाने ती 'साहित्य'-वस्तूचे कलाविशेष दाखविणारी विशेषणेच आहेत. 'साहित्य' ही मूळ वस्तू मानली तर 'कथात्म साहित्य' या शब्दप्रयोगातील 'कथात्म'सारखी विशेषणे तयार करता येतात. ज्या साहित्यात कथेचे गुणविशेष जास्त दिसतात त्याला 'कथात्म साहित्य' किंवा 'कथा-साहित्य' म्हटले जाते. 'कथा-साहित्य' हा कर्मधारय समासच मानावा लागतो. 'महाकाव्य', 'खंडकाव्य', 'सुनीत', 'विलापिका', इ. काव्यप्रकारांचेही तेच म्हणता येईल. कवितेचे 'विशिष्ट गुण' एकत्र अवतरले की, ते काव्य कवितेचा प्रकार होऊ शकते.

पण या प्रकारांची विशेषणे ही आशय व अभिव्यक्ती या दोहोंतील वैशिष्ट्यांना व्यापून म्हणजे आशय-अभिव्यक्तिविशिष्ट असतात. त्यामुळे ही विशेषणे साहित्यांतर्गत 'कलाप्रकार' निर्माण करतात. त्यामुळे या विशेषणांना प्राकारिक महत्त्व येते.

फारच सूक्ष्म प्रकार निर्माण करणाऱ्या विशेषणांकडे विशेष लक्ष दिले जात नाही. कथा-कवितेचा स्वतंत्र इतिहास लिहावा, इतके ते कलाप्रकार लक्षणीय आणि अर्थपूर्ण आहेत. पण 'रूपककथा', 'विलापिका', 'वात्रटिका' यांचा स्वतंत्र इतिहास लिहावा, असे अजून तरी मराठी वाङ्मयेतिहासाला वाटू शकले नाही.

वरील विवेचनावरून काही गोष्टी लक्षात येतात.

(अ) 'साहित्य'-वस्तूला वापरली जाणारी पुष्कळ विशेषणे पुष्कळवेळा सकृत-दर्शनी एखादाच विशेष संदर्भ देत असली तरी त्या संदर्भाने दुसरे संदर्भ निर्दिष्ट करत जातात. असे विविध संदर्भ निर्दिष्ट करणारे विशेषण एक व्यापक अर्थ सुचविते. भौगोलिक, भाषिक, धर्मविषयक, वंशविषयक विशेषणे जेव्हा साहित्याला लावली जातात तेव्हा ती त्या भौगोलिक देशा-प्रदेशातील किंवा ती भाषा बोलणाऱ्यांच्या देशा–प्रदेशांतील किंवा तो धर्म-वंश असलेल्या लोकांतील वा देशा-प्रदेशांतील विशिष्ट मानवी जीवन, त्यांची विशिष्ट संस्कृती, त्यांच्या सर्व प्रकारच्या परंपरा, त्यांचा इतिहास, त्यांच्या साहित्यविषयक सर्व प्रकारच्या कल्पना यांचाही संदर्भ सुचवीत असतात. त्यामुळे या विशेषणांना त्यांच्या संदर्भ सुचविण्याच्या प्रमाणात कमीअधिक व्यापक अर्थ प्राप्त झालेला असतो. त्यामुळे ती विशेषणे त्या अनुषंगाने कमीअधिक महत्त्वाची ठरतात.

(ब) साहित्य-परंपराविशेष, कालविशेष, आशयविशेष सुचविणारी विशेषणे ही वरील प्रकारच्या विशेषणांच्या तुलनेने मूलतः कमी व्यापक आहेत. ती साहित्यान्तर्गत धारा किंवा भाग सुचविणारी आहेत. त्यांचा गुणसमूहही वेगळ्या प्रकारचा आहे. 'संतवाङ्मय', 'पंडित वाङ्मय', 'शाहीर-वाङ्मय' या शब्दप्रयोगांतील 'संत', 'पंडित', 'शाहीर' ही व्यक्तिनामे म्हणून येत असली तरी त्या (इथे 'मराठी')

साहित्यातील विशिष्ट साहित्यपरंपरांचा निर्देश करणारी आहेत. त्यात संतांची साहित्यविषयक एकूण धारणा, पंडितांची साहित्यविषयक एकूण धारणा व शाहिरांची साहित्यविषयक एकूण धारणा अभिप्रेत असते किंवा या सर्वांनी विशिष्ट आशय विशिष्ट पद्धतीने व्यक्त केलेला असल्याने निर्माण झालेली त्या त्या साहित्याविषयीची रसिक मनातील जी संकल्पना असते तिच्यामुळे या परंपरा निर्माण झालेल्या असतात. 'आधुनिक साहित्य', 'नव साहित्य' हेही अशाच प्रकारचे नव्या साहित्य-संकल्पना निर्दिष्ट करणारे, आशय-अभिव्यक्तीच्या बाबतीत भिन्नता दर्शविणारे शब्दप्रयोग आहेत. सारांश 'साहित्य-वस्तूला' अशाप्रकारे साहित्य-परंपरांचा निर्देश करणारी विशेषणेही लावली जातात. ती पहिल्या प्रकारच्या व्यापकधर्मी विशेषणांच्या तुलनेने कमी व्यापक असली तरी साहित्यान्तर्गत विशिष्ट परंपरांचा निर्देश करणारी असल्याने महत्त्वाची आहेत.

(क) वरील विशेषणांहून कमी व्याप्ती सुचविणारी, पण तदन्तर्गत आशय-विशेष सुचविणारी काही विशेषणे आहेत. 'ऐतिहासिक', 'पौराणिक', 'सामाजिक', 'कौटुंबिक', 'व्यक्तिप्रधान' किंवा 'चरित्रात्मक' इत्यादी विशेषणे जेव्हा एखाद्या 'साहित्यवस्तूला' आपण लावतो तेव्हा त्यांची व्याप्ती कमी असते. त्यांची परंपरा असण्याची शक्यता असली तरी वाङ्मयान्तर्गत व्याप्ती तुलनेने कमी असल्याने त्यांना वरील दोन प्रकारच्या (अ आणि ब मधील) विशेषणांहून साहित्यात कमी व्यापकता प्राप्त होते. त्यात पुन्हा 'ऐतिहासिक', 'पौराणिक' यांना आशयसंदर्भाबरोबरच कालसंदर्भही प्राप्त झाल्याने त्या विशिष्ट गटामध्येही व्यापकता त्यांना अधिक आहे. उदाहरणार्थ एखाद्या ऐतिहासिक कादंबरीत भूतकाळचे सामाजिक, राजकीय, सांस्कृतिक, कौटुंबिक स्वरूपाचे मानवी जीवन प्रत्ययास येणे शक्य आहे. त्यामुळे 'ऐतिहासिक कादंबरी', 'पौराणिक कादंबरी' या शब्दप्रयोगांतील विशेषणांना या तिसऱ्या गटामध्ये अग्रस्थान (व्यापकतेच्या संदर्भात) मिळण्याची शक्यता असते.

(ड) वरील प्रकारांच्याही आतील कक्षेत 'घटनाप्रधान', 'तंत्रप्रधान', 'अलंकारप्रचुर' ही विशेषणे बसणारी आहेत. 'घटनाप्रधान सामाजिक कादंबरी' असे जेव्हा आपण म्हणतो तेव्हा 'घटनाप्रधान' या विशेषणाला त्या साहित्यवस्तूतील मांडणीच्या पद्धतीपुरत्याच म्हणजे कमी व्यापक विशेषावर भर द्यावयाचा असतो. त्यामुळे अशाप्रकारची विशेषणे साहित्यसमीक्षा क्षेत्रात त्या त्या वेळी आपापले कार्य करून अंतर्धान पावतात. त्यांची अशी कोणत्याही प्रकारची परंपरा निर्माण होऊ शकत नाही किंवा स्थायी व्यापकताही ती निर्दिष्ट करू शकत नसल्याने त्या दृष्टीनेही नगण्य ठरतात. उदाहरणार्थ 'घटनाप्रधान कादंबरी' असा स्वतंत्र प्रकार कल्पून आपण त्या प्रकारचा स्वतंत्र ऐतिहासिक आढावा घेत नाही.

यावरून आपणांस असे दिसून येते की, 'साहित्य वस्तूला' लावली जाणारी विशेषणे अनेकप्रकारची असू शकतात. साहित्य निर्माण करणाऱ्या मानव विशेषांपासून तो निर्माण झालेल्या साहित्याच्या विशेषांकडे लक्ष वेधणे इथपर्यंत त्यांची कक्षा पसरलेली आहे. या एकूण कक्षेत देश, प्रदेश, भाषा, धर्म, वंश, जाती, संस्कृती, काल, परंपरा, इतिहास, पुराणे, आशय, अभिव्यक्ती, जीवनमूल्ये, वाङ्मयीन मूल्ये यांच्या विविध संदर्भांनी ती युक्त असतात. एकाच वेळी अनेक संदर्भही ती सुचवीत असतात.

या विशेषणांना कालौघाच्या संदर्भात कमीअधिक महत्त्वही साहित्य प्रांतात येताना दिसते. संत-साहित्य, पंडित-साहित्य, महाकाव्य यांना भूतकाळात विशेष स्थान होते, तर आधुनिक काळात कादंबरी-साहित्य, कथासाहित्य यांना विशेष स्थान आहे. रविकिरण मंडळींच्या काळात कविता प्रकारांची विशेष चर्चा झाली, तर 'दलित साहित्य', 'ग्रामीण साहित्य' यांना स्वातंत्र्योत्तर काळात विशेष महत्त्व आले. कालौघात साहित्यसंकल्पनेत, समाजव्यवस्थेत, जीवनव्यवस्थेत एकूणच मानवी जीवनघटकांत किंवा विशेषांत फरक पडत जातो आणि त्याचा परिणाम साहित्यनिर्मितीवर आणि साहित्य व्यवस्थेवरही होऊ शकतो. त्यातूनच बदलत्या साहित्याचे, साहित्यघटकांचे वर्णन करण्यासाठी नवी नवी विशेषणे वापरावी लागतात. ती मूलतः जशी कमीअधिक व्यापक, अर्थपूर्ण (significant) आणि महत्त्वाची असतात; तसे त्यांना कालौघातही कमी-अधिक महत्त्व प्राप्त होण्याची शक्यता असते.

'ग्रामीण साहित्य' या शब्दप्रयोगातील 'ग्रामीण' हे विशेषण वरीलपैकी कोणत्या प्रकारात बसणारे आहे? मला ते 'अ' आणि 'ब' या प्रकारांच्या संधिरेषेवरील वाटते. (प्रादेशिक किंवा ग्रामीण साहित्याच्या संदर्भात 'प्रादेशिक' आणि 'ग्रामीण' ही दोन्हीही विशेषणे वापरली जातात. भाषाशास्त्रीयदृष्ट्या 'नागर' किंवा 'शहरी' या विशेषणाला व्याघात करणारे 'ग्रामीण' हेच विशेषण आहे आणि या दोहोंनाही पोटात घेऊन वावरणारे 'प्रादेशिक' हे अधिक व्यापकार्थक विशेषण आहे. त्याच्या अर्थ-व्याप्तीत शहरी विभाग आणि ग्रामीण विभाग दोन्हीही समाविष्ट होतात. म्हणून त्याचा अर्थ संकोच करून वापर न करता 'ग्रामीण' हेच विशेषण वापरावे, असे मला वाटते. याची सविस्तर चर्चा मी अन्यत्र केलेली आहे.)

ग्रामीण साहित्यातून ज्या ग्रामीण जीवनाचे अनुभव व्यक्त केले जातात त्या ग्रामीण जीवनाचा भौगोलिक संदर्भ शहरी साहित्यातील शहरी जीवनसंदर्भापेक्षा वेगळा आहे. त्याला बव्हंशी व्याघात करणारा आहे. ग्रामीण जीवनपद्धती ही शहरी जीवनपद्धतीपेक्षा, संस्कृतीपेक्षा, परंपरेपेक्षा काही प्रमाणात वेगळी आहे. भाषाही काही प्रमाणात वेगळी आहे. ग्रामीण जीवनाला शाहिरी वाङ्मयाची परंपरा ही पंडिती वाङ्मयाच्या परंपरेपेक्षा जवळची आहे. तिथेही हा भेद लक्षात येतो. ज्याला आपण

आधुनिक शहरी मराठी साहित्य म्हणतो; त्या साहित्याच्या पहिल्या उन्मेषाने जो १८७५ ते १९२० पर्यंत आविष्कार केला; त्यात ग्रामीण जीवनानुभवाला स्थान नसल्याने; ते तिथेही भौगोलिक आणि मानसिक संदर्भाने वेगळे वाटते.

पण ग्रामीण जीवन हा वेगळेपणाने उठून दिसणारा भाग असला तरीही मूलतः मराठी जीवनाचा तो एक भाग आहे. ग्रामीण जीवनाचा अनुभवाविष्कार मराठी साहित्यात काही काळ झाला नसला तरी नंतर (१९२५ पासून) तो होऊ लागला. आविष्कार होऊ लागला तरी पुरेशा प्रातिनिधिक स्वरूपात, पुरेशा वास्तव स्वरूपात तो होताना दिसत नाही. त्यामुळे इथे पुन्हा भेद निर्माण होतो. एकूण मराठी जीवनाचा राजकीय इतिहास, हिंदुधर्म परंपरा, जातिवंश परंपरा, काही वाङ्मयीन परंपरा, काही सांस्कृतिक परंपरा, शहरवासीयांना व ग्रामीणांना समान आहेत. ग्रामीणांची भाषा वेगळी असली तरी ती मराठी प्रमाण भाषेची बोली भाषा आहे. सारांश 'ग्रामीण' या विशेषणामुळे साहित्यक्षेत्रात भौगोलिक संदर्भ, भाषिक संदर्भ, साहित्य परंपरांचा संदर्भ, कृषिप्रधान जीवनसंदर्भ निर्दिष्ट केले जातात. म्हणून हे विशेषण 'अ' व 'ब' गटांतील गुणधर्म निर्दिष्ट करते आणि हे निर्दिष्ट केलेले गुणधर्म 'शहरी मराठी साहित्य' या शब्दप्रयोगातील 'शहरी' या विशेषणाने निर्दिष्ट केलेल्या गुणधर्मांशी भेद दाखवितात. काही भेद दाखवितात तर काही साम्यही दाखवितात. त्यामुळे नुसत्या 'शहरी मराठी साहित्याचा' नव्हे तर 'एकूण मराठी साहित्याचा' 'ग्रामीण मराठी साहित्य' हा एक भाग आहे, पण 'शहरी मराठी साहित्या'पेक्षा ते वेगळे आहे, असे मानावे लागते.

वस्तुस्थिती अशी असल्याने 'ग्रामीण साहित्य' या शब्दप्रयोगातील 'ग्रामीण' हे विशेषण क, ड, ई या गटांत घालता येत नाही. 'सामाजिक कादंबरी', 'राजकीय कादंबरी', 'कौटुंबिक कादंबरी' या चालीवर 'ग्रामीण कादंबरी' असे म्हणता येणार नाही. कारण 'ग्रामीण कादंबरीत' ग्रामीण जीवनातील समाजदर्शन, राजकारण, कुटुंबदर्शन हे सगळे येण्याची शक्यता असते. म्हणून 'क' प्रकारच्या विशेषणांपेक्षा 'ग्रामीण' हे विशेषण अधिक व्यापक अर्थाचे आहे. तसेच 'घटनाप्रधान कादंबरी', 'तंत्रप्रधान कादंबरी' या चालीवर 'ग्रामीण कादंबरी' किंवा 'विलापिका', 'उद्देशिका', 'भावगीत', 'नाट्यगीत' या चालीवर 'जानपद गीत' किंवा 'ग्रामीण कविता' म्हणता येणार नाही. कारण 'ग्रामीण' हे विशेषण काही केवळ अभिव्यक्तीपद्धतीचे किंवा तंत्राचे वैशिष्ट्य दाखवीत नसते. 'ग्रामीण कादंबरीच्या क्षेत्रात' घटनाप्रधान कादंबरी, तंत्रप्रधान कादंबरी असू शकते. हे सगळे 'ग्रामीण कादंबरी'त येण्याची शक्यता आहे. कवितेच्या बाबतीत किंवा कोणत्याही साहित्य प्रकाराच्या बाबतीत 'ग्रामीण साहित्या'च्या संदर्भात हेच म्हणता येण्यासारखे आहे.

तसेच 'ग्रामीण साहित्य' हे एखादा साहित्य-कला-प्रकार या नात्याने वेगळा प्रकारही नाही. तेव्हा 'ग्रामीण साहित्याची वेगळी कलामूल्ये कोणती?' असा प्रश्न

उपस्थित करणे अज्ञानाचे किंवा चुकीच्या ज्ञानावर आधारलेले आहे. तो एक व्याज प्रश्न आहे. अमेरिकन साहित्याची कलामूल्ये आणि इंग्लंडच्या साहित्याची कलामूल्ये जशी वेगवेगळी असू शकत नाहीत; तसेच आधुनिक ग्रामीण साहित्याची कलामूल्ये आणि आधुनिक शहरी साहित्याची कलामूल्ये वेगळी असू शकत नाहीत. साहित्याच्या संदर्भात कलामूल्यांची मीमांसा ही निरपेक्ष शास्त्रीय स्वरूपाची असते. तशी ती आपण मानतो. तिला देश-प्रदेश-सापेक्षता असण्याचे कारण नाही. फार तर 'परंपरा' वेगवेगळ्या असू शकतात.

सारांश 'ग्रामीण' हे विशेषण क, ड, ई या गटांतील गुणधर्म दाखविणारे नसून ते त्याहून व्यापक स्वरूपाचे आहे. एवढे लक्षात ठेवले की, ग्रामीण साहित्यात निर्माण होणाऱ्या अनेक व्याज प्रश्नांना आपोआप उत्तरे मिळतात. पुष्कळवेळा मराठीचे काही प्राध्यापक, समीक्षक आणि रसिक-वाचक 'ग्रामीण कथा', 'ग्रामीण कादंबरी', 'ग्रामीण कविता' असे शब्दप्रयोग करून तो 'क, ड, ई' गटांतीलच एक साहित्यप्रकार म्हणून त्यांचा उल्लेख करतात हे बरोबर नाही; हे इथे स्पष्ट व्हावे.

१९५० पर्यंत 'आधुनिक मराठी साहित्य' हे प्रामुख्याने मराठी शहरी जीवनाचा आविष्कार करत होते, शहरी साहित्यिकच ते लिहीत होते आणि शहरी वाचकच ते वाचत होते. त्यांच्यात तची चर्चा-समीक्षा होत असे. या साहित्यात सबंध शहर ग्रामीण प्रदेशव्याप्त अशा एकूण मराठी मनाचे एकसंध प्रतिबिंब येऊ शकत नव्हते. हा प्रश्नही कधी उपस्थित झाला नव्हता. कारण ग्रामीण प्रदेशव्याप्त सर्वसाधारण मराठी माणूस त्यावेळपर्यंत साक्षर झालेला नव्हता. त्यामुळे त्याला तो प्रश्न पडण्याचे कारणही नव्हते. इतरांनाही कधी तो पडला नाही. त्यामुळे 'आधुनिक मराठी साहित्य' या शब्दप्रयोगात काही आक्षेपार्ह वाटत नव्हते किंवा अतिव्याप्तीचा दोष त्यावेळी सलत नव्हता.

पण आज त्या शब्दप्रयोगात काटेकोरपणा आणावयाचा असेल तर '१९५० पर्यंतचे साहित्य प्रामुख्याने आधुनिक शहरी मनाचे प्रतिबिंब असलेले मराठी साहित्य होते' या अर्थाने ते 'आधुनिक मराठी शहरी साहित्य' होते. आता 'आधुनिक मराठी ग्रामीण साहित्य' निर्माण होत असल्याने 'आधुनिक मराठी साहित्य' या जुन्या शब्दप्रयोगाची व्याप्ती 'एकूणच मराठी मनाचे साहित्य' अशी जी होते ती तशी नसून फक्त 'शहरी मराठी मनाची व्याप्ती' त्यात सुचविली जाते, हे लक्षात आणून देणे भाग आहे. असे लक्षात आणून देण्याने एकप्रकारे अधिक अद्ययावत व्यवस्था वाङ्मयक्षेत्रात निर्माण होणार आहे. अशी व्यवस्था निर्माण झाल्याने अनेक वाङ्मयीन प्रश्न आणि अनुषंगाने निर्माण होणारे आपल्या जीवनातील सांस्कृतिक प्रश्न सुटणार आहेत. कुणावर कुणी सांस्कृतिक आक्रमण करीत नसून किंवा 'सवतासुभा' मांडत नसून बदलत्या समाज-व्यवस्थेचे फलित

वा परिणाम म्हणून एक नवी वाङ्मयव्यवस्था मांडण्याची गरज निर्माण झाली आहे; याचे भान सर्वांनाच यावे अशी अपेक्षा आहे.

या नव्या वाङ्मयव्यवस्थेत 'आधुनिक मराठी साहित्याचा' विचार करताना तूर्त तरी 'आधुनिक शहरी साहित्य' 'आधुनिक ग्रामीण साहित्य' आणि 'दलित साहित्य' असे तीन भाग (प्रकार नव्हे) करावे लागतील असे वाटते. कोणतीही साहित्यनिर्मिती ही आसपासच्या प्रत्यक्ष जीवनाच्या दाबातून आकाराला आलेली असते. असे जर असेल तर आधुनिक शहरी जीवनातील ताणतणाव व आधुनिक ग्रामीण जीवनातील ताणतणाव हे भिन्न असल्याने त्यातून प्रेरणा घेणारे, आकाराला येणारे साहित्य हेही भिन्न असणे स्वाभाविक आहे. त्यामुळे ग्रामीण कथा, ग्रामीण कादंबरी, ग्रामीण नाटक, ग्रामीण कविता इत्यादींचा एक स्वतंत्र भाग कल्पून वाङ्मयेतिहासाने त्याचा स्वतंत्र विचार करणे हे सोयीचे होणार आहे.

वाङ्मयेतिहासात अजूनही शहरी कथा-कादंबऱ्यांचा विचार करतानाच त्या त्या भागात शेवटी ग्रामीण कथाकादंबऱ्यांचा विचार होतो. अशाप्रकारे शहरी कथा, ग्रामीण कथा, दलित कथा यांचा सरसकट विचार करता येणे अतार्किक वाटते. कारण त्यांच्या मागील अनुभवांचा जीवनदाब वेगळा आहे, त्यांच्या प्रेरणा वेगळ्या आहेत, त्यामुळे त्यांच्या आविष्कारांची प्रत, रीत ही वेगळी असण्याची शक्यता आहे, त्यांचे भाषिक रूपही पुष्कळवेळा वेगळे असते. नाहीतरी एरवी आपण १८०० ते १८७५, १८७५ ते १९२०, १९२० ते १९४५, १९४५-५० ते आजपर्यंत असे किंवा आधुनिक साहित्य, नव साहित्य असे वाङ्मयेतिहासात वेगवेगळे भाग कल्पितो ते त्या साहित्यामागच्या भिन्न भिन्न प्रेरणांच्या मुळेच. या भिन्न प्रेरणांमुळे त्या त्या भागात काही विशिष्ट वाङ्मयीन प्रश्न निर्माण होत असतात; त्यांची चर्चा त्या त्या काळात विशेष होत असते. त्याचप्रमाणे आज निर्माण होणाऱ्या ग्रामीण साहित्याविषयी, दलित साहित्याविषयी काही विशिष्ट प्रश्न पुनःपुन्हा निर्माण होतात. या प्रश्नांचा नीट ऊहापोह व्हावयाचा असेल तर हे तीन भाग करावे लागतील, असे वाटते.

ग्रामीण साहित्याचा असा स्वतंत्र भाग वाङ्मयेतिहासात केला तर त्याच्या मागच्या जीवन-प्रेरणांचा, त्याने घडविलेल्या जीवन-दर्शनाचा, त्याच्या होणाऱ्या स्वतंत्र विकासाचा एकसंध आणि सलग विचार करता येईल. नंतरच्या पिढीवर पूर्वसुरींचा काय परिणाम होतो याचाही सलग विचार मांडता येईल व परिणामाचे सलग दर्शन घडविता येईल. ग्रामीण साहित्यात 'कथा-कादंबरी'च विशेष का लिहिली जाते? ग्रामीण कथा-कादंबरी-कविता वर्णनपरतेकडे, वास्तवाकडे, तृतीयपुरुषी निवेदनाकडे, ग्रामीण-भाषेतील आविष्काराकडे सारखी का झुकते? - इत्यादींची मीमांसा शहरी कथा-कादंबरीच्या कक्षेत राहून करता येणे अशक्य आहे, असे मला

वाटते. हे लक्षात घेऊन (विशेषत: १९२५ नंतरच्या) वाङ्मयेतिहासाची पुनर्मांडणी करावी लागेल असे दिसते.

२

स्वातंत्र्योत्तर तीस वर्षांत लोकशाही, राष्ट्राची समाजवादी दृष्टी आणि तिच्या अनुषंगाने देशातील जनतेचा सर्वांगीण विकास करण्यासाठी आखलेल्या पंचवार्षिक योजना, त्यांचा मराठी खेड्यांवर झालेला परिणाम, महाराष्ट्रात झपाट्याने झालेला शिक्षणप्रसार, अस्पृश्यांना दिलेले विशेष हक्क, याशिवाय केलेले महत्त्वाचे अनेक सामाजिक, अर्थविषयक कायदे यांनी आपली समाजव्यवस्थाच आमूलाग्र बदलण्याची प्रक्रिया सुरू झालेली आहे. त्यामुळे जुनी समाजव्यवस्था खिळखिळी होऊन कोलमडत आहे.

जेव्हा एखादी जुनी समाजव्यवस्था अंतर्गत विरोधातूनच कोलमडून नवी समाजव्यवस्था निर्माण होऊ लागते तेव्हा तिच्या गरजाही नवनव्या स्वरूपात निर्माण होतात. या तिच्या नव्या गरजा जर नीटपणे भागल्या नाहीत तर त्या गरजांच्या संदर्भापुरता संघर्ष तीव्र होऊ लागतो आणि त्या गरजा भागविणे अत्यावश्यक होऊन बसते. या गरजा भागविल्या तरच त्या नव्या समाजव्यवस्थेमध्ये माणसाचे जीवन सुरळीतपणे चालणे शक्य होते. १९६० नंतर ग्रामीण विभागातील जुनी समाजव्यवस्था ज्या स्वरूपात बदलत आहे; त्या बदलत्या स्वरूपात ग्रामीण साहित्याचे स्वतंत्र अस्तित्व, त्याचे स्वतंत्रपणे पोषण, त्यासाठी नवी नियतकालिके, नव्या साहित्य-संस्थांची गरज तीव्रतेने भासते आहे. आजवरच्या महाराष्ट्रीय समाजात मराठी शहरी मनाच्या साहित्याला, त्याच्या निर्मितीला विशेष प्रतिष्ठा होती. अजूनही आहे. मराठी नियतकालिके आणि साहित्य संस्था त्याचे आस्थेने आणि प्रतिष्ठेने आजही पोषण करताना दिसतात. त्यापाठीमागची प्रेरणा शहरमन-केंद्रित असते. प्रस्थापित मराठी समाजव्यवस्थेचा शहरी पांढरपेशानिष्ठ सांस्कृतिक संदर्भ लक्षात घेता हे ठीकच असले तरी १९६० नंतरच्या बदलत्या समाजव्यवस्थेचा व्यापक सांस्कृतिक संदर्भ लक्षात घेता या प्रस्थापित व्यवस्थेत बदल होणे अतिशय जरुरीचे आहे.

स्वातंत्र्यपूर्व काळापर्यंत शहरांचा विकास झपाट्याने झाला आणि खेडी सर्वांगांनी खिळखिळी झाली व पूर्ण दुर्लक्षित राहिली, पण स्वातंत्र्योत्तर काळात शहरांबरोबर ग्रामीणांचाही विकास होऊ लागला. ग्रामीणांच्या या विकास-प्रवासाच्या वाटेवरची एक परिणती म्हणून १९६० नंतर ग्रामीण समाजाच्या विविध (विशेषत: खालच्या) स्तरातील अनेक व्यक्ती साहित्यनिर्मिती करू लागल्या, पण प्रस्थापित शहरी समीक्षक, नियतकालिके आणि साहित्यसंस्था यांच्याकडून या विकास-प्रवासात ग्रामीणांच्या साहित्याला गेल्या वीस वर्षांत (१९६० ते ८०) नीटपणे घडविण्याचे,

पोसण्याचे व त्याला योग्य ती सांस्कृतिक प्रतिष्ठा देण्याचे कार्य होऊ शकले नाही. कोणतीही प्रस्थापित 'व्यवस्था' वा 'संस्था' ही नव्या बदलाचे विनासायास स्वागत करू शकत नाही, त्या बदलाला काही काळ तरी समजून घेऊ शकत नाही. कारण ती व्यवस्था जुन्या प्रस्थापित समाजरचनेचेच एक व्यवस्थापन असते. तिच्यात जुन्या व्यवस्थेतील प्रस्थापितांचे अनेक हितसंबंध गुंतून राहिलेले असतात. असे असल्यामुळे आजवरची प्रस्थापित नियतकालिके, साहित्यसंस्था, समीक्षक यांच्याकडून या नव्या ग्रामीण साहित्याला स्वागतशील वृत्तीने सामोरे जाणे, त्याचा पुरेशा गांभीर्याने सर्वांगांनी विचार करणे झाले नाही. उलट त्यांच्याकडून प्रतिकार आणि उपेक्षाच होताना दिसते.

वास्तविक आज सर्वच भारतीय शहर-ग्रामीण समाजाचे सर्वांगांनी विघटन सुरू आहे. शहर व ग्राम यातील प्रचंड दरी कमी करण्याची, तसेच समाजान्तर्गतही असलेल्या वर्ण-जातिभेदांच्या भिंती नष्ट करण्याची प्रक्रिया चालू झालेली आहे. त्या दृष्टीने या देशाचा गाभा असलेल्या, पण मागे राहिलेल्या ग्रामीण समाजाच्या उन्नतीसाठी विविध सुविधा उपलब्ध करून देणे जरूर आहे. त्या दृष्टीनेच आजच्या ग्रामीण साहित्याचा सांस्कृतिक संदर्भ प्रस्थापित शहरी समीक्षकांनी, साहित्य संस्थांनी व नियतकालिकांनी ओळखला पाहिजे. तरच एकसंध समाजनिर्मितीसाठी चाललेल्या विघटनास हातभार लागणार आहे. साहित्य-समीक्षा व्यवहार परिपूर्ण होण्यासाठी त्या साहित्याचा सांस्कृतिक संदर्भ सर्वांगांनी समजून घेणे जसे जरूर असते, तसेच त्या साहित्याची निर्मिती अधिक सुकरपणे, समृद्धपणे होण्यासाठी अनेक प्रकारच्या सुविधा उपलब्ध करून देणे हेही महत्त्वाचे असते.

नव्याने मुखर झालेल्या ग्रामीणांना त्यांच्या भाषेत, त्यांच्या पद्धतीने त्यांची सुखदुःखे प्रथम व्यक्त करू दिली पाहिजेत. त्याचबरोबर त्यांच्या अंगाने (शहरी मनाच्या अंगाने नव्हे) त्यांच्यावर संस्कार करत करतच त्यांचे साहित्य घडविले पाहिजे. तेथील साहित्याला नीटपणे वाढू-विकासू द्यावयाचे असेल तर तेथील विशिष्ट भौगोलिक, सामाजिक परिस्थिती, लोकसंस्कृती, परंपरा, ग्रामीण लोकसाहित्य, कलाप्रकार यांना निखळपणे जाणून घेऊनच आधुनिक ग्रामीण साहित्यावर संस्कार होण्याची गरज आहे, हे ओळखले पाहिजे. यासाठी प्रस्थापित साहित्यसमीक्षकांनी, नियतकालिकांनी, साहित्यसंस्थांनी आपली दृष्टी मनापासून तिकडे वळविली पाहिजे. त्याबरोबरच हे कार्य सुकर होण्यासाठी नवी नियतकालिके, नव्या साहित्य-संस्था, नव्या प्रकाशन-संस्था आणि ग्रामीण समाजातून येणारा नवा डोळस समीक्षकवर्ग यांची नितान्त गरज आहे, हेही समजून घेतले पाहिजे.

घडू घातलेल्या नव्या समाज-व्यवस्थेत सांस्कृतिक मालकीची विषमता व वाङ्मयमालकीची विषमता टळली पाहिजे. वाङ्मय-मालकीचे भान सोडून दिले तर

‘आविष्कार-विषमता’ टळणार आहे. मनाला व्यक्त होऊ देणे ही नुसती शोभेची किंवा ललित कलेची दिखाऊ बाब नसून ती निरोगी जगण्यासाठी साक्षर मनाला आवश्यक वाटणारी अन्नव्यवस्था आहे, हे शहरी प्रस्थापित ‘वाङ्मय-व्यवस्थे’ने ग्रामीणांच्या संदर्भातही आता ओळखले पाहिजे. १९७७ पासून महाराष्ट्रीय पातळीवर ग्रामीण साहित्यिकांचे मेळावे, ग्रामीण साहित्य संमेलने, ग्रामीण साहित्यावरील परिसंवाद, चर्चासत्रे ही जी होत आहेत ती केवळ साहित्य-जत्रांचा नवा प्रकार म्हणून नव्हेत तर साहित्याच्या क्षेत्रातील असंतुलित अवस्थेतून निर्माण झालेला व तोल शोधू पाहण्यासाठी मिळालेला तो हेलकावा आहे, हे ओळखले पाहिजे. – आणि ज्यांच्यावर अन्याय होतो तेच प्रतिकार करतात, काहीसे अभिनिवेशाने बोलतात, हेही जाणले पाहिजे. त्याचबरोबर एखाद्या अन्यायावर ज्यांचा स्वार्थ साधला जातो, ते तो अन्याय कसा नाही; हेच पटवून देण्याचा प्रयत्नही करीत असतात. तसे तर आपल्या हातून होत नाही ना, याचेही पुरेसे अंतर्मुख होऊन शहरी समीक्षकांनी, जाणकारांनी आत्मपरीक्षण केले पाहिजे. अशा परिस्थितीत प्रस्थापित व्यवस्थेचा फायदा घेऊन जर एखादी कालबाह्य झालेली पुनरुज्जीवनवादी स्वार्थी वृत्ती छुप्या स्वरूपात पुन्हा तोंड वर काढत असेल तर तिला या सामाजिक प्रबोधनाच्या काळात तसूभरही भवितव्य नाही हे तिने नीटपणे ओळखले पाहिजे. १९६० नंतरच्या ‘ग्रामीण साहित्य’ या शब्दप्रयोगातील ‘ग्रामीण’ या विशेषणाला हा नवा सांस्कृतिक संदर्भ प्राप्त झालेला आहे. मराठी समाजाच्या १९६० नंतरच्या सांस्कृतिक इतिहासात आणि वाङ्मयेतिहासात म्हणून ते पूर्वीपेक्षा अधिक महत्त्वाचे ठरते.

◆

साहित्यातील ग्रामीणता

साहित्यातील ग्रामीणतेचे मूळ स्वरूप शोधण्यासाठी प्रत्यक्ष काही साहित्यकृतींचे त्या अंगाने विवरण करावे लागेल. म्हणून निर्विवाद ग्रामीण साहित्यकृतींचा यात समावेश न करता ज्यांच्या ग्रागीणतेविषयी पाटी कोरी आहे त्यांचाच विचार करणे पूर्वग्रहविरहित होईल आणि ग्रामीणतेचा साहित्यातील छुपा किंवा सूक्ष्म विस्तारही आपणास कळू शकेल. त्या दृष्टीने खालील साहित्यकृती निवडलेल्या आहेत.

(१) 'सनई' ('सनई' या चिं. त्र्यं. खानोलकर यांच्या कथासंग्रहातून)

(२) 'राधी' ('रक्तचंदन' या जी. ए. कुलकर्णी यांच्या कथासंग्रहातून)

(३) 'डोह' (श्रीनिवास कुलकर्णी यांचे ललित गद्याचे पुस्तक)

(४) 'माणसं' (अनिल अवचट यांचे ललितगद्यात्मक लेखन)

(५) 'सत्यकथे'तून प्रसिद्ध झालेले आनंद यादव यांचे अलीकडील काही ललित लेख.

ग्रामीणतेच्या अंगाने या लेखनाचे विवरण करून काही निष्कर्ष हाताशी लागतात किंवा काय ते पाहावयाचे आहे. हे विवरण ग्रामीणतेच्या अंगापुरतेच मर्यादित ठेवावयाचे आहे.

१

चिं. त्र्यं. खानोलकरांच्या 'सनई' या कथेतील घटना, प्रसंग ग्रामीण जीवनातील आहेत. ज्या 'बाल मी'च्या जीवनातील घटना कथेत घडलेल्या दाखविल्या आहेत त्या ग्रामीण भागात एका गावात घडलेल्या आहेत. 'मी'चे घर, शेजारी असलेले बनूआत्तेचे घर, मोन्या भागीरथीचे घर, देऊळ, केळीची बाग, रहाटाने पाणी काढणे, बनूआत्तेचे वाकळ शिवणे, घरातील काळोख, आंब्याचे झाड, भागीचा म्हातारा बाप, त्याचे देवळात सनई वाजविण्याचे काम, शेजारच्या घरातील बापूंचा मृत्यू, मोन्या

भागीरथीला तिच्या नवऱ्याने टाकणे, तिला नवऱ्याकडे जाण्याची मनोमन ओढ असणे, ती 'बावा'कडे नवसासाठी व पूजेसाठी जाणे, त्यातून तिला दिवस जाणे, त्यातूनच तिच्या बापाने साप पकडून आणून त्याचा चावा देऊन तिला ठार मारणे इत्यादी घटना ग्रामीणच आहेत. – या घटनांच्या व पात्रांच्या आधारे एखादी उत्तम ग्रामीण कथा लिहिता येणे सहज शक्य आहे.

या कथेतील सामाजिक वास्तव ग्रामीणच आहे. 'बाल मी' आणि बनूआत्ते यांची घरे ही कोकणातील कोणत्याही खेड्यात भेटणारी सर्वसाधारण भटाब्राह्मणांची घरे आहेत. नवऱ्याशिवाय गरोदर राहिलेल्या मुलीला घरातल्याच माणसांनी, कुळाला बट्टा लागतो म्हणून मारणे हे तर ग्रामीण समाजात नेहमी घडते. या विषयावर अनेक ग्रामीण लेखकांनी ग्रामीण कथाही लिहिलेल्या आहेत. 'मी'च्या आजोबांसारखा ग्रामीण भागातील समाजात एखादा ब्राह्मण, एखादा वतनदार हा त्या गावचा प्रतिष्ठित असतो. त्याच्या सल्ल्याने अनेक भल्याबुऱ्या गोष्टी तिथे चालत असतात. ती ग्रामीण समाजाची रीत आहे.

कथेत खानोलकरांनी कोकणातील निसर्गाचा वापर केलेला आहे. नारळी-केळीच्या बागा, घराभोवतीचे वातावरण, पाणी घालणे, साप पकडणे, देऊळ, मांजर, डोंगर इ. मधून येणारा निसर्ग हा ग्रामीणच आहे. या निसर्गाच्या चैतन्यपूर्ण प्रतिमांनी कथेला एक वेगळाच जिवंतपणा आलेला आहे.

कथेतील पात्रे जी भाषा बोलतात ती कोकणी वळणाची बोली आहे.

सारांश या कथेतील घटना-प्रसंग, समाज, पात्रे, निसर्ग, भाषा हे जे कथेतून व्यक्त होणाऱ्या अनुभवाचे काही घटक आहे ते ग्रामीण आहेत. त्यांच्या ग्रामीणतेविषयी कुणालाही शंका येण्याचे काही कारण नाही, असे असूनही ही कथा मात्र खास ग्रामीण वाटत नाही. असे होण्याची कारणे काय असावीत असा प्रश्न निर्माण होतो. विचार करता त्याची काही उत्तरे सापडतात–

या कथेचा नायक आहे तो दोन स्तरांवर वावरताना दिसतो. ही कथा 'प्रौढ मी' सांगत असतो. पण तो आपल्यातील 'बाल मी'च्या आठवणी आज प्रौढ वयात सांगत असतो. 'बाल मी'ला त्यावेळी वर सांगितलेली पात्रे, घटना, आसपासचा परिसर, निसर्ग कसकसा जाणवला व त्यातून बारीक-मोठे प्रश्न कसे पडत गेले, हे कथारूपाने 'प्रौढ मी' सांगत आहे. 'बाल मी'ला चित्रातील घराविषयी, बनूआत्तेच्या घरात ज्या दिवशी बापूंचा मृत्यू झाला त्यावेळच्या चमत्कारिक वातावरणाविषयी, 'देवाच्या घरी जाणे' म्हणजे काय याविषयी, मोन्या भागीरथीला बोलता का येत नाही याविषयी, तिच्या हसण्याविषयी, उपऱ्या उपऱ्या वाटणाऱ्या डोळ्यांविषयी, वेड्या बावाविषयी, आंब्याखालच्या संवादाविषयी, बाबांची आठवण काढल्यावर आईने डोळे का मिटले याविषयी

अनेक प्रश्न पडलेले असतात. या प्रश्नांची उत्तरे तो आपल्या परीने स्वत:शी विचार करून व संधी मिळताच इतरांना विचारून मिळविण्याचा प्रयत्न करतो, पण त्याला त्याची नीट, समाधानकारक उत्तरे मिळू शकत नाहीत.

या अनेक प्रश्नांनी या कथेत गूढता निर्माण होते. 'बाल मी'ची संवेदनशक्ती अतिशय तीव्र आहे. ती अपवादात्मक वाटावी इतकी विलक्षण आहे. या तीव्र संवेदनशक्तीने हा 'बाल मी' आसपासच्या घटना, व्यक्ती, निसर्ग याकडे पाहतो. त्यामुळे एरवी साधे वाटणारे ओटीवरच्या भिंतीवरचे एक चित्रही 'बाल मी' ज्या नजरेने पाहतो तिच्यामुळे गूढ होते, मोन्या भागीरथीच्या मोठेपणाला गूढता येते, तिच्या डोळ्यांचे वर्णन गूढता निर्माण करते, तिच्या हसण्याचे वर्णन गूढता निर्माण करते, 'मी'ने काढलेला पाटीवरचा डोंगर कथेतील डोंगराच्या अनेक संदर्भामुळे गूढ होतो. दाढीवाल्या बावाचे वर्णनही तसेच गूढ आहे. किंबहुना एकूण सबंध कथेतील घटना व व्यक्ती या एरवी सर्वसाधारणच असल्या तरी 'बाल मी' त्यांची वर्णने कथेत ज्या पद्धतीने करतो, 'मी'च्या मनात निर्माण झालेल्या ज्या नव्या संबंधाने त्यांना न्याहाळतो, मृत्यूविषयी त्याला वाटणाऱ्या गूढतेमुळे तो ज्या कोनातून मृत्यूकडे पाहतो, स्त्रीपुरुषांमधील आकर्षणाविषयी त्याने ज्या गूढ गृहितांना आपल्या मनात धरलेले आहे, त्यामुळे कथेतील त्याच घटनांना, व्यक्तींना एक नवा गूढ अर्थ प्राप्त होतो. या नव्या अर्थाला 'बाल मी'च्या तीव्र संवेदनशक्तीने टिपलेल्या निसर्गप्रतिमा पार्श्वभूमीसारख्या राहून अधिकच गूढता निर्माण करतात. तरीही ही कथा तिचा शेवट ज्या पद्धतीने केलेला आहे त्यामुळे व सबंध कथेत भागीरथीवर विशेष लक्ष 'बाल मी'ने केंद्रित केल्यामुळे भागीरथीची वाटते. अनुषंगाने नवऱ्याकडे जाऊ इच्छिणाऱ्या एका सर्जनप्रवृत्त मादीमनाची आणि अशा सर्जनाचा नाश करू पाहणाऱ्या पुरुषमनाचीही वाटते. – कथा लिहिण्यापूर्वी लेखकाच्या मनात अशी हेतुकल्पना नांदत असावी असे वाटते.

लेखकाची हेतुकल्पना हा कथेचा आत्मा असतो. बाकीची बाहेरची आवरणे असतात. ती अशी बाह्य आवरणेच असल्यामुळे ती गौणस्थानी जातात. लेखकाच्या हेतुकल्पनेसाठी साधन म्हणून ती आपापल्या स्थानी राबत असतात.

लेखकाच्या मनातील ही हेतुकल्पना खास ग्रामीण आहे काय? म्हणजे पर्यायाने 'बाल मी'ला पडलेले प्रश्न, तो 'बाल मी' ज्या दृष्टीने कथेतील घटना, पात्रे, वातावरण याकडे पाहतो ती दृष्टी या बाबी खास ग्रामीण आहेत काय? दुसऱ्या भाषेत असे म्हणता येईल की, एखादे खेड्यातील सर्वसाधारण पोर (कथेत घडलेल्या घटना वस्तुस्थितीत घडल्या आहेत असे थोडा वेळ मानू) अशा घटनांकडे कथेतील 'बाल मी'च्या दृष्टीने पाहू शकेल काय? - मला वाटते, मनोमन याला नकारात्मक उत्तर मिळते.

नकारात्मक उत्तर मिळण्याचे पहिले कारण असे की, 'बाल मी'ला पडलेले प्रश्न खेड्यातील सर्वसाधारण पोराला ग्रामीण जीवनसंदर्भाने पडतात तसे पडलेले नसून ते शुद्ध जिज्ञासेपोटी पडणारे (कोणत्याही मनाचे) मानवी जीवनातीलच प्रश्न आहेत. त्यामुळे हे प्रश्न तेथील केवळ स्थानिक ग्रामीण जीवनसंदर्भातून आलेले वाटत नाहीत. कथेची हेतुकल्पनाच या प्रश्नांतून निर्माण झालेली असल्यामुळे कथेचा आत्मा ग्रामीण वाटत नाही. ती एका व्यापक मानवी मनाची कथा होते.

तशी ती होण्यासाठी आणखी काही घटकांची तिला मदत होते. लेखकाने निवेदनासाठी जी भाषा वापरली आहे ती नागर आहे आणि कथेत संवाद तेथील ग्रामीण बोलीतून येत असले तरी 'निवेदनावर' विशेष भर आहे आणि ते प्रादेशिक संदर्भ तोडून टाकत नागर भाषेत केलेले आहे. या निवेदनाचा दुसरा विशेष असा की, कथेचा नायक जो 'बाल मी' आहे त्याच्या प्रश्नांचा, संवेदनांचा, जाणिवांचा उलगडा निवेदनातूनच प्रामुख्याने होताना दिसतो. त्यामुळे कथेचा महत्त्वाचा भाग निवेदनाच्या द्वाराच व्यक्त झालेला आहे. – निवेदनाचीही नागर भाषा 'प्रौढ मी'ची आहे, कारण 'बाल मी'च्या आठवणी या कथेत 'प्रौढ मी' सांगतो आहे. हा 'प्रौढ मी' जरी त्याच्या लहानपणी 'ग्रामीण' असला तरी तो प्रौढपणी नागर झालेला आहे; ही वस्तुस्थिती हाताशी येते. दुसऱ्या भाषेत असे म्हणता येईल की, 'बाल मी' जरी ग्रामीण असला तरी त्याचे विकसित रूप 'प्रौढ मी'मध्ये जे पाहायला मिळते ते 'नागर' आहे. 'बाल मी'च्या ग्रामीणतेकडून नागरतेकडे झालेल्या या प्रवासामुळे आणि 'प्रौढ मी' ही कथा अंतिमत: सांगत असल्यामुळे ती 'नागर मी'ची कथा म्हणूनच मनावर अंतिम परिणाम करते.

हे जरा अधिक स्पष्ट केले पाहिजे. या कथेत अशी वस्तुस्थिती आहे की, 'ग्रामीण बाल मी'ला पडलेले प्रश्न व आलेले अनुभव 'नागर प्रौढ मी' नागर संवेदनेने समजून घेत आहे. नागर संवेदनेच्या अंगाने 'बाल मी'च्या आठवणींना उकलू पाहतो आहे. प्रस्तुत संदर्भात नागर संवेदना म्हणजे कोणती? - तर लेखकाची हेतुकल्पना. 'प्रौढ मी' 'बाल मी'च्या आठवणींचा विचार ज्या पद्धतीने करतो, ज्या प्रश्नाच्या अनुरोधाने करतो तो विचार ग्रामीण जीवनाशी निगडित अशा प्रश्नांतून किंवा जाणिवांतून निर्माण झालेला नसून एकूण व्यापक मानवी जीवनसंदर्भातून निर्माण झाला आहे. म्हणून लेखकाची ही जाणीव, ही संवेदना नागर होय.

नागर संवेदना म्हणजे शहरी जीवनाशी निगडित अशी संवेदना नव्हे. (प्रस्तुत कथेतील संवेदना ही शहरी जीवनाच्या जाणिवेशी निगडित नाही.) नागर संवेदना याचा अर्थ एवढाच की, एका संस्कारयुक्त मनाची एकूणच व्यापक मानवी जीवनाचा संदर्भ असलेली संवेदना. अशी संवेदना ग्रामीण भागात राहूनही निर्माण होणे शक्य आहे. त्यासाठी शहरातच राहिले पाहिजे असे नाही. कालिदासाची

संवेदना, संतांची संवेदना ही नागर होती; शहरी नव्हती. शहर हे आधुनिक विज्ञाननिष्ठ संस्कृतीचे फल आहे. त्याच्यावर विसाव्या शतकाच्या यंत्रप्रधान आणि उद्योगप्रधान संस्कृतीचे नियंत्रण आहे.

तर नागर संवेदनेने 'प्रौढ मी', 'बाल मी'चे प्रश्न समजून घेत असल्याने ही कथा ग्रामीण साधन-घटकांच्या आधारे नागर संवेदना व्यक्त करते; त्यामुळे ग्रामीणतेच्या कक्षेबाहेर ती जाते; त्यामुळे खास 'ग्रामीण कथा' वाटत नाही.

ही कथा मग 'बाल मी'ची तरी अंतिमत: वाटते का? ती अंतिमत: 'प्रौढ मी'चीच वाटते. कारण 'बाल मी'ला भूतकाळात आलेल्या अनुभवांचा अन्वयार्थ इथे 'प्रौढ मी' लावीत आहे आणि तो व्यक्त करीत आहे. 'प्रौढ मी', 'बाल मी'चा आपल्या व्यक्तिमत्त्वाद्वारा शोध घेत आहे; याची जाणीव वाचकाला होते. म्हणून अंतिमत: ही कथा 'प्रौढ मी'ची वाटते.

जशी वरील दृष्टीने ती 'प्रौढ मी'ची वाटते तशी ती एखाद्याला प्रथमदर्शनी किंवा ढोबळ दृष्टीने मोन्या भागीरथीची वाटेल. कारण सगळ्या घटनांचा एक रोख स्त्री-पुरुष संबंध असाही मानता येण्यासारखा आहे. स्त्रीशिवाय पुरुषाला पूर्णता नाही नि पुरुषाशिवाय स्त्रीला पूर्णता नाही. जर यासंदर्भात अपूर्णत्व असेल, तर स्त्री-पुरुष एकतर असहाय तरी होतात किंवा पूर्णत्व आणण्यासाठी होणाऱ्या परिणामाची, काळवेळेची, तथाकथित औचित्याची, नीतीची फिकीर न करता धडपड करतात. या धडपडीची परिणती कित्येकवेळा मृत्यूतही होते. मोन्या भागीरथीच्या वाट्याला तो आला म्हणून ही भागीरथीची कथा वाटण्याची शक्यता आहे.

पण अशा रीतीने ती एका ग्रामीण स्त्रीच्या दुर्दैवी अंताची कथा मानली तरीही ती 'ग्रामीण कथा' होऊ शकत नाही. कारण अंतिमत: भागीरथीच्या निमित्ताने 'प्रौढ मी'ने मूलभूत स्त्री-पुरुष आकर्षणाचा आकार शोधण्याचाच इथे अतिशय प्रभावीपणे प्रयत्न केला आहे. त्याचाच प्रभाव आपल्या मनावर विशेष पडतो आणि पुन्हा इथे ग्रामीणतेचे साधन-घटक गौणस्थानीच जातात.

हेही टाळून नुसत्याच घटनांमध्ये रमणाराही एक वाचकवर्ग आहे. लोकप्रिय साहित्याचा वाचकवर्ग बऱ्याच प्रमाणात असा 'घटनां'मध्ये रमतो. केवळ घटनाप्रधान साहित्य तर त्याला फार आवडते. अशा वाचकाला मात्र ही कथा ग्रामीण वाटण्याची शक्यता आहे, ती तिच्यातील ग्रामीण साधन-घटकांमुळे. तो म्हणेल की, या कथेतील घटना-प्रसंग, पात्रे, संवादाची भाषा, समाज, प्रतिमा, निसर्ग ग्रामीणच आहेत. त्यामुळे कथा ग्रामीणच आहे. 'बाल मी' इथे दुसऱ्यांच्या जीवनातील घटना मुक्त वृत्तीने सांगतो आहे एवढेच. इथे 'बाल मी'ला पडणारे प्रश्न महत्त्वाचे नसून टाकून दिलेल्या भागीरथीच्या दुर्दैवी जीवनाची प्रभावी कहाणीच महत्त्वाची आहे. म्हणजे हाही एक रंग घेऊन 'सनई' ही कथा अवतरते.

या कथेतील 'बाल मी'ने किंवा 'प्रौढ मी'ने स्वत:ला पडणाऱ्या प्रश्नांचा गुंता सोडवत बसण्यापेक्षा ते बाजूला ठेवून भागीरथी मोनी असूनही तिचे लग्न का व कसे केले गेले, तिचा नवरा मोन्या स्त्रीशी लग्न करण्यास कोणत्या परिस्थितीत तयार झाला, मग तिला त्यानं शेवटी टाकून का दिली, सनईवाल्या तिच्या बापाने आपल्या मुलीचे ती मुकी असतानाही लग्न करण्याचा का विचार केला, त्याचा साप धरण्याचा व त्याला खेळवण्याचा ग्रामीण छंद कोणत्या प्रकारे चालत असे, याच छंदाचा अब्रूसाठी त्याने कसा वापर केला, भागीरथी मोनी, नवऱ्याने टाकलेली, गरीब सनईवाल्याची आहे; म्हणून तिला राबवून घेण्यासाठी इतर लोक तिचा कसा वापर करीत असत; इत्यादी ग्रामीण परिस्थितिजन्य प्रश्नांच्या अंगाने कथेतील घटनांची मांडणी केली असती तर हीच कथा 'खास ग्रामीण' झाली असती.

पण ती खास ग्रामीण झाली नाही म्हणून काही बिघडत नाही. लेखकाच्या व्यक्तिमत्त्वाचा हा प्रश्न असतो. कोणतीही कथा ग्रामीणतेमुळे मोठी अथवा छोटी ठरू शकत नाही, ती फक्त 'ग्रामीण कथा' असते एवढेच इथे सुचवावयाचे आहे.

२

'सनई' नंतर जी. ए. कुलकर्णी यांची 'राधी' ही कथा वाचल्यावर प्रथमदर्शनी एक गोष्ट लक्षात येते की, याही कथेत 'बाल मी'च केन्द्रस्थानी आहे. पण हा 'बाल मी' त्याने अनुभवलेल्या व्यक्ती, प्रसंग, घटना इत्यादींचे 'सनई'तील 'बाल मी'प्रमाणे आत्मनिष्ठेने संबंध लावण्याचा प्रयत्न करीत नाही. या 'बाल मी'ला राधीचीच कथा वस्तुनिष्ठ दृष्टीने सांगावयाची आहे. आरंभापासून अखेरपर्यंत त्याचे हे भान सुटत नाही. राधीशी प्रत्यक्ष संबंधित व्यक्ती, प्रसंग, घटना हा 'बाल मी' आरंभापासून योजतो आहे. त्या सबंध अनुभवाचा एक भाग म्हणूनच 'बाल मी' स्वत:कडे पाहतो आहे. त्या दृष्टीनेच त्याने सर्व पात्रे, प्रसंग, घटना, वातावरण यांची मांडणी केलेली आहे.

या कथेतील घटना, समाज, पात्रे, परिसर हे ग्रामीणच आहेत आणि या कथेतून व्यक्त झालेला अनुभवही ग्रामीणच आहे. वीतभर रुंद असलेल्या महादेव-गल्लीच्या या टोकापासून तो त्या टोकापर्यंतच्या घरांतील पात्रांनी, प्रसंगांनी, वातावरणाने कथेतील अनुभव आकाराला आलेला आहे. ग्रामसमाजातील संस्कृतीत ज्या भुताखेताविषयींच्या कल्पना असतात त्यांचा आणि चेटूक करणे, बिब्बा घालणे, काळ्या कुत्र्याचं रूप घेऊन चेटूक वावरणे, नजर लागणे इत्यादी ज्या लोकसमजुती असतात त्यांचा राधी ही बळी आहे. खुळ्याकावऱ्या नवऱ्याच्या बायकोवर गल्लीतल्या प्रतिष्ठितांचा डोळा असणे, चोरटा संबंध ठेवणे, आपल्या प्रिय पुरुषाच्या मुलाला जणू आपला मुलगाच मानून मनापासून त्याच्यावर प्रेम करणे, प्रियकराच्या बायकोविषयी

मनात उपकृततेची भावना ठेवणे आणि या प्रेरणेने जे सहज वर्तन होत राहते तसे वागणे, असे या कथेत आहे. या संबंधातूनच ही कथा घडत गेलेली आहे. या कथेतील बाबा, आई, गणेशवाडी भट, त्यांचा मुलगा ही खास ग्रामीण ब्राह्मणी पात्रे आहेत. पिसाळलेल्या काळ्या कुत्र्याला मारण्याचा प्रसंग व रीत ही ग्रामविभागात नेहमी भेटणारी बाब आहे. कुत्रं चावल्यावर राधीनं केलेला गावठी उपाय हा ग्रामीण भागात सर्वश्रुत आहे. सारांश, या कथेतील घटना, समाज, पात्रे, परिसर आणि या कथेची शेवटी अनुभवात रूपांतरित होणारी हेतुकल्पना ही ग्रामीणच आहेत. ग्रामीण समाजातच हे सर्व शक्य आहे असे दिसून येईल.

एवढेच नव्हे तर ग्रामीण संस्कृतीच्या एका थरातील परिपाक असलेली पात्रे आणि त्यांच्या विशिष्ट स्वभावातून निर्माण झालेले मानवी संबंध व संबंधांतून व्यक्त होणारी ग्रामीण समाज-संस्कृती यांचा अतिशय सुरेख असा समन्वय या कथेत दिसून येतो.

कथाकार या नात्याने जी. ए. कुलकर्णी यांचा स्वभाव लक्षात घेता ही कथा जरा वेगळेपणानेच उठून दिसणारी आहे. एरवी जी. ए. पात्रांच्या मनाला गिरमीट लावून खोल खोल उतरत जाऊन त्याचे पापुद्रे उकलत बसतात, पण इथे त्यांचे भान पात्रांबरोबरच एक व्यक्ती, एका समाजव्यवस्थेचा कशी बळी झालेली आहे, यावरही आहे. हे भान सामाजिक आहे, हे विसरता येत नाही. जी. ए. एरवी पात्रांना आपल्या ताब्यात घेऊन त्यांची (लेखकाची) जी त्या पात्रांविषयी चिंतनात्मक जाणीव तयार झालेली असते त्या दिशेने अतिशय प्रभावी पद्धतीने स्वतःच निवेदन करण्यावर भर देतात. या निवेदनातील त्यांची वर्णने, प्रतिमा, शब्दप्रयोग, मार्मिकता, दार्शनिकता इत्यादी वाचकांना भारून टाकतात. त्यांची पात्रे जणू सावल्यासारखी ते म्हणतील त्या दिशेने मुकाट जात असतात. अगदी आवश्यक असेल तरच निवेदकाच्या हेतुसिद्धीसाठी एखाद-दुसरे वाक्य बोलून लगेच निवेदनापाठीमागे सरकून निवेदकालाच पुढे करतात. 'तोच आमचा करता-करविता आहे, बोलविता आहे, आम्ही फक्त त्याच्या जाणिवेला भरून घेणारी 'पात्रे' आहोत', अशी ती कथा वाचताना अनुभवाला येतात. त्यामुळे एरवी जी. एं.ची कथा ही अंतिमतः निवेदकाची, निवेदकाच्या जाणिवेचीच ती कथा आहे; असे विशेषत्वाने जाणवत राहते. पण 'राधी'मध्ये मात्र आबा, गणेशवाडी भट, आई, 'मी', काळे कुत्रे, राधी, नाऱ्या ही पात्रे हाडामांसासह उभी राहून या कथेत वर्तन करतात, घडाघडा बोलतात. म्हणूनच सामान्यतः निवेदनप्रधान अशा जी. एं.च्या कथेत एरवी क्वचित भेटणारे पात्रापात्रांमधील संवाद या कथेत विशेषत्वाने येऊ लागतात. त्यामुळे 'राधी' मधील पात्रांना आवाज, देह, वर्तन लाभते नि ती समोर वास्तवातील माणसांसारखी उभी राहतात. एरवीच्या कथेतील जिवंत सावल्यासारखी ती वाटत नाहीत. म्हणूनच की काय समाजाचा

परिपाक असलेल्या व्यक्तिसंबंधांचे व व्यक्तिमनांचे दर्शन आणि त्यातूनच समाजदर्शन या कथेत समग्रपणे घडते.

असे असूनही 'राधी' ही कथा 'ग्रामीण कथा' म्हणून का ओळखली गेली नाही? - एखाद्या चांगल्या ग्रामीण कथाकाराच्या संग्रहातून ती आली असती तर निश्चितपणे तिला ग्रामीण कथा मानले गेले असते. जी. ए. कुलकर्णी यांचे अनुभवविश्व प्रामुख्याने ग्रामीण असले तरी ते काही ग्रामीण कथाकार म्हणून ओळखले जात नाहीत. त्यांची जाणीव ही एकूणच मानवी जीवनाचा तत्त्वज्ञ कलावंताच्या वृत्तीने शोध घेणारी आहे. अशा तत्त्वज्ञ कलावंताला ग्रामीण, नागरी, शहरी, स्वकीय, परकीय, ऐतिहासिक, पौराणिक जीवन, त्यातील पात्रे, समाज, प्रसंग, घटना या सारख्याच योग्यतेच्या वाटतात. कारण त्याच्या कथात्मक आविष्काराची ही मूलद्रव्ये किंवा घटकसाधने म्हणूनच तो त्यांच्याकडे पाहत असतो. निदान जी. एं.ची प्रकृती अशी आहे. ज्याच्यावर ग्रामीण साहित्यिक असा शिक्कामोर्तब झालेला आहे त्याच्या साहित्यातून सातत्याने समाज, पात्रे, घटना, प्रसंग, निसर्ग, संस्कृती यांच्या संबंधातून निर्माण झालेले ग्रामीण जीवनसंदर्भातील दर्शनच घडत असते. अशा लेखकाची जाणीव अग्रनिष्ठेने ग्रामीण आणि तदनंतर व्यापक मानवी जीवनाची असते. अशा ग्रामीण साहित्यिकाने ग्रामीणेतर प्रकाराने वा अंगाने जाणिवा व्यक्त करण्याचे बहुधा टाळलेले असते किंवा त्याच्या प्रत्येक लेखनपूर्व जाणिवेचे रूपांतर ग्रामीणतेतच होते.

ग्रामीण साहित्यिकाचे असे व्यक्तिमत्त्व आणि जी. ए. कुलकर्णी यांचे व्यक्तिमत्त्व यात अशा रीतीने मूलभूतच फरक आहे. त्यामुळे जी. ए. कुलकर्णी यांच्या कथा एरवी अनेक प्रकारांत विभागता येण्यासारख्या असूनसुद्धा त्यांचा आपण एका विशिष्ट पातळीवर एकत्रच विचार करतो. अव्वल दर्जाच्या प्रतिभावंताचा खरेतर असाच विचार होणे आवश्यक असते. कारण 'कथा' ही अंतिमत: 'कथा' म्हणूनच महत्त्वाची असते. तिचे ग्रामीणपण, सामाजिकपण किंवा प्रतीकरूप, पौराणिकरूप, बीजकथारूप यासारख्या गोष्टी विशेषणस्थानीच असतात.

'राधी' ही कथा 'खास ग्रामीण कथा' म्हणून ओळखली न जाण्याची आणखी काही गौण कारणे असावीत. या कथेतून व्यक्त झालेली ग्रामीण संस्कृती ही एरवीच्या तथाकथित ग्रामीण कथांतून व्यक्त झालेली ग्रामीण संस्कृतीसारखी दृढपरिचित नाही. एरवी आपणास भारतीय (पर्यायाने मराठी) खेड्याचा आत्मा असलेली शेतीप्रधान जीवनपद्धती किंवा संस्कृती जिच्यातून आविष्कृत होते तीच ग्रामीण कथा वाटते. तिच्यातील सर्वच घटक तेथील शेतिनिष्ठ संस्कृतीशी प्रत्यक्षाप्रत्यक्ष संबंधित असावेत अशी आपली कळत नकळत अपेक्षा असते. ग्रामीण बहुजनांची ती कथा असावी, शेतिनिष्ठ संस्कृतीच्या परिपाकातून निर्माण झालेले दारिद्र्य, अज्ञान, निसर्गप्रेम, मातीचे प्रेम, जातिव्यवस्था, बलुतेदार पद्धती, पारंपरिक निष्ठा, समजुती

इत्यादी विशेषच तिच्यातून आविष्कृत व्हावेत, अशी अपेक्षा कळत नकळत आजवरच्या मराठी ग्रामीण साहित्याने निर्माण करून ठेवलेली आहे. या अपेक्षेने नियंत्रित झालेल्या वाङ्मयीन दृष्टीनेच आपण 'राधी' कथेकडे पाहतो आणि ती आपणास सकृतदर्शनी तरी ग्रामीण वाटत नाही.

तिच्यातून व्यक्त झालेली ग्रामीण संस्कृती ही ग्रामविभागातील ब्राह्मणी संस्कृती आहे. ग्रामविभागात ब्राह्मणाला महत्त्वाचे स्थान असले तरी तो ग्रामातील शेतिनिष्ठ बहुजनांच्या लोकसंख्येत तुलनेने नगण्य असतो. पुष्कळवेळा ग्रामात ब्राह्मणाचे एखादेच घर असते किंवा पाच-सात घरांपलीकडे त्यांची संख्या जात नसते. ही घरेही बहुजनांच्या संस्कृतीपासून, संपर्कापासून, वृत्तिव्यवसायांपासून अलग असतात. त्यांचे ग्रामातच एका स्वतंत्र जागेत त्यांच्या त्यांच्यापुरतेच संबंध प्रस्थापित झालेले असतात. गावाशी निर्माण झालेले संबंध हे आणखी वेगळे असतात. त्यामुळे अशा चार-दोन घरांत किंवा एकाच घरात घडलेली आणि केवळ ब्राह्मण पात्रे असलेली व त्यांच्याच अंतर्गत संबंधांतून निर्माण झालेली 'ग्रामीण कथा' मराठी साहित्याला व मराठी अभिरुचीला 'ग्रामीण कथा' या नात्याने सामान्यतः अपरिचित आहे. अशी कथाही ग्रामीण असू शकते याचे भान अजून मराठी अभिरुचीला आलेले नाही.

अनुषंगाने इथे असा एक विचार येतो की, आधुनिक मराठी कथा-कादंबरीचे जनक असलेल्या हरिभाऊ आपट्यांच्या काळापासूनच जर खेड्यापाड्यातून शहरात स्वतःच्या विकासासाठी येणाऱ्या अनेक ब्राह्मण लेखकांनी आपले ग्रामीण जीवनाशी निगडित बालपणीचे अनुभवविश्व प्रांजळपणे आविष्कृत करण्याचा जरी प्रयत्न केला असता तरी आरंभापासूनच अशा वळणाची ग्रामीण कथा किंवा ग्रामीणांची देशी कथा जन्माला आली असती.

जी. ए. कुलकर्णी यांनी 'राधी' या कथेसाठी स्वीकारलेली भाषा आहे या परिस्थितीत माध्यम म्हणून योग्य असली तरी या कथेला 'ग्रामीण कथा' भासू देण्यापासून दूर ठेवणारी आहे. कारण त्यांची भाषा नागर प्रकृतीची आहे. मराठी माणसाची भाषा असे तिला म्हणता येईल. जी. ए. आपली भाषा सर्वत्र सारख्याच रीतीने वापरतात. ती निवेदकाची भाषा म्हणून कथेत अवतरत असते. त्यामुळे त्यांची ही रीत वाचकाला कुठेही जाचक होत नाही. कारण जी. एं.च्या कथेत बहुतेकवेळा तृतीयपुरुषी निवेदनच असते आणि प्रथमपुरुषी (पात्रमुखी) निवेदन असले तरी त्यांची निवेदनशैली एरवीच्या शैलीपेक्षा फारशी भिन्न नसते. 'राधी' हीच कथा त्याचे उदाहरण आहे. प्रमाण भाषेत प्रादेशिक बोलीतील शब्द वापरता येतात. तसे जी. ए. वापरतातही, पण त्यामुळे तिचे 'प्रमाण भाषापण' ढळत नाही किंवा तिला प्रादेशिक विशिष्टता ठळकपणे लाभतही नाही. प्रादेशिकतेचा अतिशय फिकट अंश तिच्यात मिसळलेला असतो एवढेच. तो नगण्य असतो.

याउलट एखाद्या कथेला निवेदनासाठी, संवादासाठी प्रादेशिक वा ग्रामीण बोली लाभते तेव्हा किंवा शंकर पाटलांसारखे लेखक ग्रामीण बोलीवरच प्रमाण भाषेचे संस्कार करून तिचा प्रादेशिक ढंग ठळक ठेवतात तेव्हा त्या भाषेला प्रादेशिक विशिष्टता लाभते आणि सबंध कथा प्रथमदर्शनीच आपली प्रादेशिकता किंवा ग्रामीणता प्रस्थापित करते. कारण भाषेने कथेला देह प्राप्त झालेला असतो. हा देह वाचकाच्या नजरेत आणि मनात वाचन-प्रारंभीच भरू लागतो. त्यामुळे एखादी कथा जर वर म्हटल्याप्रमाणे प्रादेशिक वा ग्रामीण बोलीत अवतरली तर तिची प्रादेशिकता किंवा ग्रामीणता वेगळ्या रीतीने प्रस्थापित करण्याचे प्रयोजन पडत नाही आणि तशी भाषा जर एखाद्या ग्रामीण कथेला लाभली नसेल, प्रमाण भाषेतच ती अवतरत असेल तर तेवढ्या प्रमाणात तिचे ग्रामीणत्व कमी पडते, इतर घटकांचा विचार करून तिचे ग्रामीणत्व तपासावे लागते; असेच म्हणावे लागेल, पण त्यामुळे काही बिघडते असे नाही. कारण ग्रामीणत्व एवढाच काही कथेचा विशेष नसतो.

ग्रामीण कथा ग्रामीण व्यक्तिमत्त्वाच्या विशेषांनी प्रेरित होऊन लिहिली तर ती अधिक सतेज दिसणार हे उघडच आहे, पण ग्रामीण जीवन हे अंतिमत: एक मानवी जीवन आहे; या पातळीवर जाऊन त्यातील व्यापक मानवी जीवनघटकांवरच फक्त भर देऊनही कथा लिहिता येणे शक्य असते. मात्र त्या प्रमाणात तिची ग्रामीण विशिष्टता कमी होते आणि व्यापकता वाढते आणि विशिष्टतेचेही काही गुणधर्म असतात व व्यापकतेचेही काही गुणधर्म असतात. समर्थ कथाकार हे दोन्हीही एकत्र आणू शकतो, पण प्रत्येकवेळी ते यशस्वीपणे एकत्र येऊच शकतील असेही नाही. इथे एक गोष्ट लक्षात ठेवणे जरूर आहे की, नागर भाषेत अवतरणारी प्रत्येक ग्रामीण कथा ही प्रत्येकवेळी मानवी जीवनाच्या व्यापक पातळीवर जाण्यासाठीच नागर भाषेचा अवलंब करते असे नाही. अन्य काही कारणांसाठीही (उदाहरणार्थ शहरी, मध्यमवर्गीय वाचकाला कळावी म्हणून) ती प्रमाण भाषा, नागर भाषा स्वीकारत असते.

मूळ मुद्दा असा की, जी. एं.च्या एरवीच्या कथेला जी निवेदनशैली लाभलेली आहे, तीच 'राधी' याही कथेला लाभल्यामुळे ती जी. एं.च्या बाकीच्या कथांत मिळून जाते. शिवाय ग्रामीण कथा म्हणून सकृद्दर्शनी उठून दिसणाऱ्या वेगळेपणाचा प्रादेशिक भाषा-घटक तिला लाभलेला नाही. तरीही ती ग्रामीण कथा आहे हे विसरता येत नाही.

३

श्रीनिवास कुलकर्णी यांच्या 'डोह'मध्येही 'बाल मी'च आपले अनुभव व्यक्त करीत आहे. यातील घटना ग्रामीण परिसरातीलच असून, त्या प्राणिजीवनातील आहेत. भोवतालचा समाज, 'मी', आई, दादा, 'मी'ची मैत्रीण, इतर पात्रे, सगळी

ग्रामीणच आहेत. तेथील निसर्ग, त्यातील मुक्तपणे वावरणारे प्राणी, तेथील देवळे, घरे, पाऊस, पिके, राने, डोह, नदी, पहाट, रात्र इ. ग्रामीण जीवनाचे घटक म्हणूनच आले आहेत. कुलकर्णी यांच्या भाषेला प्रादेशिक छटाही लाभलेल्या आहेत; तरी तीही संस्कारयुक्त मनाची प्रमाण भाषा आहे.

'डोह'मधील 'बाल मन' एका तीव्रतर संवेदनेने या परिसरातील निसर्ग आणि प्राणिजीवन अनुभवते आहे. या अनुभवापाठीमागे निखळ बालजिज्ञासा मुक्तपणे संचार करते आहे आणि बालमनात विविध प्रश्न निर्माण करून अनुभव घेण्यास प्रेरणा देते आहे. खेडेगावातील एखाद्या ब्राह्मण कुटुंबात जे बालमनावर संस्कार व्हावेत, तसेच संस्कार या बालमनावर झालेले आहेत; पण हे मन तीव्र संवेदनशील, निसर्गवेडे आणि उत्कट जिज्ञासू तसेच तरल कल्पना करणारे असल्याने त्याला पडणारे प्रश्न आपले लक्ष वेधून घेतात. हे प्रश्नही हिंदुसंस्कार, धर्मकल्पना, पूर्वजन्मकल्पना, निसर्गाविषयी गूढ आकर्षण, प्राण्यांविषयी हिंदुमनाच्या समजुती इत्यादी वैशिष्ट्यांनी घडणाऱ्या बालमनातच निर्माण होणारे आहेत. त्यामुळे 'डोह'मधील बालमन हे भारतीय हिंदुसंस्कारयुक्त बालमनाचे प्रतीक आहे.

ते मूलतः ग्रामीण आहे, पण त्याला ग्रामीण समाजाविषयी, जीवनाविषयी किंवा व्यक्तींविषयी प्रत्यक्षाप्रत्यक्ष प्रश्न पडत नाहीत. त्याला मानवी जीवन नाट्य आकृष्ट करू शकत नाही किंवा त्यामध्ये खोल वाकून बघण्याची जिज्ञासा निर्माण होत नाही. 'राधी'मधील 'बाल मी'ला तशी ती आहे. त्यामुळे एरवी 'ग्रामीणतेचा गाभा' वाटणारा भाग या लेखनातून येऊ शकत नाही. आला तरी तो गौणस्थानी गेलेला असतो, अतिशय शबल स्वरूपात जाणवत राहतो.

निसर्गाचे आणि मुक्त प्राणिजीवनाचे संवेदनेच्या अंगाने मुक्त रेखाटन आणि हे सर्व अनुभवताना 'बाल मी'ला पडणाऱ्या जिज्ञासायुक्त प्रश्नांचे मुक्त दर्शन हीच हेतुकल्पना 'डोह'मधील लेखनाची आहे. बाकीच्या गोष्टी अनुषंगाने येतात. वस्तुस्थिती अशी असल्याने ग्रामीण जीवनाचा तोवर अस्पृष्ठ राहिलेला एक अनोखा भाग इथे अतिशय चैतन्यपूर्णतेने साकार झालेला आहे. 'डोह'चे हे स्वरूप एकूणच मराठी साहित्यात अनोखे आहे.

पण हे प्राणिजीवन तेथील ग्रामीण समाजजीवनाशी किंवा व्यक्तिजीवनाशी घनिष्ठपणे यादवांच्या 'गोतावळा'मध्ये जसे निगडित झाले आहे तसे झाले असते तर किंवा लेखकाने त्यावरही लक्ष्यवेधी भर दिला असता तर या 'डोहा'भोवतीचे 'मानवी जग' ही तेथील प्राणिजगासारखे गजबजून गेले असते आणि ग्रामीण साहित्याचा अनेक परिमाणे लाभलेला एक मानदंड 'डोह'च्या निमित्ताने उभा राहिला असता. त्यातील ग्रामीणता ठसठशीत, लक्ष्यवेधी स्वरूपात अधिकच डोळ्यात भरली असती.

थोडक्यात असे म्हणता येईल की, 'डोह'मधील हेतुकल्पना ग्रामीण आहे. त्याचे साधन घटकही ग्रामीणच आहेत, पण 'डोह'मध्ये ग्रामीणतेच्या ज्या अंगाचे स्वरूप दर्शन घडविले आहे ते आजवर अस्पृष्ठ होते, अनोखे होते. ते ग्रामीणतेच्या रूढ, पूर्वपरिचित कल्पनांत सामावणारे नसल्याने ते ग्रामीण आहे की नाही याविषयीचा प्रश्न उपस्थित न करता आस्वादले जात होते, विवेचिले जात होते. दुसरे असे की, त्यात व्यक्त झालेले प्राणिजीवन, निसर्गदर्शन स्वतंत्रपणे इतके रम्य आणि अद्‌भुत आहे की, रसिकाच्या मनावर त्याचाच प्रभाव प्रामुख्याने पडतो. तसा तो पडणे स्वाभाविक आणि प्रस्तुतही आहे. त्यामुळेही त्यातील ग्रामीणतेकडे दुर्लक्ष होत असावे. आणखी असे की, यातील 'बाल मी'ची जिज्ञासा, त्या मनावर झालेल्या हिंदुसंस्कृतीच्या संस्कारातून निर्माण होणारे प्राण्याविषयीचे व निसर्गाविषयीचे निष्पाप, निरागस आणि कल्पक प्रश्न व त्यांची उत्तरे हा भागही व्यापक भारतीय बालमनाला गवसणी घालणारा आहे. हे मन विज्ञानयुगापासून, बुद्धिनिष्ठेपासून, आधुनिक यंत्रयुगाच्या संस्कारांपासून पूर्णपणे दूर असलेल्या, शहरवासीयांच्या दृष्टीने भूतकाळात हरवलेल्या एका निरागस संवेदनशील जिज्ञासू मनाचे दर्शन घडविते. हे मन आजचा बहुतेक मराठी माणूस अनेक कारणांनी जाणिवेच्या पातळीवर हरवून बसलेला आहे. त्यामुळे 'डोह'वाचताना तो या मनाच्या दर्शनातच स्वतःला गमावून आणि एक अनोखी हुरहुर लावून बसतो. 'डोह'मधील ग्रामीणता यामुळेही त्याने बाजूला ठेवलेली असते आणि वर म्हटल्याप्रमाणे महत्त्वाचे कारण हे की, 'डोह'मधील या अनोख्या ग्रामीणतेचा ओळखीच्या, पूर्वपरिचित, रूढ ग्रामीण जीवनाशी, ग्रामीण समाजाशी, ग्रामीणतेविषयीच्या प्रस्थापित कल्पनांशी घनिष्ठ संबंध आला असता तर 'डोह' नुसते सुंदर लेखनच न राहता मोठे आणि सुंदर ग्रामीण लेखन झाले असते.

४

'डोह'कडून अनिल अवचटांच्या 'माणसं' या पुस्तकाकडे आपण वळलो की, हिरव्यागार निसर्गाच्या सान्निध्यातील गजबजलेल्या प्राणिसृष्टीतून समाजनिर्मित अशा गजबजलेल्या, पण रखरखीत मानवी वस्त्यांत येतो. समाजनिरपेक्ष जाणीव आणि समाजसापेक्ष जाणीव यांची 'डोह' आणि 'माणसं' ही दोन टोकं आहेत.

या पुस्तकातील 'माणसं' मुळातील ग्रामीण भागातीलच आहेत. ती पोटाचा प्रश्न सोडविण्यासाठी शहरात आलेली आहेत. काही माणसं आसपासच्या खेड्यांतून, रोज शहरात येतात, काही झोपड्या बांधून एका जागी बहिष्कृतासारखी शहरातच राहतात, तर काही रस्त्याच्या कडेला, वळचणीला, गटारीकडेला, गलिच्छ जागांवर तशीच उघडीवाघडी राहतात. काही भटकत, चोऱ्यामाऱ्या करत किंवा सटरफटर उद्योग करत, खेळ करत जगतात. शहरात येऊनही त्यांच्या जगण्याच्या कल्पना,

धार्मिक भावना, सण-उत्सव, समजुती ग्रामीणांसारख्याच आहेत. शहरांनी आणि खेड्यात शासनव्यवस्थेने त्यांच्या केलेल्या उपेक्षेमुळे त्यांच्या वाट्याला शहरात अधिक भेसूर जीवन आलेले असते. त्यामुळे त्यांच्या जगण्याच्या रीतीत विद्रुपता आलेली असते. त्यातूनच शहरातील झोपडपट्टी आकाराला आलेली असते.

ही झोपडपट्टी शहराचा एक भाग असली तरी ती आपल्या देशाच्या समाजव्यवस्थेने, शासनव्यवस्थेने, अर्थव्यवस्थेने, शिक्षणव्यवस्थेने निर्माण केलेल्या विपरीततेतून जन्मली आहे. शहर आणि ग्रामीण विभाग यांच्यामध्ये जी प्रचंड दरी निर्माण झालेली आहे, विषमता आलेली आहे, कागदोपत्रीच्या योजना आणि प्रत्यक्ष कार्यक्रम यांचा जो विपर्यास झालेला आहे त्यामुळे ही झोपडपट्टी निर्माण झालेली आहे.

अवचटांच्या हेतुकल्पनेचा आवाका व्यापक आहे. तो एकूणच आधुनिक जीवनाचा, समाजव्यवस्थेचा, लोकशाही शासनव्यवस्थेचा, प्रचंड वाढणाऱ्या आजच्या शहरांचा आणि महारोग्यासारख्या दुर्लक्षित राहिलेल्या आजच्या ग्रामीणांचा परस्परांवर परिणाम होऊन जीवनव्यापी जे अनेक ताण निर्माण झालेले आहेत; त्यांचे दर्शन घडवू इच्छिणारा आहे.

या दर्शनाच्या केंद्रस्थानी ग्रामीण माणसंच आहेत. ती व्यक्तिरूपाने एकटी दिसत नाहीत; व्यक्तित्व हरवून समूहरूपात दिसतात. या समूहरूपात त्यांचे चाललेले दैनंदिन जीवन, त्यांचे पोटार्थी विविध धंदे, त्यांची सामाजिक स्थिती, आर्थिक सांस्कृतिक दुरवस्था, त्यांच्या झोपड्या, अंथरुणे, पांघरुणे, त्यांचे रोग-आजार, त्यांचे अन्न इत्यादींची विदारक चित्रे अवचटांनी काढलेली आहेत. या समूहाला बोलकं करून ते त्याची अवस्था त्याच्याकडूनच वदवून घेतात. आपण स्वत: पृच्छकाची भूमिका बव्हंशी आरंभी वटवतात आणि शेवटी शेवटी आधुनिक समाजवादी दृष्टिकोनातून त्यांच्यावर होणारा सामाजिक अन्याय, त्यांना होणारा समाजव्यवस्थांतर्गत विरोध, त्यातून निर्माण झालेली प्रचंड विषमता यांचा वेध घेणारे भाष्य करतात.

हे भाष्य विसाव्या शतकातील, आधुनिक मनाला जाणवणाऱ्या मानवी हक्काच्या भूमिकेवरून केलेले आहे. म्हणून त्याला सामाजिक बाजू लाभलेली आहे. या दर्शनात उपेक्षित ग्रामीण जरी असले तरी ते ग्रामीण व्यक्तींचे केवळ प्रतिनिधित्व करीत नसून समाजातील उपेक्षितांचे प्रतिनिधी म्हणून प्रामुख्याने येतात. इथे 'ग्रामीण समाजाचे' दर्शन घडविण्याचा हेतू नाही; तर ग्रामविभागातून आलेल्या आणि शहर व्यवस्थेने आपल्यात सांस्कृतिक, आर्थिक इ. एकूण जीवनविषयक पातळीवरच सामावून घेण्याचे नाकारल्याने जी त्यांची वाताहत झालेली आहे त्या 'ग्रामीणांच्या समूहांचे' दर्शन घडविले जाते. थोडक्यात शहरव्यवस्थेचा बळी झालेल्या ग्रामीणांचे दर्शन यात घडते.

हे दर्शन घडविणारे अवचटांचे व्यक्तिमत्त्व ग्रामीण नसून किंवा या दर्शनापाठीमागची प्रमुख हेतुकल्पना ग्रामीणांचे 'समग्र दर्शन' घडविण्याची नसून समाजवादी दृष्टीने एकूणच मराठी समाजातील विषमता, अन्यायी व्यवस्था या गोष्टींवर भर देणारी आहे. या विषमतेचे व अन्यायी व्यवस्थेचे ग्रामीणांवर व आदिवासी भटक्यांवर किती भेसूर परिणाम झालेले आहेत, हे सांगणारी आहे आणि त्यावर उपायही सुचविणारी आहे. त्यामुळे इथे ग्रामीणांच्या संदर्भात पार्श्वस्थानी एकूण आधुनिक समाजाचे दर्शन घडते.

कधी यातील भाष्य स्पष्टपणे अधूनमधून विधानांच्या स्वरूपांत तर कधी स्वतंत्र परिच्छेदाच्या स्वरूपात प्रत्यक्षपणे, तर पुष्कळवेळा पूर्वनिश्चित गृहीतांतून ते घडविल्याने अप्रत्यक्षपणे येत असते. जेव्हा ते असे प्रत्यक्षपणे किंवा एखाददुसऱ्या विधानातून अधून-मधून येते; (उदा. 'माणसं' हाच लेख) तेव्हा ही लेखने या जनसमूहांच्या सामाजिक स्थितीचे दर्शन प्रभावीपणे घडवीत असतात. कारण हे दर्शन प्रधानस्थानी आल्यासारखे वाटते. पण जेव्हा परिच्छेदच्या परिच्छेद भाष्याचे येतात तेव्हा ही लेखने वैचारिकतेकडे झुकतात आणि ग्रामीणांच्या समूहांचे दर्शन गौणस्थानी जाऊन भाष्य मात्र प्रधानस्थानी येते. (उदा. 'वस्त्या माणसांच्या') अशा दोन्हीही प्रकारची लेखने या पुस्तकात आहेत. त्यामुळे ते ललित गद्य आणि वैचारिक लेख यांच्या सीमेवरचे वाटते. कधी ते अनुभवदर्शन घडविणाऱ्या ललित गद्याकडे झुकते, तर कधी ते निष्कर्षात्मक विचार-भाष्य करणाऱ्या लेखाकडे झुकते.

ही लेखने दीर्घ आहेत. त्यांचा पटही मोठा आहे. त्यामुळेही सर्वसाधारण लांबीच्या ललित लेखात अनुभवदर्शनाचा जेवढा ऐवज ललित्याच्या अंगाने मिळणे शक्य असते तेवढा यातील एकएका लेखात मिळू शकतो. त्यामुळेही यातील वैचारिक वाटणारी लेखने 'अनुभवदर्शनही घडविणारी' वाटण्याची शक्यता आहे, पण तो आभासच आहे. कारण अशाप्रकारच्या लेखात तसे दर्शन काही भागात घडत असले तरी संपूर्ण लेखाचा विचार करता त्याचा हेतू वेगळा वाटतो. उदा. 'कोण माणसं... कोण जनावरं' या लेखात हमालांचे जीवनदर्शन प्रभावीपणे घडविणारा मोठा ऐवज असला तरी त्यांच्या जीवनावर जे सामाजिक, राजकीय, संघटनात्मक विचारांनी युक्त असे भाष्य करणारे परिच्छेदच्या परिच्छेद येतात ते सबंध जीवनदर्शनांचा हेतूच बदलून टाकतात. जीवनदर्शन हे साधनरूप असून, त्याच्या आधाराने केलेले विचारभाष्य हे साध्यरूप वाटू लागते.

सारांश 'माणसं' हे पुस्तक, आहे या परिस्थितीत शहरातील समग्र समाजाच्या पार्श्वभूमीवर खेड्यातून शहरात आलेल्या उपेक्षित ग्रामीणांचाच विचार करणारे व अनुभवदर्शन घडविणारे असल्याने त्याला 'आधुनिक ग्रामीण साहित्यातील ललित गद्याचा

एक नवा आविष्कार' मानावे लागते. मात्र ते कधी अनुभवदर्शनाकडे तर कधी विचारदर्शनाकडे, मतांच्या निष्कर्षाकडे झुकणारे आहे. त्यामुळे ते सीमेवरचे मानावे लागते.

५

'माणसं' हे ललित गद्याच्या सीमेवरचे आहे तर 'जरासंध' (मे १९७७), 'भाकरीचं झाड' (ऑक्टो. १९७६), 'वस्तीचं घोंगडं' (मार्च १९७७) 'पाटी आणि पोळी' (दिवाळी १९७८) ही 'सत्यकथे'तून आलेली आनंद यादवांची लेखने ललित गद्यातच समाविष्ट होणारी आहेत.

'माणसं'मधील 'मी' हा शहरी समाजव्यवस्थेची चांगली जाण असलेला आहे. त्यामुळे तो शहरात येणाऱ्या ग्रामीणांकडे आपल्या जाणिवेच्या पार्श्वभूमीवर गाढ सहानुभूतीने, त्यांच्या हक्कांच्या जाणिवेने पाहणारा आहे. पण यादवांच्या वरील लेखांतील 'मी' हा शहरात प्रस्थापित झालेला, पण मूलतः ग्रामीण मातीचा पिंड असलेला आहे. अवचटांची 'माणसं' ग्रामीण भागांतून शहरामध्ये पोटापाण्याच्या प्रश्नासाठी येऊन स्थिर होऊ पाहतात, तर यादवांच्या लेखांतील 'मी' हाही ग्रामीण विभागातून नोकरीसाठी म्हणजे पर्यायाने पोटाच्या प्रश्नाची सोडवणूक करण्यासाठीच शहरात येऊन राहिलेला आहे.

हा 'मी' शहरात येऊन स्थिर झालेला असला, तरी अवचटांच्या माणसांप्रमाणेच त्याची गावाकडची मातीची ओढ सुटत नाही. 'जरासंधा'सारखा हा 'मी' शहर आणि खेडे यात मनाने दुभंगला गेला आहे. मूळ खोडाची जणू एक फांदी शहरात येऊन रुजू पाहणारी अशी त्याची अवस्था आहे. त्याला गावाकडच्या 'भाकरीच्या झाडाची', 'वस्तीच्या घोंगड्याची' अनावर ओढ आहे. आपल्या मातीतून आपली मुळं या समाजव्यवस्थेमुळे उखडली गेली आहेत याची त्याला खंत आहे... शहरात जगत असताना त्याला हे सर्व विरोधी प्रक्रियांनी जाणवते. त्याच्यासमोर ज्या ज्या वस्तू शहरात येतात त्यांच्या निमित्ताने त्याला गावाकडच्या वस्तू आणि त्या निमित्ताने गावाकडचे स्वतःचे जगणे स्मरू लागते आणि त्यातूनच ही लेखने आकार घेतात.

म्हणजे या ललित लेखांत शहरातील 'मी'चे अनुभव आणि त्यांच्या निमित्ताने त्याचे जागे होणारे त्याच्याच ग्रामीण जीवनातील अनुभव, या दोहोंची मिश्रणे होत असली तरी 'मी' ला त्यातून अंतिमतः ग्रामीण जीवनाविषयी आज काय वाटते; हेच साधावयाचे आहे. तीच या ललित लेखांची हेतुकल्पना असल्याने हे लेख आधुनिक ग्रामीण साहित्यातच जमा होतात.

'आधुनिक ग्रामीण व्यक्तिमत्त्व' हे आधुनिक विज्ञाननिष्ठ संस्कृतीचे फलित आहे. पूर्वीसारखी शहरे व खेडी ही संपूर्णपणे अलग, स्वतंत्र आज भारतात तरी राहू शकत नाहीत. शहरांचे खेड्यांवर व खेड्यांचे शहरांवर परिणाम होत आहेत. या

परिणामाचाच एक भाग म्हणून खेड्यांतील अनेक माणसे जशी शहरांकडे धाव घेत आहेत, तसे अनेक ग्रामीण तरुणही शिक्षण घेऊन शहरांत नोकरी करून खेड्यांतील आपल्या कुटुंबीयांना पोसत आहेत. शेतीसाठी, ग्रामीण धंद्यासाठी, आपल्या कुटुंबांसाठी नाना प्रकारे मदत करत आहेत. त्यासाठी त्यांना शहरांत राहावे लागत असले तरी आपल्या खेड्यांवर नाना प्रकारच्या कारणांनी त्यांची नजर खिळलेली आहे. अशा परिस्थितीत हे तरुण शरीराने शहरांत असले तरी मनाने गावाकडेच असतात. शहरात होणाऱ्या आपल्यावरील संस्कारांचा ते आपले मूळ ग्रामीण जीवन सुधारण्यासाठी, विकसित करण्यासाठी वापर करतात. त्यांच्या मूळ ग्रामीण व्यक्तिमत्त्वावर शहरांचे संस्कार घडू लागतात आणि त्यातून अनेक प्रकारचे मानसिक संघर्ष होत, त्यांचे एक परिपुष्ट असे व्यक्तिमत्त्व घडते. या व्यक्तिमत्त्वाने कधी आपले ग्रामीणत्व संपूर्ण खंडून काढून शहरीपणाचाच स्वत:त विकास साधलेला असतो, पण कधी मूळ ग्रामीणत्वावर कलम करून, शहरी जीवनाचे त्याला खतपाणी घालून त्याने ग्रामीणतेचा आधुनिक पद्धतीने विकास साधलेला असतो. हे जे व्यक्तिमत्त्व तेच 'आधुनिक ग्रामीण व्यक्तिमत्त्व' होय. अशा आधुनिक ग्रामीण व्यक्तिमत्त्वाचा आविष्कार 'भाकरीचं झाड' किंवा इतर वरील लेखांत अनुभवायला मिळतो. म्हणून ते आधुनिक ग्रामीण साहित्यच मानावे लागते.

६

प्रथमदर्शनी ग्रामीण वाटणाऱ्या आणि ग्रामीण न वाटणाऱ्या अशा काही साहित्यकृतींचे स्वरूप नीट तपासताना काही वेगळे हाताशी लागते असे वरील विवरणावरून आपणांस दिसून येते. या विवरणावरून साहित्यातील ग्रामीणतेविषयी काही अनुमाने काढता येण्यासारखी आहेत.

ग्रामीण, नागर आणि शहरी ही साहित्यकृतींना लावली जाणारी विशेषणे परस्परविरोधी नाहीत. मुळात भारतीय संस्कृतीचे, जीवनपद्धतीचे, समाजाचे, धर्माचे काही समान धर्म प्रत्येक भारतीयात आहेतच. हिंदू माणूस, मराठी माणूस म्हणून काही सारखेपणा आहेच. तो ग्रामवासीयांत, नागरिकांत, शहरवासीयांतही दिसून येतो. त्यामुळे वरील तिन्ही विशेषणांनी दाखविला जाणारा आशयधर्म परस्परांत काही प्रमाणात मिसळणाराच आहे. म्हणून तारतम्यानेच या विशेषणांचा वापर करावयाचा असतो. तसा तो करावा लागतो.

अनुभवाची घटकसाधने (पात्रे, प्रसंग, घटना, निसर्ग इ.) ग्रामीण जीवनातली असली तरी ते ग्रामीण साहित्यच असू शकेल असे नाही. खानोलकरांचे 'सनई' हे त्याचे उदाहरण आहे. उलट बरीच घटक साधने नागर जीवनातील असूनही ते साहित्य ग्रामीण असू शकते किंवा नागरच असू शकेल असे नाही. यादवांचे

‘भाकरीचे झाड’, ‘जरासंध’ किंवा अवचटांचे लेख ही त्याची उदाहरणे म्हणता येतील. भाषा या घटकाच्या बाबतीतही हेच म्हणता येईल.

ही सर्व घटकसाधने ज्या साध्यासाठी एकत्र येऊन कार्यप्रवण झालेली असतात ती ‘हेतुकल्पना’ ग्रामीण असणे आवश्यक असते. ‘हेतुकल्पना’ ग्रामीण नसेल तर ‘घटकसाधने’ ग्रामीण असूनही ते साहित्य ग्रामीणतेस पात्र होऊ शकत नाही. ‘सनई’ ही कथा त्याचे उदाहरण आहे. उलट अवचटांच्या लेखांमध्ये बरीचशी घटकसाधने शहरी असूनही त्यांचे साहित्य मात्र ‘आधुनिक ग्रामीण साहित्य’ आहे. निर्मितीच्या अंगाने विचार करता ‘हेतुकल्पना’ हा साहित्यकृतीचा आत्मा असतो. घटकसाधनांनी निर्माण होते ते या आत्म्याला मूर्तरूपांत आणणारे शरीर. घटकसाधने ही साहित्याचे बाह्यरूप साधतात. ‘हेतुकल्पने’ला परिपूर्णता आणण्यासाठी हे रूप कार्यप्रवण झालेले असते. म्हणून ‘हेतुकल्पना’ ग्रामीण असेल तर घटकसाधनांना ग्रामीण रंग चढतो. ती नागर वा शहरी असेल तर घटकसाधनांना तसा रंग चढतो.

तरीही घटकसाधनांना त्यांचा असा एक रंग असतो. या रंगामुळे सकृद्दर्शनी हेतुकल्पनेचाही रंग तोच आहे असे वाटण्याची शक्यता असते. उदाहरणार्थ, खानोलकरांची ‘सनई’ कथा या घटकसाधनांच्या रंगामुळे ‘ग्रामीण’ वाटण्याची शक्यता आहे आणि अवचटांचे लेख ‘शहरी’ वाटण्याची शक्यता आहे. पण हा गौण रंग बाह्यरूपाचा आहे; अंतरंगाचा नव्हे.

‘हेतुकल्पना’ खास ग्रामीण जीवनाच्या केंद्रस्थानाकडे जेवढ्या प्रमाणात खेचणारी असेल तेवढ्या प्रमाणात ग्रामीण साहित्यातील ग्रामीणतेच्या वेगळेपणाचे प्रमाण अधिक असू शकणार. एखाद्या ग्रामीण कथेत नागर वा शहरी जीवनातील बरीच किंवा काही घटकसाधने कार्यप्रवण झालेली असतात. तिच्यातील (कथेतील) काही घटना अशा असतात की, त्या शहरातही घडू शकतात आणि ग्रामातही घडू शकतात. तसेच तिची हेतुकल्पनाही ग्रामीण जीवनात घडणे शक्य आहे आणि शहरी जीवनातही घडणे शक्य आहे. (उदा. प्रेमभावनेशी निगडित घटना व हेतुकल्पना.) अशाप्रकारची हेतुकल्पना असेल तर त्या कथेतील ‘ग्रामीणता’ वेगळेपणाने, ठळकपणाने फारशी उठून दिसणार नाही. मात्र ती ग्रामीण कथा असू शकेल, पण ग्रामीण जीवनाचा आत्मा असलेल्या शेतीसंस्कृतीशी निगडित अशा किंवा ग्रामीण जीवनातच घडणे शक्य आहेत अशा घटना आणि हेतुकल्पना असतील तर ती कथा खास ग्रामीण कथा म्हणून आपल्या वेगळेपणाने अधिक उठून दिसण्याची शक्यता आहे. (म्हणून ग्रामीण लेखकांनी आग्रहाने अशाच प्रकारच्या कथा लिहिल्या पाहिजेत असे नव्हे. कारण ‘मानव’ म्हटल्यावर त्याचे काही समान वर्तन, समान अनुभव असणारच. इथे फक्त कथेतील ‘ग्रामीणते’चे विवरण केले आहे; ग्रामीण कथेचे मूल्यमापन नव्हे; हे लक्षात असावे.)

एखाद्या ग्रामीण कथेतील एखादे घटकसाधन कारण नसताना ग्रामीण नसेल तर तेवढ्या प्रमाणात ग्रामीण कथेच्या शारीर भागाची ग्रामीणता उणावते हे मान्य करावे लागते, पण ही ग्रामीणता शरीराची आहे; आत्म्याची नव्हे. उदाहरणार्थ व्यंकटेश माडगूळकरांच्या प्रत्येक ग्रामीण कथेचे निवेदन नागर भाषेत असते आणि भास्कर चंदनशिव यांची प्रत्येक ग्रामीण कथा ग्रामीण भाषेतच निवेदन करत अवतरते. त्यामुळे सकृद्दर्शनी तिची (चंदनशिव यांच्या कथेची) ग्रामीणता विशेष जाणवते. तेवढ्या प्रमाणात माडगूळकरांच्या कथेची ग्रामीणता सकृद्दर्शनी तरी जाणवत नाही. (मात्र 'ग्रामीणता' म्हणजे कथेची गुणवत्ता नसते; ते वैशिष्ट्य असते. गुणवत्तेची चर्चा इथे अभिप्रेत नाही.)

आतापर्यंतचे मराठी ग्रामीण साहित्य प्रामुख्याने सामाजिक वास्तववादी असले तरी ते आत्मनिष्ठही असू शकते. ना. धों. महानोरांची कविता ग्रामीण रोमँटिक मनाचा आत्मनिष्ठ आविष्कार करणारी आहे. श्रीनिवास कुलकर्णी यांचे 'डोह', आनंद यादवांचे वर निर्दिष्ट केलेले ललित लेख हे आत्मनिष्ठच आहेत. मात्र आत्मनिष्ठा, रोमँटिक वृत्ती ही ग्रामीणतेशी निगडित असावी लागते; ती नागरवृत्तींकडे झुकून ग्रामीणावर आरोपित होण्याचा धोका नाकारता येत नाही. १९४५ पूर्वीच्या ग्रामीण साहित्यात तसे झालेले आपणांस पुष्कळ प्रमाणात दिसून येते. मात्र खानोलकरांच्या 'सनई' कथेतील आत्मनिष्ठा नागर आहे आणि ती कथाही नागर आहे. त्यामुळे 'आरोपणा'चा धोका इथे टळलेला आहे. श्रीनिवास कुलकर्णी यांची आत्मनिष्ठा ग्रामीण आहे, पण ती पूर्वपरिचित ग्रामीणतेच्या तुलनेने अनोखी आहे.

ग्रामीण जीवनात आणि संस्कृतीत ब्राह्मणी जीवनाचा आणि संस्कृतीचाही एक अतिलहान भाग आहे. संख्येच्या दृष्टीनेही ब्राह्मण मंडळी प्रत्येक खेड्यात नगण्यच असतात. त्यांचे जीवन ग्रामीण भागातील शेतीनिष्ठ बहुजन समाजापेक्षा वृत्तीने थोडे वेगळे असते. त्यांचे संस्कार थोडे वेगळे असतात. त्यांच्या परंपरा थोड्या वेगळ्या असतात, त्यांची भाषाही प्रमाण भाषेला जवळची असते. ती तेथील बहुजनांची संपूर्णपणे नसते; जरा वेगळी असते. ते स्वतःला थोडे बहुजनांपेक्षा अधिक सुसंस्कृत आणि नागर समजत असतात. असे असले तरी बहुजनांच्या ग्रामीण जीवनात आणि संस्कृतीत व यांच्या जीवनात आणि संस्कृतीत प्रत्यक्षात बरेचसे सारखेपण असते, नागरी जीवनापेक्षा बरेचसे वेगळेपण असते. त्यामुळे ग्रामीण जीवनातील ब्राह्मणी संस्कृतीतून निर्माण झालेले साहित्य हेही 'ग्रामीण साहित्य'च असते, फक्त ते बहुजनांच्या ग्रामीण जीवनातून व संस्कृतीतून निर्माण झालेल्या ग्रामीण साहित्यापेक्षा थोडे वेगळे वाटते एवढेच. त्या दृष्टीने जी. ए. कुलकर्णी यांची 'राधी' ही कथा व श्रीनिवास कुलकर्णी यांची 'डोह'मधील लेखने ही 'ग्रामीण'च आहेत.

एखादे मूलतः नागर अथवा शहरी असलेले व्यक्तिमत्त्वही ग्रामीणतेला सामोरे

जाऊन ग्रामीण साहित्य निर्माण करू शकते. अनिल अवचटांची 'माणसं'मधील लेखने तशी मानावी लागतात. तसेच मूलत: ग्रामीण असलेले व्यक्तिमत्त्वही नागर वृत्तीला सामोरे जाऊन 'नागर' साहित्यनिर्मिती करू शकते. खानोलकरांची 'सनई' ही कथा त्या प्रकारचे उदाहरण मानता येईल.

'ग्रामीणता' हा लेखकाच्या व्यक्तिमत्त्वाचा भाग मानावा लागतो. ग्रामीण जीवन समजून घेऊन; त्या जीवनाच्या अंगानेच स्वत: त्याविषयीचे आकलन मांडत जाणे, त्या अंगानेच अनुभवांचे आकार शोधणे, अनुभवांची मांडणी करणे; हेच ध्येय समजून जेव्हा साहित्यनिर्मिती होते, तेव्हाच तिच्यात ग्रामीणतेचे (लेखकाच्या व्यक्तिमत्त्वातील) रंग उतरू लागतात. दुसऱ्या भाषेत असे म्हणता येईल की, लेखकाची ग्रामीणतेची जाणीव इथे महत्त्वाची असते.

खानोलकर, जी. ए. कुलकर्णी यांच्यासारखे लेखक ग्रामीणतेची जाणीव महत्त्वाची मानून लेखन करत नाहीत, तर आत्मनिष्ठेने त्यांना ग्रामीण पात्रे, घटना, प्रसंग यांच्यामध्ये व्यापक पातळीवरचे जे मूलभूत मानवी संबंध जाणवतात त्या जाणिवेनेच ते बहुधा लेखन करतात. या जाणिवेत अपातत: जर ग्रामीण जाणीव समाविष्ट होऊन येत असेल तर त्यांना तिचे व्यापक जाणिवेच्या संदर्भात महत्त्व वाटत नाही. म्हणूनच या दोघांच्या बहुतेक साहित्यकृतींची घटकसाधने ग्रामीण असूनसुद्धा त्यातील काही कृती 'नागर' तर काही 'ग्रामीण' वाटतात.

या महत्त्वाच्या कारणांमुळे खानोलकरांच्या आणि जी. ए. कुलकर्णींच्या साहित्यकृतीचा 'ग्रामीण' की 'नागर' या संदर्भातील विचार एरवी अप्रस्तुत ठरतो. तो प्रस्तुत मानून करावयाचाच झाला तर 'सनई'च्या किंवा 'राधी'च्या संदर्भात वर जी त्यांची चिकित्सा केली तशी त्यांच्या प्रत्येक साहित्यकृतीची करूनच मग ती 'नागर' की 'ग्रामीण' हे ठरविले पाहिजे. सरधोपटपणे कोणत्यातरी एका भागात त्यांच्या सगळ्याच कृतींना ढकलता येणार नाही.

विज्ञाननिष्ठ संस्कृतीच्या आणि स्वातंत्र्योत्तर काळातील लोकशाहीच्या प्रत्यक्ष प्रभावाने या विकसनशील देशात शहर आणि खेडे यांचे जे परस्परांवर सर्वांगांनी परिणाम होत आहेत त्यातून 'आधुनिक ग्रामीण साहित्य' निर्माण होत आहे. त्याचा तोंडवळा जुन्या १९६० पूर्वीच्या ग्रामीण साहित्यासारखा दिसत नाही. त्याचे एक रूप 'भाकरीचं झाड', 'जरासंध'सारख्या यादवांच्या ललित लेखांत अनुभवायला मिळते.

◆

पहिली मराठी ग्रामीण कादंबरी : पिराजी पाटील

'पिराजी पाटील' ही धनुर्धारी (रामचंद्र विनायक टिकेकर) यांनी १९०३ साली प्रसिद्ध केलेली पहिली मराठी ग्रामीण कादंबरी मानावी लागते. तेरा प्रकरणे असलेली १३० पानांची, क्राऊन आकाराची ही कादंबरी आहे. छोटेखानी असली तरी ती अनेक दृष्टींनी महत्त्वाची आहे.

लेखकाला या कादंबरीचा नायक 'पिराजी पाटील' एका स्टेशनवर विशिष्ट परिस्थितीत भेटतो आणि लेखकाने जिज्ञासा दाखविल्यावरून त्याला आपली सर्व हकिकत सांगतो. ही हकिकत म्हणजे कादंबरीचे कथानक होय. या कादंबरीचे १९ व्या शतकाच्या शेवटच्या २०-२५ वर्षांतील मराठी दुष्काळी खेड्याचे अतिशय वास्तवदर्शी आणि प्रभावी दर्शन घडते. एवढेच नव्हे तर तत्कालीन अनेक प्रवृत्तींवर प्रकाश पडतो. समाजाच्या खालच्या स्तरातील एखादा समूह असला आणि त्यांच्यामध्ये एखादा मध्यमवर्गीय मनुष्य सापडून काहीतरी वाद निर्माण झाला तर मध्यमवर्गीय माणसाला 'हे लोक मारतील किंवा लुबाडतील' हे वाटणारे भय, ट्रेनमध्ये सुखवस्तू माणसे ऐसपैस जागा व्यापून कशी बसतात आणि विशेषतः आत येणाऱ्या खेडुतांना वाट्टेल ते खोटे बोलून बाहेर कशी घालवतात किंवा त्याला स्वतः ऐसपैस व्यापलेली जागा बसायला कशी देत नाहीत, ही सुखवस्तू माणसे स्वतःला श्रेष्ठ कशी समजतात आणि अन्नधान्य देणाऱ्या, पोषण करणाऱ्या शेतकऱ्याला काडीचीही किंमत कशी देत नाहीत याचे वास्तव चित्रण या कादंबरीत दिसून येते. (प्र.१)

तत्कालीन मराठी ग्रामीण मनाची मूल्यकल्पनाही या कादंबरीत प्रतिबिंबित झालेली आहे. घराण्याचा मोठेपणा हे या लोकांना स्वतःचे वैभव वाटते. कर्ज नसणे, गोठा भरलेला असणे, यात शेतकऱ्याच्या सुखाची कल्पना लपलेली दिसते. यामुळे आपण 'सुखी होतो' असे त्यांना वाटे.

दुष्काळादि नैसर्गिक आपत्तींमुळे आणि परंपरेने चालत आल्यामुळे देव मानण्याकडे,

त्याच्यावर श्रद्धा ठेवण्याकडे सर्वसाधारण ग्रामीण माणसाचा कल विशेष दिसून येतो. पापपुण्य, नीतीचा, चांगल्या-वाइटाचा सतत विचार करून नेकीने जगण्याकडे, सचोटीने वागण्याकडे, देवाला भिऊन सदाचरण करण्याकडे त्याची वृत्ती दिसते.

वडिलांचा उपदेश हा अनुभवांतून निर्माण झालेला असल्यामुळे (आणि खेडुताला ग्रंथवाचन करता येत नसल्यामुळे) त्या उपदेशाला प्रमाण मानून जगण्याची वृत्ती दिसते. आप्तांना प्रेमाने, नम्रतेने वागवावे, गरिबीचे आचरण ठेवावे, कारण वैभव लोकांच्या डोळ्यांत खुपते, असाही व्यावहारिक हितोपदेश त्यात बाप मुलाला करताना आणि मुलगा ते प्रमाण मानताना दिसते. (प्र. २)

शहरी राहणीविषयी या काळातही ग्रामीण मनाला अप्रीती आहे. कारण प्रत्यक्ष जीवन जगण्यासाठी जी प्रत्यक्ष अन्नधान्यनिर्मिती करावी लागते, ती शहरी माणूस करीत नाही. शहरे खेड्यांच्या कष्टावर जगत असतात, पोसत असतात, ही भावना आहे. पुन्हा ही शहरी माणसे खेड्यांच्या तुलनेने चैनखोर, नसते निरुत्पादक छंद करणारी, चाळे करणारी असतात असेही खेडुतांना वाटते.

कुणबी म्हणजे शेतकरी हा सर्व जगाला अन्न देणारा आहे. त्याच्या जिवावर शहरे पोसतात, शहरांची वैभवे पोसतात. राजे, सरकारे पोसतात. नोकरदारमंडळी पोसतात, ब्राह्मणही पोसतात म्हणून खरा भू-देव हा शेतकरी आहे, ब्राह्मण नव्हे. ब्राह्मण फक्त बडबड करून 'कल्याण होवो' असे फक्त शब्दांनीच म्हणून पोटभर खाऊन व दक्षिणा घेऊन जातो. तर प्रत्यक्षात खरे कल्याण शेतकरीच करतो, म्हणून त्याला समाज-व्यवस्थेत मानाचे स्थान दिले पाहिजे, त्याच्याविषयी आदर ठेवला पाहिजे, त्याचा व्यवसाय महत्त्वाचा मानला पाहिजे, असे प्रतिपादन केले आहे. जनावरांचे, गाय-म्हशी-बैल यांचेही मानवी जीवनात कसे महत्त्व आहे हेही सांगितले आहे. भू-मातेची थोरवी सांगितली आहे. (प्र. ३)

पोलीस, कारकून, सरकारी माणसे यांच्याकडून कामे करवून घेण्यासाठी, किंवा त्यांचा नुसता त्रास वाचविण्यासाठी त्यांना लाच कशी द्यावी लागते आणि मग ही लाच देण्यासाठी तथाकथित सामान्य, साधा माणूस स्वत:ही कशी इतरांकडून लाच घेऊ लागतो आणि मग तो इतरांकडून लाच घेतो हे कळल्यावर हे पोलीस, कारकून, सरकारी अधिकारी हक्काने कशी जास्तच लाच मागतात आणि मग त्या चक्रातून कसे बाहेर पडता येत नाही, त्यातून मग गावात लाच खाणाऱ्या पाटलाला नसती भांडणे कशी लावावी लागतात व दोन्ही पक्षांकडून लाच कशी घेता येते, याचेही चित्रण धनुर्धारींनी आपल्या पद्धतीने केले आहे. हळूहळू या प्रवृत्तीमुळे सगळे घरदार गोत्यात कसे येते हे त्यांनी 'पिराजी पाटील' यांच्यावर गुदरणाऱ्या प्रसंगांतून मार्मिकपणे पटवून दिलेले आहे. अशा अवस्थेत सापडलेल्या माणसाच्या मन:स्थितीचे रेखाटनही त्यांनी यथार्थपणे केले आहे. (प्र.४ व ५)

प्रकरण ७ पासून म्हणजे कादंबरीच्या उत्तरार्धापासून 'पिराजी पाटला'च्या गावावर दुष्काळाची छाया कशी पडते, हे दाखविण्यास प्रारंभ झाला आहे. या दुष्काळात सावकारांचे आणि व्यापाऱ्यांचे कसे फावते, हे धनुर्धारींनी अतिशय वास्तवतेने दाखवून दिले आहे. या दुष्काळांतच माणसांच्या अनेक स्वार्थी प्रवृत्ती कशा बळावतात, खुद्द पाटलालाच गावातील इतर बडी मंडळी खेकट्यात कशी ओढतात, सरकारी अधिकारी पैसा उपटण्यासाठी पाटलालाच कसे छळतात, दुष्काळात निघालेली सरकारी कामे राबविणारी माणसे कशी धूर्त असतात, ती स्वार्थ कसा साधतात, तशात गावच्या कुलकर्ण्याचा हिशेबीपणा कसा प्रत्ययाला येतो, अडाणी पाटलाला प्रसंगी सगळेच कसे लुबाडू पाहतात; याचे प्रसंग उत्तरार्धात वास्तव पातळीवर रेखाटलेले पाहावयाला मिळतात.

दुष्काळामुळे प्लेग, दरोडे कसे चालू होतात, अशा दरोडेखोरांना ठार मारल्यावरही 'खुना'चा संशय घेऊन पोलीस अधिकारी पैसे उपटण्याचा कसा प्रयत्न करतात हेही त्यात लेखकाने दाखविले आहे.

या दुष्काळात 'पिराजी पाटील' कसा दानशील वृत्तीने वागतो, गावाला आपल्या परीने एकत्र ठेवण्याचा, त्यांना उपाशी मरू न देण्याचा प्रयत्न कसा करतो याचे घरगुती प्रसंगही हृद्य आहेत. एवढेच नव्हे तर दुष्काळ फारच लांबल्याने त्याने (२-३ वर्षे) गावाची वाताहत कशी होते, लोक गाव कसे सोडतात; तर काहीजण उपासमारीमुळे 'ख्रिस्ती' कसे होतात, तर काहीजण केवळ मोहाला बळी पडून ख्रिस्ती कसे होतात, या सर्वांसाठी गावचा पाटील मनाचा, धनाचा, देहाचा आटापिटा कसा करतो याचे चित्र शेवटी शेवटी फार छान आलेले आहे.

अखेरच्या प्रकरणात शेवटीशेवटी पिराजी पाटलाची हकिकत संपवून खुद्द लेखकाने हकिकतीवर छोटे भाष्य केले आहे. त्यात शेतकऱ्यांच्या कल्याणासाठी महाराष्ट्राकडून अपेक्षा केलेल्या आहेत.

मुद्दामच हे सर्व विस्ताराने सांगितले. यावरून ही कादंबरी किती वास्तवदर्शी आणि ग्रामीण आहे याची कल्पना यावी हा प्रमुख हेतू. पिराजी पाटीलच आपली हकिकत सांगत असल्यामुळे यात अनेक गोष्टी आपसूक साधल्या आहेत. 'पिराजी पाटील' हा स्वत: शेतकरी असल्यामुळे तत्कालीन शेतकऱ्याला कोणत्या नैसर्गिक व मानवी आपत्तींशी तोंड द्यावे लागते याचे चित्रण आले आहे. तर तो स्वत: पाटील असल्यामुळे त्याच्या गावाची समग्र हकिकत आणि अंतरंगही आलेले आहे. दुष्काळात एका खेड्याची वाताहत कशी होते, त्या खेड्याला तेथील माणसांसह तेथील पाटीलही सावरण्याचा कसा प्रयत्न करतो, यातून ब्रिटिश अमदानीतील कंगाल झालेले खेडे, तेथील पाटील, खेडूत पाटलांचे गणगोत, त्यांचे घरगुती संबंध, त्यांचे सावकारांशी, सरकारी नोकरांशी, खेडुतांशी आलेले संबंध व त्यातून निर्माण झालेले

ताण यांचे चित्रण सहजपणे आलेले आहे. त्या ओघातच विविध स्वभावाची माणसे आलेली आहेत. सरकारी नोकर, पोलीस अधिकारी, ख्रिस्ती पाद्री, घरची गडीमाणसे, पतिव्रता यांचे विविध स्वभाव जाता जाता रेखाटले गेले आहेत. या सर्वांतून १९ व्या शतकाच्या उत्तरार्धातील (ब्रिटिश अमदानीतील) एक व्यग्र, उदास, पोखरलेले, उद्ध्वस्त झालेले, दीनवाणे खेडे मनासमोर उभे राहते. दुष्काळ हा त्यावेळी खेड्यांच्या पाचवीलाच पुजल्यासारखा झाला होता. त्या दुष्काळाचे चित्रही प्रभावीपणे आलेले आहे.

ओढूनताणून कोणतेच प्रसंग निर्माण करावे लागलेले नाहीत. कादंबरी मनोरंजक, चमत्कृतिप्रधान, घटनाप्रधान करण्याचा कुठेच प्रयत्न नाही... ती 'हकिकत'च राहिल्याने प्रवाही आणि स्वाभाविक वाटते.

अर्थात या काळात हरिभाऊ आपटे सामाजिक स्वरूपाच्या विस्तृत कादंबऱ्या लिहीत होते. त्यांच्या कादंबऱ्यांचा कोणताही परिणाम या कादंबरीवर नाही. ही आटोपशीर आहे. पात्र-प्रसंगाचे रसदार, खुमासदार वर्णन ती कुठेच करीत नाही. हरिभाऊंसारखी भाष्ये, विस्कळीतपणा तिच्यात कुठे नाही. एवढेच नव्हे तर भाषाशैली, ती नटवणे इ. गोष्टीही नाहीत. भाषेची स्वतंत्रपणे जाणीवच होत नाही. तरी भाषा साधी, केवल वाक्यांची, बोलभाषेला जवळची अशी आहे. प्रसंगांचे वर्णन गडद, भडक, भान न ठेवता स्वत: रमून जाऊन, भरपूर तपशील घालून असे कधीच होत नाही. त्यामुळे कादंबरी सर्वार्थाने वास्तववादी झालेली आहे.

कादंबरी लिहिण्यामागची धनुर्धारींची प्रेरणा मनोरंजनाची वा अद्‍भुताची मुळीच नाही. ती गंभीरपणे, विचारपूर्वक आणि मन:पूर्वक वास्तवदर्शन घडविणाऱ्याचीच आहे. कादंबरीच्या शेवटी केलेल्या छोटेखानी भाष्यांत ते म्हणतात. 'महाराष्ट्र देशात उणी-अधिक जवळजवळ पंचवीस हजार खेडी. या महाराष्ट्र देशावर गेल्या पाच वर्षांत तीन दुष्काळ कोसळले!... दर शंभर लोकांपैकी नव्वदजण महाराष्ट्रातल्या खेडेगावांत राहतात. दर शंभर लोकांपैकी ऐंशीपेक्षा जास्त लोक शेतीवर या महाराष्ट्र देशात आपली उपजीविका करून घेत आहेत आणि सध्या या महाराष्ट्रातली यच्चयावत खेडी एकसारखी मोडकळीस लागली आहेत.

महाराष्ट्रातला शेतकरीवर्ग धुळीचे दिवे खात उधळत सुटला आहे.

शेतकरी राष्ट्रातल्या अन्नाचा पुरवठा करणारा, शेतकरी मिजाशी लोकांच्या हौशी पुरविणारा, शेतकरी सरकारचा पाया, शेतकरी राष्ट्राचा अभिमान, शेतकरी देशाचे सौभाग्य.

शेतकरी शहाण्यांचा पोशिंदा आणि तो हा आमच्या महाराष्ट्रातला शेतकरी उपासमारीत दिवस काढीत आहे. निराश होऊन कोणी विचारणारा नाही, पुसणारा नाही, साहाय्य करणारा नाही म्हणून पटापट प्राण सोडीत आहे!...

...यास्तव खेड्याचे, शेतकरी कुणब्याचे जसे रेखाटता आले, (रेखाटण्याची साधने अनायासे उपलब्ध झाली) तसे चित्र महाराष्ट्रापुढे मांडण्याचा हा यत्न केला. हे चित्र लिहून अगदी गाढनिद्रिस्त अशा महाराष्ट्राच्या अनेक मनोवृत्ती व कर्तव्यदक्षता आणि खरी माणुसकी जागी झाली... तर ही कहाणी सांगण्यात इतके श्रम केले, त्याचे चीज झाल्यासारखे वाटणार आहे. (पृ. १३०, १३१)

यावरून लेखकाची प्रेरणा काहीतरी मनोरंजक लेखन करावे अशी नसून वास्तव दर्शन घडवावे, विचारप्रवर्तनासाठी महाराष्ट्राचे ग्रामीण वास्तव वाचकांसमोर मांडावे हीच स्पष्ट दिसते. माणुसकीच्या तळमळीतून झालेले हे लेखन आहे.

धनुर्धारींची ही कादंबरी वास्तव उतरण्याच्या पाठीमागचे दुसरे महत्त्वाचे कारण म्हणजे त्यांचे बालपण कर्नाटकातील 'अथणूर' (तालुका अफझलपूर) सारख्या खेड्यात गेले आणि तेथे त्यांचे वडील गावचे 'पाटील' होते. शिवाय मोठेपणीही धनुर्धारी सोलापूरसारख्या मोठ्या गावी राहत होते. आसपासचा दुष्काळी मुलूख अर्थातच त्यांनी पाहिला असणार. त्या काळाचा संदर्भ लक्षात घेता ते महाराष्ट्रात व कर्नाटकात बरेच फिरलेलेही दिसतात. त्यामुळे व व्यापार-उद्योगामुळे त्यांचा संबंध खेड्यांशी व खेडुतांशी जवळून आलेला असावा.

या सर्वांचा परिणाम 'पिराजी पाटील' १९०३ मध्ये लिहिली जाऊनही 'वास्तवदर्शी' झालेली आहे. तो काळ लक्षात घेता ही कादंबरी चांगल्या दर्जाची असूनही तिच्यातील 'वास्तव' महत्त्वाचे आणि त्यावेळच्या वाङ्मयात 'दुर्मीळ' असूनही ही कादंबरी धनुर्धारींच्या 'वाईकर भटजी'इतकी का लोकप्रिय होऊ शकली नाही? असा एक प्रश्न मनात उभा राहतो.

काही शक्यता संभवतात. ब्राह्मणवर्गाच्या व परंपरागत धर्माच्या विरोधात जाणाऱ्या साहित्यावर त्यावेळी कडाडून टीका होत असे. लोकहितवादी, महात्मा जोतीराव फुले, पंडिता रमाबाई एवढेच नव्हे तर सुधारणावादी आगरकर यांच्यावर कडाडून हल्ले झालेले आहेत. शेतकऱ्यांची पिळवणूक करणाऱ्या नोकरदार वर्गात त्या काळी प्रामुख्याने ब्राह्मणच असल्याने व त्यांच्या स्वार्थी, क्षुद्र वृत्तीचे परखड दर्शन धनुर्धारींनी कादंबरीत घडविले असल्यामुळे कदाचित तिच्याकडे तत्कालीन जाणकारांचे, वाचकांचे, समीक्षकांचे विद्यापीठांत पुस्तके लावणाऱ्या विद्वानांचे दुर्लक्ष झाले असण्याची शक्यता आहे. तो काळ लक्षात घेता हे कारण नाकारता येणे कठीण जाते.

१८७५ ते १९०१ हा काळ आत्यंतिक दुष्काळाचा होता. मराठी खेड्यांची प्रचंड वाताहत या काळात झाली. तरी त्याची नुसती सावलीही तत्कालीन ललित वाङ्मयात पडलेली दिसत नाही. यावरून असे म्हणावेसे वाटते की, या काळातील लेखकवर्ग, वाचकवर्ग, समीक्षकवर्ग यांची वाङ्मयीन संवेदना 'ग्राम' जाणून घ्यायला

आर्थिक, जातिविषयक, धर्मविषयक, समाजकल्पनाविषयक, तसेच स्वत:विषयीच्या मर्यादांमुळे असमर्थ ठरलेली दिसते. त्यामुळे ही कादंबरी 'सुशिक्षित मनाला' जाऊन पोहोचली नसावी किंवा तिची नोंद घेण्याची त्यांना गरज वाटली नसावी.

पुण्या-मुंबईच्या बाहेर (वाङ्मय कक्षेबाहेर) राहणाऱ्या धनुर्धारींना मात्र ही कादंबरी प्रसिद्ध करणे निकडीचे वाटत होते. स्वखर्चाने त्यांनी ही कादंबरी प्रसिद्ध केलेली दिसते. वयाच्या ४५ व्या वर्षीच ते मरण पावलेले दिसतात. त्यांची साक्षेपी आणि चौफेर दृष्टी लक्षात घेता व ग्रामीणांविषयी, शेतकऱ्यांविषयी त्यांना असलेली आस्था विचारात घेता असे वाटते की, ते आणखी काही वर्षे राहिले असते तर त्यांनी ग्रामीण जीवनावरच्या आणखी कादंबऱ्या लिहिल्या असत्या. पांढरपेशा ब्राह्मणी जीवनाच्या कक्षेबाहेर जाऊन मराठी वास्तव जीवन पाहणारा तेवढा एकच कादंबरीकार म्हणून त्यांचे महत्त्व विशेष वाटते.

◆

मराठी मातीचा पहिला कादंबरीकार : र. वा. दिघे

र. वा. दिघे यांचे तसे वय झाले होते तरी अनपेक्षितपणे ते गेले. २५ मार्च १९८० ला त्यांना ८४ वर्षे पूर्ण झाली होती, पण प्रकृती चांगली होती. पाचएक आठवड्यांपूर्वी भेटलो तेव्हा प्रकृती तशी छान दिसत होती.

महिनाभरात फारसे काही विपरीत घडेल अशी कल्पनासुद्धा नव्हती.

र. वा. दिघे सगळ्या महाराष्ट्राला कादंबरीकार आणि कथाकार म्हणून माहिती आहेत. त्यांनी महात्मा गांधीजींच्या जीवनावर एक नाटकही लिहिले आहे आणि पूर्वी त्यांनी कविताही लिहिलेल्या आहेत. त्यांच्या वडिलांची सरकारी नोकरी असल्यामुळे त्यांच्या अनेक ठिकाणी बदल्या झाल्या. या बदल्यांमुळे र. वा. दिघे यांचे शिक्षण अनेक ठिकाणी झाले. त्यामुळे संस्कारक्षम वयात ते खूप फिरले. मराठवाडा, खानदेश आणि कोकण त्यांना या वयात पाहता आले. बी.ए. आणि एलएल.बी. ते पुण्यातून झाले. एलएल.बी. झाल्यावर १९२७ ते १९४२ या काळात त्यांनी पुणे येथे वकिली केली. त्याच काळात शिकारीचाही छंद केला. १९४२ नंतरच्या काळात मात्र ते 'विहारी या खोपोलीजवळच्या आपल्या खेड्यात शेती करण्याच्या उद्देशाने राहावयास गेले, त्यानंतरचे त्यांचे सगळे आयुष्य तेथेच गेले.

संस्कारक्षम वयात ते पुष्कळ हिंडल्यामुळे आणि मुळात संवेदनशील स्वभाव असल्यामुळे ग्रामीण मराठी आणि आदिवासी समाजातील व संस्कृतीतील अनेक स्थानिक आख्यायिका, लोककथा, लोकविलक्षण घटना व व्यक्ति-स्मरणे यांचा त्यांच्याजवळ मोठा साठा होता. खेड्यापाड्यांतील जुने ओसाड वाडे, गढ्या, भव्य डोंगरदऱ्या, त्यातून होणारी वादळे, पाऊस, ढग, नद्यांचे पूर हे त्यांनी चकित बालौत्सुक्याने पाहिले होते, अनुभवले होते. रामायण-महाभारत, हरिभाऊ आपट्यांची 'उष:काल' कादंबरी, 'अरेबियन नाइट्स'मधील कल्पनारम्यता आणि अद्‌भुतरम्यता लहानपणापासूनच त्यांना आवडत होती, वाचनाचे वेड लावीत होती, असे ते सांगत

असत. विद्यार्थिदशेपासूनच ते कविता करीत होते. त्यांच्यातील कल्पनारम्यतेला संवेदनशील, रोमँटिक वृत्तीला, उपमा-दृष्टान्त देऊन अभिव्यक्ती करण्याच्या त्यांच्या शैलीला त्यामुळे लहानपणापासूनच वळण मिळत गेलेले दिसते. डोस्टोव्हस्की, हार्डी, स्कॉट, गोगोल हे पाश्चात्त्य कादंबरीकार त्यांच्या आवडीचे होते. वकिली व्यवसाय करताना त्यांना मराठी जीवनाचे दर्शन घडविणारे अनेक प्रसंग शिकता आले, त्यांच्यावर अनेक अंगांनी विचार करावा लागला. १९४२ नंतर त्यांनी शेती हाच व्यवसाय पत्करल्यामुळे त्यांचा तेथील ग्रामीणांशी प्रत्यक्ष संबंध आला. ते त्यांच्यातीलच एक होऊन गेले.

हे सर्व विस्ताराने सांगण्याचे कारण की, दिघे यांच्या विशेषतः कादंबरी-साहित्यावर या सर्वांचा कमी-अधिक प्रमाणात परिणाम झालेला दिसेल. आख्यायिका, लोककथा, लोकविलक्षण घटना व व्यक्ती यांचा त्यांनी आपल्या कथाकादंबऱ्यांच्या कथानकासाठी भरपूर वापर करून घेतलेला दिसेल. तर जुने ओसाड वाडे, गढ्या, भव्य डोंगरदऱ्या, डोंगरवाटा, डोंगरगुहा यांचा अद्‌भुत वातावरणनिर्मितीसाठी उपयोग करून घेतलेला दिसेल. वादळे, पाऊस, नद्यांचे पूर, ढग हे तर ग्रामीण जीवनातील नाट्य निर्माण करण्यासाठी, भेसूरता, भयानकता निर्माण करण्यासाठी, दैवी आघातांचे घणाघात ग्रामीण जीवनावर उमटविण्यासाठी त्यांनी सर्वत्र योजलेले दिसतात. रामायण-महाभारतातील, ऐतिहासिक कादंबऱ्यांतील, 'अरेबियन नाइट्‌स'मधील अद्‌भुतता त्यांना जी अनुभवाला आली तिचे पडसाद त्यांच्या कथा-कादंबऱ्यांत आपणास वरचेवर उमटताना दिसतात. 'हार्डी'चा निसर्ग, डोस्टोव्हस्की आणि स्कॉट यांच्या कादंबऱ्यातील सामाजिकतेचे भान दिघ्यांच्या कादंबऱ्यांतही आपणास दिसते. कायदेकानू, कोर्टकचेऱ्यांचे ज्ञान व फौजदारी खटल्यांतून येणाऱ्या अनेक लोकविलक्षण घटना त्यांच्या कादंबऱ्यांत विशेषतः उत्तरार्धात विखुरलेल्या दिसतात, तर त्यांचे शेतकीचे ज्ञान हा त्यांच्या, गेल्या तीसचाळीस वर्षांतील प्रदीर्घ कादंबरी-लेखनाचा आत्माच झालेला आपणास दिसून येतो. तरुणांचा ध्येयवाद, शेतीसुधारणा, सावकारी जुलूम, भारतीयांचे मातीचे प्रेम, ग्रामसुधारणा, गांधीवाद, भूदान, अस्पृश्यतेचा प्रश्न इत्यादी १९१० ते १९६० या पन्नास वर्षांतील विविध ग्रामीण सामाजिक प्रश्नांचा संदर्भही त्यांच्या कादंबऱ्यांना लाभला आहे. त्यामुळे त्यांच्या प्रदीर्घ ग्रामीण कादंबऱ्यांत १९१० ते १९६० पर्यंतचे मराठी खेडे विविध रूपांनी प्रतिबिंबित होताना दिसते. एका कादंबरीकाराने एवढा मोठा ग्रामीण जीवनाचा पट आपल्या परीने कादंबरीच्या द्वारा मराठीत आणल्याचे हे एकमेव दुर्मीळ उदाहरण आहे. मराठी साहित्य तसे जागतिक साहित्याच्या पंगतीत बसू शकत नाही, ही गोष्ट खरीच आहे पण या मर्यादेत राहूनही तुलना करावी असे वाटते. इंग्रजी वाङ्मयात

'हार्डी'चे जे स्थान आहे तेच मराठी वाङ्मयात र. वा. दिघे यांचे स्थान आहे.

त्यांच्या मनातील हे खेडे इतर ग्रामीण साहित्यिकांच्या मनातील खेड्याप्रमाणे स्थितिशील नाही. ते गतिशील, विकसनाची धडपड करू पाहणारे आहे. त्यांचे हे खेडे त्यांच्या कादंबऱ्यात सर्वांगांनी साकार होत जाते. म्हणजे त्या खेड्यात समाजव्यवस्थेचे जे विविध घटक आहेत, जे विविध स्तर आहेत त्या सर्वांवर दिघ्यांच्या कादंबऱ्यांत समप्रमाणात भर दिला जातो. या विविध घटकांचे व स्तरांचे सामाजिक, आर्थिक, परंपरागत संबंध यांचे दर्शन ते आपल्या कादंबऱ्यांतून घडवतात. त्यातील ताणतणाव व्यक्त करतात. खेडेगावात ज्यांच्या मालकीची शेती मोठ्या प्रमाणात असते किंवा जे ग्रामीण समाजातील वरच्या स्तरात असतात असे इनामदार, वतनदार, मनसबदार, पाटील, प्रतिष्ठित घराणी यांच्या कादंबऱ्यांत मध्यावरती असतात. यांच्याशी गावातील छोटे शेतकरी, आदिवासी, मजूरवर्ग, बलुतेदार, बाहेरून येणारे सरकारी अधिकारी यांचे संबंध प्रस्थापित होतात. या संबंधात प्रतिष्ठा, प्रेम, सत्ता, स्वार्थ, नीती, निष्ठा, स्त्री-पुरुष संबंध, धन यांच्या निमित्ताने नाट्य निर्माण होते. जयपराजय होत राहतात, खून होत राहतात. विकासाची धडपड होत राहते. शेवटी गावचा विकास घडवू शकणारा वर्ग हा समाजाचा पहिला वर्गच असू शकतो याची जाणीव त्यांची कादंबऱ्यांत सातत्याने होत राहते.

'सामाजिक जीवनातील उघड्याबोडक्या रखरखीत वास्तवाचे ओसाड भाषेत कादंबरीत दर्शन घडविण्यापेक्षा वास्तव दर्शन घडवता घडवताच जीवनातील उदात्ततेचे दर्शन उत्तम घटना-प्रसंगांनी आणि पात्रांच्या द्वारा घडवावे, त्यासाठी रसाळ भाषा असावी, कादंबरीने असे दर्शन घडवता घडवताच रसिकांचे मनोरंजन केले पाहिजे,' अशी त्यांची कादंबरीविषयी एकूण धारणा होती.

त्यांचा संवेदनशील, कल्पक, काव्यात्म, अद्‌भुताचे आकर्षण असलेला, घटनाप्रसंगात आणि चिंतनात विशेष रमणारा, सुधारणेची मनापासून तळमळ असलेला लेखकस्वभाव या कादंबऱ्यांना त्यामुळे उपकारकच ठरला.

त्यांच्या भाषेला प्रादेशिकतेची खास छटा आहे. प्रादेशिक भाषेचा संवादासाठी आणि प्रादेशिक शब्द व शब्दप्रयोगाचा विपुल प्रमाणात निवेदनासाठी त्यांनी वापर केलेला आहे. एखाद्या स्थानिक माणसाची भाषा तेथील स्थानिक वैशिष्ट्यांनी नटते; तशी त्यांची भाषा नटलेली आहे. त्या काळी ही भाषा मराठीला अगदी वेगळी होती. श्री. म. माटे यांच्या भाषेपेक्षा तिला विशेष रसरशीतपणा होता. पण त्या काळाच्या वाङ्मयीन कल्पनेनुसार जसा माटे यांचा 'शैलीकार' म्हणून गौरव झाला; तसा र. वा. दिघे यांचा मुळीच झाला नाही.

वास्तविक ज्या काळात मराठी कादंबरी भ्रामक जीवन-कल्पनांचा आविष्कार स्वप्नरंजन आणि ध्येयवादाच्या रूपाने करीत होती, त्या काळात र. वा. दिघे यांच्या

कादंबऱ्या मराठी साहित्याला वास्तवाकडे खेचून नेत होत्या. वास्तवतेची वाङ्‌मयीन जाणीव देत होत्या. र. वा. दिघे यांचे हे कार्य वाङ्‌मयेतिहासात अतिशय महत्त्वाचे आहे. त्यांच्या कादंबऱ्यांतील कल्पनारम्यतेचा भाग लक्षात घेऊनही असेच विधान करावे लागते.

फडके, खांडेकर आणि ग. त्र्यं. माडखोलकर यांच्यावर समीक्षकांकडून ज्या काळात धो धो लिहिले गेले त्याच काळात र. वा. दिघे यांच्यावर मात्र अक्षम्य अन्याय करीत आहोत याची जाणीव मराठी समीक्षकांना झाली नाही. नंतरही ही उणीव कुणी भरून काढणारा, 'नजर' असलेला समीक्षक (अपवाद कुसुमावती देशपांडे आणि गंगाधर गाडगीळ) र. वा. दिघ्यांना भेटला नाही. मराठी समीक्षकांची दृष्टीही मध्यमवर्गीय शहरी जीवननिष्ठांनी कशी संकुचित झालेली आहे, त्याचे पुरावे म्हणून या कादंबरीकाराकडे बोट दाखवता येण्यासारखे आहे. दुय्यम दर्जाचे साहित्यिक जसे जन्मभर कुणाचे तरी अनुकरण करीतच लिहितात तसे बहुसंख्य मराठी समीक्षकही बिनडोक गांभीर्याने कुणाच्या तरी पूर्वप्रस्थापित मतांचेच आपल्या भाषेत स्थूलसूक्ष्म अनुसरण करतानाच दिसतात. त्यामुळे बहुधा शहरी जीवनाच्या बाहेर राहून लेखन करणाऱ्या किंवा पुणे-मुंबई-नागपूर यांच्याबाहेर दूरवर राहणाऱ्या साहित्यिकांवर वेळोवेळी अन्याय होताना जाणवत असतो. र. वा. दिघे हे एक त्याचे उदाहरण. अनेकवेळा वाङ्‌मयीन क्षेत्रात आपली हेटाळणी कशी झाली आहे, याचे प्रसंग त्यांनी प्रत्यक्ष भेटीत बोलताना सांगितलेले आहेत. मराठी साहित्याचेच हे दुर्दैव आहे.

गंगाधर गाडगीळ यांनी दिघे यांच्या 'सराई'मध्ये वास्तवता आणि स्वप्नरंजनात्मकता यांचे मिश्रण झाले आहे, असे म्हटले आहे, तर दिघे यांच्या लेखनाची मूळ प्रकृती कल्पनारम्यतेची आहे, असे कुसुमावती देशपांडे यांनी म्हटले आहे.

कादंबरीकार दिघ्यांची सर्व वैशिष्ट्ये उत्तम रीतीने व्यक्त करणारी 'सराई' हीदेखील कादंबरी आहे. दिघ्यांचे एकूण लेखन हे कल्पनारम्य असते असे सरसकट म्हटले जाते, पण र. वा. दिघे त्यांच्या कादंबऱ्यांच्या निर्मितीचा विषय निघाला म्हणजे ठासून सांगत असत की, 'माझ्या प्रत्येक कादंबरीतील बहुसंख्य घटना व प्रसंग मी वास्तवातून, प्रत्यक्षातून घेतलेले आहेत' आणि ते कादंबरीत 'कल्पनारम्य' वाटणाऱ्या प्रत्येक पात्र, प्रसंग, घटना, वातावरण, निसर्ग याबद्दल प्रत्यक्षातील अनुभव सांगत. असे असल्यामुळे समीक्षकांचे विचार आणि दिघे यांनी व्यक्त केलेले आपले म्हणणे यात एक विसंगती निर्माण होते. नेमके काय घडत असावे याचे कोडे दिघ्यांच्या कादंबरीनिर्मितीच्या प्रक्रियेच्या अंगाने पुढे सरकून विवरण करण्याचा प्रयत्न करीत आहे.

वास्तवात अनुभवलेल्या घटनांचा व पात्रांचा दिघे जरी कादंबऱ्यांत वापर करीत असले तरी या सुट्या घटना व ही सुटी सुटी, परस्परांशी संबंध नसलेली पात्रे ते

एका कथानकात गुंफत असत आणि या सर्वांचा परस्परांशी संबंध आणून स्वतंत्र विश्व निर्माण करीत असत. हे संबंध त्यांनी स्वत: निर्माण केलेले असत. त्यामुळे कादंबरीत येताना प्रत्येक घटनेला आणि पात्राला एक नवा अन्वय प्राप्त होत असे. त्याला एक नवी स्थिती प्राप्त होऊन राही. त्यामुळे कादंबरीतील घटना व पात्रे प्रत्यक्षातील असूनही कादंबरीत मात्र ती नवा, स्वतंत्र संबंध निर्माण करत असत.

असे असूनही त्यांच्या कादंबऱ्या या आरंभापासून अखेरपर्यंत वास्तववादी वाटत नाहीत. त्याची काही कारणे दिसून येतात. दिघे यांनी पुष्कळच डोळसपणे पुष्कळ ग्रामीण जीवन पाहिले होते. ग्रामीण जीवनातील लोकांच्या, व्यक्तींच्या अनेक जिकिरीच्या प्रसंगांच्या वेळच्या घटना त्यांच्या लक्षात होत्या, प्रत्यक्षातील अनेक व्यक्तींच्या जीवनातील अशा घटना मग त्यांच्या कादंबरीत एकाच पात्राच्या जीवनात घडू लागत. त्यामुळे कादंबरीतील ते पात्र अद्‌भुततेच्या, कल्पनारम्यतेच्या पातळीवर जाई. साधारणपणे वास्तवात एखाद्या व्यक्तीच्या संपूर्ण जीवनात एकदोन घटना अद्‌भुत किंवा कल्पनारम्य वाटण्याजोग्या घडू शकतात. संख्या आणखी थोडी जास्तही असू शकेल. पण एकूण त्या व्यक्तींचा जीवनपट लक्षात घेता व त्या जीवनपटातील सर्वसाधारण घटनांची संख्या लक्षात घेता तिच्या जीवनातील या घटना संख्येने व जीवनावर परिणाम करण्याच्या दृष्टीने नगण्य असतात आणि त्या व्यक्तीच्या जीवनाचा अंतिम परिणाम घटना ऐकणाऱ्याच्या मनावर वास्तवशीलच राहतो. पण दिघ्यांच्या मनावर त्यातील अद्‌भुत घटनांचा ठसाच विशेष राहत असे आणि वास्तवशील दृष्टीने त्या व्यक्तीला समजून घेण्यातील त्यांचे तारतम्य सुटे. प्रत्यक्ष कादंबरीत मग एखाद्या पात्राच्या जीवनात ते अशा घटनांमागोमाग घटना घालत असत. त्यामुळे ते पात्र वाचकाला कल्पनारम्य वाटू लागते. काहीसे असंभाव्यही वाटत असते. कारण इथे जीवनातील एकूण अद्‌भुतरम्य घटना व वास्तव घटना यांचे प्रमाण चुकलेले असे.

दुसरे एक कारण असे दिसते की, दिघे पात्राच्या जीवनाची परिसीमा कादंबरीत निकराच्या प्रसंगी मृत्यूने करतात. त्यांच्या पात्राच्या भावना-प्रधान, तत्त्वनिष्ठ, नीतिप्रधान, निष्ठाप्रधान, पापप्रधान, दुष्टताप्रधान स्वभावाची परिणती मृत्यूत होते. विशेषत: सुष्ट माणसांची परिणती अशाप्रकारे झाल्यावर कादंबरीतील कल्पनारम्यतेची, स्वप्नरंजनाची परिसीमा झाल्यासारखे वाटते. वास्तवात भावना, तत्त्वे, नीती, निष्ठा, पापे, दुष्टता यांचे अंतिम टोक नेहमीच 'मृत्यू' असू शकत नाही, बहुधा या व्यवहारी जगात 'अपयश' हे त्याचे टोक असू शकते. मग त्या त्या पात्राची मृत्यूत परिणती झाल्याने त्याच्या जीवनातील वास्तव प्रश्नांना कादंबरीत आपसूक फाटा मिळतो आणि ते तसेच लोंबकळत राहतात. त्या प्रश्नांनी कादंबरीत निर्माण केलेला ताण मृत्यूमुळे एकदम तोडला जातो नि मग वास्तवशील वृत्तीने सुरू झालेली दिघ्यांची

कादंबरी वास्तव जीवननाट्यांचे ताण निर्माण करता करता निकराच्या वेळी ते अवास्तवपणे तोडून टाकते नि कादंबरीचा शेवट स्वप्नरंजनात्मक पद्धतीने करते. त्यामुळे ती वास्तववादी कादंबरी म्हणून वाचकांना यशस्वी वाटत नाही. 'सराई', 'पाणकळा' या दोन्ही कादंबऱ्यांचे शेवट त्या दृष्टीने पाहण्यासारखे आहेत.

घटना मागोमाग घटना घडविताना आणि पात्रांचे वर्तन घडविताना त्या घटनासंबंधातील व वर्तनसंबंधातील मानसशास्त्रीय बाजू दिघे फारसे खोलात जाऊन लक्षात घेत नव्हते. एखाद्या पात्राचा कादंबरीत रेखाटलेला स्वभाव, त्याच्या जीवनात घडलेल्या आरंभीच्या घटना व त्या घटनांतील त्याचे वर्तन या सर्वांचा पुढे त्या पात्राचा ज़ो स्वभाव दिसतो, त्याच्या हातून ज्या घटना घडतात, त्या घटनांच्या वेळी त्याचे जे वर्तन होते, त्याच्याशी मानसशास्त्रीय संबंध ते नीटसे ठेवीत नव्हते. त्यामुळेही दिघ्यांची कादंबरी घटनाप्रधान वाटायला मदत होते. पात्रेही मग ढोबळ स्वभावाची, सुष्ट-दुष्ट अशा गटांत विभागलेली वाटू लागतात. त्यांचे हे कच्चेपणही कादंबरीला स्वप्नरंजनात्मक करायला निष्क्रियपणे मदत करत होते.

कादंबरीतील एखादी घटना प्रत्यक्षात कशी घडली होती किंवा कादंबरीतील एखादे पात्र प्रत्यक्षातील ज्या व्यक्तीवरून घेतले ती व्यक्ती कशी कशी जगली, याविषयी दिघे माहिती सांगू लागले की सहजपणे, सहजवृत्तीने, वास्तवावर भान ठेवून काहीशा अलिप्त वृत्तीने सांगत, पण ती प्रत्यक्षातील घटना वा व्यक्ती मनात ठेवून कादंबरीतील तिच्यावर आधारलेली घटना व पात्र वाचक अनुभवू लागला तर मात्र त्याला ते काहीसे कल्पनारम्य रोमँटिक वाटू लागते.

याचे आणखी काय कारण असू शकेल?- शोध घेताना असे दिसून येते की, कादंबरी लिहिताना दिघे त्या घटना व पात्रे यामध्ये स्वतःच रसिक वृत्तीने रमतात, काव्यात्म पातळीवर जातात, उत्कटपणे त्यांचे 'वस्तुपण' चाखू लागतात. या चाखण्यातून मग त्या त्या ठिकाणी त्यांचा 'आस्वाद'ही सूक्ष्मतः शब्दरूप होऊन लेखनात अवतरू लागतो आणि मग वास्तव आणि त्याचा काव्यात्म, उत्कट आविष्कार व रसिक मनाची सूक्ष्मातिसूक्ष्म प्रतिक्रिया हे सर्व एकत्र व्यक्त होऊ लागतात. त्यातूनही वास्तवशीलता क्षीण होऊ लागते आणि एका रसरसलेल्या लेखकमनाचे रोमँटिक कल्पनारम्य आविष्करण प्रत्ययाला येऊ लागते. या आविष्करणाच्या विस्ताराचे प्रमाण कित्येकवेळा सुटते. त्याचा मूळ हेतू क्षणकाळ बाजूला राहतो.

या सर्वांना त्यांची निसर्गवर्णने मदतच करतात.

या काही प्रमुख कारणांमुळे दिघ्यांच्या निर्मितिप्रक्रियेत मूलद्रव्य वास्तवशील असूनही त्याची लेखक-मनातील मांडणी व तिचा शब्दरूप आविष्कार यामुळे कादंबरी स्वप्नरंजनात परिणत होत जाते आणि शेवट संपूर्ण स्वप्नरंजनशील होतो.

वास्तवाकडून स्वप्नरंजनशीलतेकडे त्यांच्या निर्मितीचा प्रवास कसा व का होत असावा याची ही काही प्रमुख कारणे असावीत.

तरीही दिघ्यांच्या 'पाणकळा', 'सराई', 'आई आहे शेतात', 'पड रे पाण्या', 'कार्तिकी', या महत्त्वाच्या ग्रामीण कादंबऱ्या वाचत असताना त्यांचा अर्धाअधिक भाग ग्रामीण वास्तव दर्शन घडविणाराच वाटतो आणि कादंबऱ्यांचा समग्र परिणाम कालांतराने मनात जो शिल्लक राहिलेला असतो तो त्यांच्यातील प्रदीर्घ ग्रामीण समाजजीवनाचाच असतो हे विसरता येत नाही.

१९७९ मध्ये त्यांची 'सोनकी' कादंबरी प्रसिद्ध झाली. १९४० पासून त्यांच्या मनात रेंगाळणारी 'हिरवा सण' ही कादंबरी त्यांनी नुकतीच लिहिण्यास घेतली होती. पन्नासभर पाने लिहूनही झाली होती, पण 'सण' साजरा होऊ शकला नाही. अर्ध्या ताटावरूननच ते गेले. गेली चाळीस वर्षे मराठी ग्रामीण जीवनाचा रसरशीत आविष्कार करणाऱ्या या कादंबरीकाराच्या मनात अंतिम क्षणीही मातीवर पोसणारा 'हिरवा सण'च साजरा होत होता.

◆

पहिली मराठी ग्रामीण कवयित्री : बहिणाबाई चौधरी

१९८० हे बहिणाबाईंच्या जन्म-शताब्दीचे वर्ष. १८८० च्या नागपंचमीला त्यांचा जन्म झाल्याची नोंद आहे. लौकिकदृष्ट्या 'निरक्षर' असलेल्या या कवयित्रीने, लोककन्येने वाङ्मयीनदृष्ट्या 'अक्षर' साहित्य जन्माला घालण्याचा चमत्कार केला आहे. आधुनिक मराठी साहित्यात आजवर तरी हे एकमेव उदाहरण दिसते. बहिणाबाईंचे पुत्र कविवर्य सोपानदेव चौधरी आणि प्र. के. अत्रे यांचे या बाबतीतील मराठी साहित्यावर मोठे ऋण राहणार आहे. साहित्यदृष्ट्या त्यांचे हे कार्य महत्त्वाचे आहे. सोपानदेवांचे एक मावस बंधू आणि स्वत: सोपानदेव यांनी वेळोवेळी बहिणाबाईला तिच्या ओव्या व गाणी म्हणण्यास सांगून ती उतरून घेतलेली होती आणि प्र. के. अत्रे यांनी ती उत्तम असल्याचे सांगून प्रसिद्धीला दिली. तोपर्यंत सोपानदेवाच्या मनात 'प्रादेशिक भाषेतील कविता कशी प्रसिद्ध करावयाची' हा न्यूनगंड असावा, पण अत्रे यांनी तो काढून टाकण्याचे कार्य केले आणि महाराष्ट्रावर मोठे उपकार करून ठेवले. १९२५ नंतरच्या काळात ग्रामीण कविता लिहिणाऱ्या खानदेशातील के. नारखेडे यांनाही त्यावेळी प्रादेशिक भाषेत 'ग्रामीण कविता' न लिहिता नागर भाषेत लिहावी असेच वाटत होते. यावरून त्यावेळी प्रादेशिक भाषेला काव्याचे माध्यम म्हणून नीटशी प्रतिष्ठा नसावी असे वाटते. त्यामुळेही कदाचित आपल्या आईची प्रादेशिक भाषेतील कविता दाखविण्याचा, प्रसिद्ध करण्याचा संकोच सोपानदेवांना वाटला असावा.

बहिणाबाईंचा जन्म लक्षात घेता १९१५ च्या आसपासच तिच्या मुखातून तिची कविता बाहेर पडली असली पाहिजे असा अंदाज करता येतो. या काळात म्हणजे १९१५ ते १९२५ च्या काळात तिची कविता 'होईल' तशी प्रसिद्ध होत गेली असती तर एकूणच जानपद किंवा ग्रामीण मराठी कवितेला अतिशय वेगळे वळण लागण्याची शक्यता होती. तिला वाट पुसत १९२५ नंतर जन्माला आलेल्या

‘रविकिरण मंडळ’ कालीन कवितेला जावे लागले असते. अन्यथा ती जगू शकली नसती.

१९२५ नंतर अनेक मराठी कवी ग्रामीण कविता लिहू लागले होते, पण तिला अंतर्यामीची खरी प्रेरणा लाभली नव्हती. अनेक व्याज प्रेरणांनी व कारणांनी ती जन्माला येत होती. त्यामुळे बहिणाबाईंच्या कवितेत आणि या ग्रामीण कवितेत मूलभूतच फरक पडतो. तिची परंपरा वेगळी आहे.

परंपरा वेगळी असल्यामुळे बहिणाबाईंची कविता समजून घेताना एक वेगळे मन घेऊन तिच्याकडे जावे लागते. आपल्या आजच्या वाङ्मयीन दृष्टीवरही पाश्चात्त्य संस्कृतीचा प्रभाव मोठा असल्याने वरील विधान करणे आवश्यक वाटते. प्रत्येक साहित्य प्रकाराची आपण काही पृथगात्मता मानतो, कवितेचीही तशीच मानतो. बहिणाबाईंची सगळीच कविता आपणास या दृष्टीने मग ‘कविता’ वाटणार नाही. तिने काही व्यक्तिचित्रे, लोककथा, दंतकथाही कवितेमधून सांगितल्या आहेत किंवा तिच्या कवितेत भौतिकवादी दृष्टिकोन दिसणार नाही. बुद्धिनिष्ठेची शबलता, वेगळे काव्यात्म व्यक्तिमत्त्व प्रस्थापित करण्याचा अभाव जाणवेल. सूचकता, संयम, आविष्कारशील अंतर्मुखता याही गोष्टी तिथे विशेष जाणवणार नाहीत. उलट वर्णपरता, कुणाला तरी उद्देशून सांगण्याची भूमिका, व्यक्तिमत्त्वाच्या आविष्कारापेक्षा विषयावर असलेले अवधान, सामान्य संसारिकाची देवदैवांना शरण जाण्याची कृतज्ञ भावना याच गोष्टी दिसतील.

या सर्व गोष्टी परंपरागत मराठी मनाच्या संचितातून उद्‌भवलेल्या आहेत. परंपरागत मराठमोळे वाङ्मयीन मन व्यक्तिनिष्ठेपेक्षा कुटुंबनिष्ठा, समाजनिष्ठा, समूहनिष्ठा विशेष मानते. त्याला परंपरेने जीवनाकडे पाहण्याची एक दृष्टी दिलेली आहे. देव-दैव यामुळे आपल्या जीवनात सुख-दुःखे निर्माण होतात. झाडे, वेली, नदी-नाले, गुरेढोरे एवढेच काय उंबरा, चूल, जाते या सचेतन-अचेतन वस्तू आपल्याला काहीना काही देतात म्हणून त्यांनाही ते प्रसंगोचित पूजणारे, त्यांच्याविषयीही कृतज्ञबुद्धी ठेवणारे असते. जे चांगले मिळाले ते देवाने दिले, जे वाईट मिळाले ते दैवामुळे मिळाले अशी त्याची धारणा आहे. भारतीय मनात आणि रक्तात अध्यात्मविषयक काही कल्पना खोलवर रुजलेल्या आहेत. त्या सर्वांना जागवत, वरती आणत बहिणाबाईंच्या कवितेकडे आपणास जावे लागते. एरवी ती कविता पाश्चात्त्य साहित्याच्या दृष्टीतून सामान्य दर्जाची ठरवायला उशीर लागणार नाही.

याच कारणामुळे बहिणाबाई ही आजच्या ‘आधुनिक’ कवयित्रींत बसणारी नाही. ती लोककवयित्री आहे. तिचा संबंध मराठी ग्रामीण लोकगीतांच्या परंपरेशी, संत साहित्य परंपरेशी आहे. तरीही तिने स्वत्व जोपासले आहे.

तिच्या कवितेवर ग्रामीण लोकगीतांचा व संत-साहित्याचा परिणाम झाला असे म्हटले जाते. ते मान्य करण्यात काही वावगे आहे असे नाही. 'आदिमाया' या कवितेतील कल्पनाविलास जुन्या भारुडांची आठवण करून देतो, तर 'माहेर', 'माहेरची वाट' यासारख्या कवितेतील संकेत व अनुभवांची सरणी लोकगीतांतील वाटते. अधूनमधून अशा खुणा पुढेही कुठेकुठे दिसतात. पुष्कळवेळा लोकगीतांतील कल्पना, ओळी कमी-अधिक फरकाने येतातही, पण म्हणून काहीच बिघडत नाही. कारण बहिणाबाईंच्या कवितेत स्वत्वाचा फार मोठा भाग आहे. 'मराठी' परंपरेतील ती एक लोककवयित्री आहे, हे एकदा नीटपणे लक्षात घेतले की, सगळ्या आक्षेपांचे निरसन होईल असे वाटते.

बहिणाबाईंच्या कवितेला प्रामुख्याने अष्टाक्षरी छंद लाभलेला आहे. तिची बहुतेक सर्व कविता खास मराठी छंदातच अवतरते. मराठी संत-साहित्याशी आणि लोकसाहित्याशी असेही नाते बहिणाबाईंच्या कवितेचे आहे. 'आखी' या कवितेला लाभलेला छंद तर मराठी ज्या भाषेपासून जन्मली त्या प्राकृतोद्भव भाषेतून आलेला दिसतो. इतका तो खास मराठी छंद आहे. ग्रामीण लोकगीतांत तो दिसतो.

बहिणाबाईंची कविता 'लेख्य' नाही; ती 'श्राव्य' आहे. हे पुन्हा लोकगीताचे, लोकसाहित्याचेच वैशिष्ट्य. सांगण्यासारखे काही असेल ते छंदोबद्ध करण्याची मराठी मनाची प्रकृती प्राचीन आहे. महानुभाव-ज्ञानेश्वरांपासूनची ती आहे. बहिणाबाईंचीही तीच आहे. गावातील लोकांविषयीच्या, शेतीच्या घटनांविषयीच्या, दंतकथा, लोककथा यांच्याविषयीच्या, तिच्या मुला-माणसांविषयीच्या कविता या दृष्टीने बघाव्या लागतात. छापखाने आल्यानंतर साहित्य प्रकारांकडे पाहण्याचा दृष्टिकोन पाश्चात्त्यांनी अतिशय काटेकोर केला; तो दृष्टिकोन इथे लावून उपयोगाचे नाही. 'श्राव्य' कवितेच्या लोकस्वरूपावर त्यामुळे अन्याय होईल. ही कविता श्राव्य असल्याने आणि लोकसंस्कृतीचा वारसा जपणारी असल्याने तिच्यात लोकमानस प्रतिबिंबित झालेले आहे. लोकमानसाच्या पातळीवरच ती अनुभवावी लागते. व्यक्ति-मनाची लेख्य कवितेतील प्रतिमात्मक बांधणी, आत्मनिष्ठ, अंतर्मुख व संयत आविष्कार, उत्कट मनाच्या अनेक स्तरांची गुंतागुंत इत्यादी कलावादी आधुनिक कवितेची लक्षणे तिच्यात असतीलच असे नाही; सापडली तर योगायोग म्हणावा लागेल.

बहिणाबाईने तिच्या कालातील म्हणजे १८८० ते १९२० च्या कालातील मराठी (खानदेशी) ग्रामीण जीवनाचा एकूण अर्क आपल्या कवितेतून सांगितला आहे. हे जीवन शेतीनिष्ठ, स्थिर प्रकृतीचे होते. आहे त्या व्यवस्थेत समाधान मानून हसत-खेळत, विनोदाने एकूण जीवनाकडे पाहत, आलेला दिवस देव-दैवाचे आभार मानत साजरा करणारे लोकमानस मराठी खेड्यांत त्यावेळी नांदत होते. त्या काळी आपण परंपरागत चालत आलेल्या एका स्थिर अशा ग्रामीण समाजव्यवस्थेत जगत

होतो. त्यामुळे त्या व्यवस्थेतील एका सर्वसाधारण माणसाचा अनुभव हा बव्हंशी त्या सगळ्या समाजातील प्रत्येक सर्वसाधारणाचा अनुभव होता.

प्रत्येक माणसाला त्याचे असे काही व्यक्तिवैशिष्ट्य असतेच. त्याची इच्छा असो वा नसो ते त्याच्या वर्तनातून, कृतीतून कमी-अधिक प्रमाणात व्यक्त होत असतेच. बहिणाबाईंच्या कवितेतही ते प्रतिबिंबित झाले आहेच. त्यामुळे कविता लोकमानसाची असूनही 'बहिणाबाईंची' आहे. सर्व गाव-व्यवस्थेवर ती आपल्या व्यक्तिवैशिष्ट्यानुसार भाष्य करते. 'लपे करमाची रेखा', 'आता माझा माले जीव', 'नही दियामधी तेल', 'चुल्हा पेटता पेटना' किंवा काही स्फुट ओव्या यासारख्या कवितांतून तिचे व्यक्तिवैशिष्ट्य प्रतिबिंबित झालेले आपणास दिसेल.

कवितेत बोलणे, हाच बहिणाबाईंचा छंद असल्यामुळे आणि ती जन्मभर त्याच गावात राहिल्यामुळे तिच्या कवितेत एका गावाचे त्याच्या सर्व वैशिष्ट्यांसह संपूर्ण चित्र साकार झालेले आहे. एखाद्या विस्तृत ग्रामीण कादंबरीत एखादे गाव साकार झाल्यावर मनासमोर जे चित्र तेथील व्यक्ती, व्यक्तिसंबंध तेथील निसर्ग, शेती, वर्षभराचे ॠतुमान, सण, रीतिरिवाज, धर्मप्रसंग, घटना जशा आपल्या मनासमोर उभ्या राहतात तसेच एक ग्रामचित्र बहिणाबाईंची कविता वाचून संपविल्यावर आपल्या मनासमोर ठसठशीतपणे उभे राहते. एवढेच नव्हे तर त्या ग्रामजीवनाचा अन्वयार्थही ती आपल्या तळहातावर आवळ्याप्रमाणे ठेवते. त्यामुळे बहिणाबाई ही ग्रामजीवनची पहिली भाष्यकार कवयित्री वाटते. ग्रामजीवनांतील सुखदुःखाचे कितीतरी भावक्षण, कारुण्य, विनोद, निरीक्षण, संघर्ष, विरोध नाट्य, अध्यात्म, विसंगती तिने मार्मिकपणे व सहजपणे टिपलेले आहेत. - तिच्या कवितेमागची भूमिका लोकगीतांतील भूमिकेप्रमाणेच जीवनक्षण नटविण्याची, सजविण्याची आहे; ज्ञानेश्वराप्रमाणे उपमा-दृष्टान्तांनी, प्रतिमांनी आपल्या परीने जीवनार्थ सांगण्याची आहे; प्रतिमेच्या भाषेत केवळ आपले अनुभव गोठवून ठेवणाऱ्याची ती भूमिका नाही. मराठीतील आजच्या ग्रामीण कवींनी तिच्या कवितेचे हे विशिष्ट रूप ध्यानात घ्यावे. ग्रामीण लोकगीत आणि आधुनिकतेने प्रभावी झालेली आजची कविता यांचा समन्वय साधून बहिणाबाईंच्या कवितेला वाट पुसत पुढे जाता येण्यासारखे आहे. बहिणाबाईनंतर ग्रामीण कविता त्यामुळे अधिक समृद्ध होणार आहे.

◆

आधुनिक ग्रामीण साहित्याची भूमिका

ब्रिटिश अमदानीत मराठी साहित्याला आधुनिकतेचे स्वरूप प्राप्त होण्यापूर्वी प्रथम निबंधाच्या विविध रूपांनी वैचारिक वाङ्मय अवतरले. या वैचारिक वाङ्मयात लोकहितवादी, भांडारकर, रानडे, चिपळूणकर, टिळक, आगरकर यांचा आणि त्यांच्या अनुयायांचा फार मोठा वाटा आहे. त्यातूनच नव्या आशयाची प्रेरणा घेऊन आधुनिक मराठी कादंबरी, कविता, कथा, नाटक जन्माला आले. सबंध मराठी समाजाला आधुनिकतेची दृष्टीच मुळी प्रथम ब्रिटिश राजवटीमुळे मिळाली होती.

आपल्या जीवनाच्या सर्व अंगानिशी आधुनिक होऊ पाहणारा हा समाज शहरी, पांढरपेशा, उच्चवर्णीय होता. त्याला अनेक ऐतिहासिक, सांस्कृतिक, पारंपरिक आणि धार्मिकही कारणे आहेत. त्याला समग्र समाज-सुधारणांचे भान नव्हते. उर्वरित समाजाचे म्हणजे स्त्रियांचे, अस्पृश्यांचे, ग्रामीणांचे महाराष्ट्राच्या इतिहासात प्रथम सर्वांगीण भान आले ते महात्मा जोतिबा फुले यांना.

१८८३ ते ८६ च्या आसपास त्यांनी 'शेतकऱ्याचा आसूड' हे पुस्तक लिहून ग्रामीण जीवनाचे केंद्रस्थान असलेल्या शेतकऱ्याची आर्थिक, सामाजिक, शैक्षणिक, धार्मिक, सांस्कृतिकदृष्ट्या कशी वाताहत झालेली आहे आणि त्या वाताहतीतून बाहेर पडण्याचे उपाय व मार्ग कोणते आहेत, हेही त्यांनी दाखवून दिले.

मराठी समाज-जीवनाचाच ग्रामीण समाज हा एक महत्त्वाचा आणि मोठा भाग आहे, जणू आपल्या सबंध मराठी समाजजीवनाचा तो गाभा आहे, हे प्रथम त्यांनी दाखवून दिले. महाराष्ट्राच्या इतिहासात शेतकऱ्याचे मन जाणणारा व सुधारणेच्या दिशेने त्याला प्रथम गती देऊ इच्छिणारा तो पहिला कृतिशील महात्मा होता. एवढेच नव्हे तर शेतीप्रधान जीवन असलेल्या या देशाचे भवितव्य ग्रामीण शेतकऱ्याच्या उन्नतीशिवाय उज्ज्वल नाही, हेही प्रथम त्यांनीच सांगितले.

म. जोतिबा फुल्यांनी अनेक अंगांनी मीमांसा करून तत्कालीन मराठी शेतकऱ्यांची जी विदारक स्थिती दाखवून दिलेली आहे तिचे प्रत्यंतर नंतर हरिभाऊ आपटे यांनी १८९८ च्या आसपास लिहिलेल्या 'काळ तर मोठा कठिण आला' या स्फुट गोष्टीमध्ये अल्पांशाने आणि 'धनुर्धारी' यांनी १९०५ मध्ये प्रसिद्ध केलेल्या 'पिराजी पाटील' या कादंबरीत अधिक प्रमाणात येते.

पण येथून पुढे सर्वांगीण सामाजिक सुधारणावादी विचारांचीच राष्ट्रवादी व पुनरुज्जीवनवादी विचारांनी पिछेहाट केली. त्यानंतर टिळकांचा मृत्यू होऊन गांधीतत्त्वज्ञानाचा उदय होईपर्यंत समग्र समाजसुधारणांचा विचार मागेच पडला आणि त्याबरोबर ग्रामीण जीवनावरील साहित्यही मागे पडले. पुढे १९२० नंतर साम्यवाद, गांधीवाद आणि समाजवाद यांचा परिणाम होऊन ग्रामीण साहित्य १९२५ नंतर लिहिले जाऊ लागले. १९५० नंतर कलावादाच्या प्रेरणेने ग्रामीण साहित्याने नवे वळण घेतले आणि त्यानंतर लोकशाही मूल्यकल्पनांचा स्वीकार, समाजवादी धोरणाचा सरकारी पातळीवर स्वीकार आणि पुरस्कार, शिक्षणप्रसार, स्वत्वाची जाणीव, पंचवार्षिक योजनांनी बदलू घातलेले खेडे यांचा परिणाम झाला आणि १९६० नंतर ग्रामीण साहित्य नवे रूप धारण करू लागले, पण त्याची ही गती अतिशय मंद होती. त्याला स्वतःच्या वेगळेपणाचे, नवेपणाचे डोळस भान १९८०-८१ मध्येही आलेले दिसत नाही, याला अनेक कारणे आहेत.

पहिले कारण असे की, दलित साहित्याने जशी चोखाळली तशी परंपरागत मराठी साहित्याहून स्वतंत्र वाट आपणाला चोखाळावयाची नाही, ग्रामीण साहित्य मराठी साहित्याचाच एक भाग आहे, अशी ग्रामीण साहित्याची कल्पना आहे. त्यामुळे आजवर ज्या प्रकारचे ग्रामीण साहित्य किंवा एकूणच मराठी साहित्य निर्माण झाले आहे त्याचे अनुकरण करत त्यालाच अनुसरत १९६० ते ८० मधील बव्हंशी ग्रामीण साहित्य निर्माण होते आहे. परंपरेचा आणि पूर्वसुरींचा हात धरूनच ते पुढे जाऊ पाहत आहे. पूर्वसुरींच्या चाकोरीत राहणे हे सुरक्षिततेच्या, प्रसिद्धीच्या, वाङ्मयीन प्रतिष्ठा मिळविण्याच्या दृष्टीने सोयीचे असते. अशा सोयीच्या वर्तुळात राहून जे प्रयोग होतात ते किरटे, निर्जीव आणि दुय्यम दर्जाचे असतात. उदाहरणार्थ, मराठी शहरी साहित्याच्या आशयक्षेत्रात, अभिव्यक्तीच्या क्षेत्रात, भाषेच्या क्षेत्रात, सौंदर्य संघटनेच्या क्षेत्रात जे प्रयोग अगोदरच सिद्ध झालेले असतात त्यांचे उपयोजन ग्रामीण कथा-कादंबरी-कवितेच्या बाबतीत होण्याची शक्यता असते. तारतम्य राखून असे केले तर त्या विशिष्ट ग्रामीण साहित्य-प्रकारांचा काही प्रमाणात विकास साधतोही, पण पुष्कळवेळा तंत्राचा एक भाग म्हणून उथळ विचार करूनही असे उपयोजन केले जाते. उदाहरणार्थ, मराठी शहरी कवितेतील आशयात जीवनापासून तुटलेपणाची, एकाकीपणाची आणि असहाय व्याकूळतेची जाणीव आज तीव्रतेने

उमटते आहे. त्याच पांढरपेशी पुस्तकी जाणिवेचे उपयोजन ग्रामीण जीवनातील रूपक-प्रतिमांचा वापर करून कविता साधली जाणे. उत्तम कोळगावकर या नवीन कवीची कविता अशा प्रकारची आहे. प्रस्थापित शहरी अभिरुचीला ती ग्रामीण जीवनातील प्रतिमामुळे नवीही वाटते. तिचे त्या समाजात कौतुकही होते. आज साहित्य-निर्मिती शहरी क्षेत्रातच, शहरी जीवनातच मोठ्या प्रमाणात होत असल्याने आणि ग्रामीण जीवनातून पुढे येऊ पाहणाऱ्या साहित्यिकांसमोर त्यांचेच आदर्श दिसत असल्याने, तसे करणे हीच उत्तम साहित्य निर्माण करण्याची खूण आहे असे कवीला वाटत असावे, पण १९२५ ते ४० च्या काळात जी मध्यमवर्गीय शहरी दृष्टी आरोपित करून ग्रामीण किंवा जानपद कविता निर्माण झाली; त्याचेच हे १९८० मधील नव्या मुखवट्यातील पुनरावर्तन मानावे लागते. असे प्रयोग दुय्यम दर्जाचे ठरतात.

दुसरे कारण असे की, प्रस्थापित ग्रामीण साहित्याची लोकप्रियता नेमकी कोणत्या साहित्य-विशेषांत आहे, याचे हिशेब घालूनही पुष्कळवेळा १९६० ते १९८० मधील ग्रामीण कथा लिहिली जाताना दिसते. भडक नाट्यपूर्ण घटना बाई-बाटली-राजकारणाच्या भानगडी, चटपटीत आणि चटकदार संवाद, विनोदी किस्से, ग्रामीण भाषेचे साहित्य निर्मितीतील माध्यम म्हणून असलेले प्रयोजन नीटपणे लक्षात न घेता तिचा प्रदर्शनसदृश उपयोग करणे व तिचे अनेक गावरान नखरे दाखविण्यातच धन्यता मानणे अशी काही लक्षणे १९६० ते १९८० मधील लोकप्रिय ग्रामीण साहित्याची सांगता येतील. यामुळे साहित्य लोकप्रिय होते, हे अनेकांनी हेरून या काळात लेखन केलेले दिसते. अशाप्रकारचे ग्रामीण साहित्य धंदेवाईक मासिक नियतकालिकांनाही सातत्याने हवे असते. मासिकांची संख्याही भरपूर असल्याने अशाप्रकारचे साहित्य छापून येणेही सुलभ झाले आहे. छापून येणे म्हणजेच 'प्रसिद्धी' मिळणे असे गणितही सर्वसाधारण साहित्यिक आपल्या मनाशी घालून बसलेला असतो.

विशेषत: १९६० ते ८० मध्ये लेखन करणारा ग्रामीण साहित्यिक ज्या परिस्थितीत पदवीधर झाला ती आर्थिक परिस्थिती, ज्या ज्ञानशून्य आणि परंपराहीन कौटुंबिक परिस्थितीत तो वाढला ती त्याची पार्श्वभूमी, ज्या ठिकाणी आज तो जीवन कंठीत आहे, नोकरी करीत आहे ती ग्रंथालये, हीन ग्रामीण परिसर, साहित्याभिरुचीची तेथील गैरहजेरी, समीक्षक रसिकांच्या मार्गदर्शनाचा व कौतुकाचा अभाव, लिहित्या मनाला आधार देईल असे तिथे कोणीही नसणे, या सर्व परिस्थितीतून निर्माण होणारा डोळस अभ्यासाचा अभाव इत्यादी गोष्टी लक्षात घेता गेल्या दहा वर्षांतील (१९७० ते १९८० मधील) बहुसंख्य ग्रामीण साहित्य कलाहीन का होते आहे याची कल्पना येते.

१९६० पूर्वीच्या म्हणजे स्वातंत्र्योत्तर पहिल्या पिढीच्या ग्रामीण साहित्याने निश्चितपणे ऐतिहासिक कार्य केलेले आहे. अनुभवांचे 'अनुभव' म्हणून मोल मानणारी, यथार्थ समाजदर्शनात, व्यक्तिदर्शनात पर्यायाने ग्रामीण जीवन-दर्शनात रंगलेली अशी ही साहित्य-निर्मिती होती. काहींनी कलात्मकतेचे भानही विशेष ठेवले होते. कथेच्या क्षेत्रात विनोदाचे दालनही या साहित्याने (एकूण मराठी साहित्यातच) प्रथमच यशस्वीपणे उघडले. पण आशयदृष्ट्या ते साहित्य स्वातंत्र्यपूर्व काळातील ग्रामजीवनाचे अवधान ठेवणारे आणि अभिव्यक्तीच्या दृष्टीने मध्यमवर्गीय शहरी रसिकांचे कमी-अधिक प्रमाणात भान ठेवणारे होते. त्यामुळे १९५०-५२ साली ते जिथे होते तिथेच ६०-६२ सालीही स्थिर होते. त्याचा फक्त विस्तारच होत राहिला. विकासापासून ते पराङ्मुख झाले नि आवर्तात सापडले. तरीही त्याचे कार्य महत्त्वाचे आहे. मराठी वाङ्मयाच्या इतिहासात या साहित्याने ग्रामीण साहित्याला प्रतिष्ठा मिळवून देऊन लक्ष वेधून घेतलेच, पण सांस्कृतिकदृष्ट्याही स्वातंत्र्यपूर्व काळातील ग्रामीण जीवन समग्रपणे रेखाटले. स्वातंत्र्यपूर्व ग्रामीण जीवनाच्या सांस्कृतिक इतिहासाचे ते महत्त्वाचे संचित आहे. स्वातंत्र्यपूर्व ग्रामीण मनाच्या स्पंदनाचा आलेख काढून ते मन त्यावेळी कसे जगत-भोगत, सोसत होते त्याचे प्रभावी दर्शन त्याने घडविले आहे, पण १९६० नंतर मराठी खेडे ज्या रीतीने हळूहळू बदलू लागले, त्याचे स्थित्यंतर इतिहासाच्या ज्या ओघात होऊ लागले, त्या ओघाकडे डोळसपणे पाहण्यात ही पहिली पिढी यशस्वी झालेली दिसत नाही. तिने या स्थित्यंतराचा लोकप्रिय विनोदी किश्श्यांसाठीच फक्त वापर केला, हे नाइलाजाने नोंदवावे लागते.

१९६० नंतर लिहित्या झालेल्या व विशेषत: १९७० नंतर उदयाला आलेल्या ग्रामीण साहित्यिकांच्या दुसऱ्या व तिसऱ्या पिढीने वरील गोष्टींचे भान ठेवून त्यातून नेटाने, प्रयत्नपूर्वक बाहेर पडणे जरूर आहे. यासाठी प्रथम जर कोणती गोष्ट आवश्यक असेल तर ती प्रकर्षाने आत्मभान ठेवण्याची, खरेतर हे आत्मभान ठेवण्याची गरज प्रत्येक ग्रामीण तरुणाला आहे.

ग्रामीण मनाला शहरी व्यक्ति-केंद्रित वृत्तीने आत्मभान ठेवता येणे कठीण आहे. शहरी समाजव्यवस्था आणि ग्रामीण समाजव्यवस्था ही वेगवेगळी आहे. ग्रामीण मनाला समाजभानाच्या संदर्भाने आत्मभान ठेवणे जरूर असते. ग्रामीण समाज आणि ग्रामीण समाजातील माणूस ही एकमेकांपासून (शहरी समाज व शहरी व्यक्ती ज्या प्रमाणात अलग राहू शकतात तितकी) अलग राहू शकत नाहीत. तसे राहणे त्यांना कठीण जाते. खेड्यापाड्यांनी भरलेल्या भारतीय समाजरचनेचे हे वैशिष्ट्यच मानावे लागेल. कारण जगाची वाढती लोकसंख्या, भौतिक संपत्तीची आणि जमिनीची मर्यादा आणि जगाच्या पाठीवरील सर्वच मानवी मनाला होत जाणारी स्वत्वाची व हक्काची वाढती पसरती जाणीव लक्षात घेता एकंदरीत या

जगावर पाश्चात्त्य भांडवलशाही वृत्तीतून जन्माला आलेला भौतिक व भौगिक व्यक्तिविकासवाद आणि दुसऱ्या टोकाला मार्क्सवादी तत्त्वज्ञानातून दृश्यरूपाला आलेला आणि व्यक्तिमत्त्वाला स्थान न देता सबंध वर्गाचे वा समाजाचे सर्वसाधारण (कॉमन) हितच लक्षात घेणारा व त्याच एकमेव जाणिवेने व्यक्ति-मनाला दडपणारा साम्यवाद या दोहोंचाही अंतिमत: पराभवच होत आहे. अशा परिस्थितीत या दोन्हीही तत्त्वप्रणालीत सुधारणा झाल्याशिवाय किंवा त्यांचा नीट समन्वय झाल्याशिवाय जगाला आणि पर्यायाने भारतीय व मराठी मनाला पर्याय नाही. अशावेळी व्यक्तीच्या चारित्र्याचा, समताबुद्धीचा, विवेकशक्तीचा, लोकशाहीमध्ये दुसऱ्याला गंभीरपणे समजून घेणाऱ्या सहानुभववृत्तीचा, पर्यायाने मनाच्या आत्मिक शक्तीच्या विरोधात स्वार्थी, जुलमी, अन्यायी, विषमतावादी, पाशवी, सहानुभूतिशून्य शक्ती विविध रूपांत उभ्या राहतील, तेथे तेथे संघर्ष करणे व स्वत:बरोबर इतर व्यक्तींचाही विकास साधणे जरूर आहे. याची जाणीव ठेवली नाही तर अन्य तरणोपाय नाही या भावनेने जगणे, स्वत:ला न्याहाळणे, आत्मपरीक्षण करणे त्या दृष्टीने अनुभव घेणे व तपासणे अपरिहार्य आहे; हे ओळखले पाहिजे. सामान्य माणसाला जगण्यासाठी या वृत्तीची नितांत गरज आहे. उद्योगप्रधान आणि विज्ञाननिष्ठ संस्कृतीचा जागतिक पगडा लक्षात घेता आपल्या देशानेही तिच्या काही तत्त्वांना मुरड घालून स्वीकार केला आहे. या आधुनिक संस्कृतीचा स्वीकार म्हणजे पाश्चात्त्यांच्या समाजव्यवस्थेचा व त्यांच्या संपूर्ण मूल्यांचा स्वीकार नव्हे; हेही आपणास कळले आहे. त्यामुळे पाश्चात्त्यांचे अंधळे अनुकरण बाजूला ठेवता येणार आहे आणि वर सांगितलेल्या आत्मिक शक्तीचा आणि उद्योगप्रधान, विज्ञाननिष्ठ संस्कृतीच्या उत्तम फलनिष्पत्तीचा व सर्वांचे हित साधणाऱ्या मूल्यकल्पनांचा समन्वय साधता येणार आहे. 'भारतीय समाजवादाचा' गाभा अशाप्रकारच्या समन्वयातूनच तयार होत गेला असे मला वाटते.

पंचवार्षिक योजना या दिशेनेच राबताना दिसतात. इतरही छोट्या-मोठ्या योजनांचे हेच लक्ष्य असलेले दिसते. आपला देश प्रामुख्याने खेड्यापाड्यांचा असल्याने भारतीय खेड्यांवर, पर्यायाने तेथील जीवनावर या योजनांचा फार मोठा परिणाम होऊ लागलेला आहे. खेड्याचे, तेथील जीवनाचे, माणसाचे भारतीय समाजवादाच्या दिशेनेच स्थित्यंतर होऊ लागलेले आहे.

हे स्थित्यंतर अपेक्षित दिशेने होत आहे की नाही, त्यात कोणकोणत्या चुका होत आहेत, त्याची फळे समाजाला कसकशी भोगावी लागत आहेत, सामान्य माणसापर्यंत याची फळे जाऊन पोचतात की नाहीत, या प्रक्रियेत सापडलेल्या 'मी'ला याबाबतीत कोणकोणते अनुभव येत आहेत, यात जुन्याची मोडतोड होताना काही चांगलेही कसे गमावले जात आहे, हे गमावताना आतडी कशी तुटत जातात,

नवे चांगले येत असताना त्याबरोबर वाईटही कसे येत आहे, त्यामुळे येऊ घातलेल्या 'सबंध नव्याचेच' कसे भय वाटत आहे, यात संधिसाधूंचे स्वार्थ कसे गुंतले आहेत, त्यामुळे चांगले यायला अडथळे कसे निर्माण होत आहेत; जाती, पक्ष, संघटना, सत्ता, पैसा यांचा वापर 'बुरखाधारी स्वार्थासाठीच' भांडवल म्हणून, कार्यकर्ते कसा वापर करीत आहेत; तरीही यातून नव्या चांगल्याची क्षीण का होईना. पण चाहूल कशी लागते आहे, याचे समग्र भान १९६० नंतरच्या ग्रामीण साहित्यिकांच्या पिढीला येणे जरूर आहे.

अशा बदलत्या समग्र वास्तवाची जाणीव कोणत्याही साहित्यिकाने ठेवल्याने आणि त्याच्यातून प्रेरणा घेऊन साहित्यनिर्मिती केल्याने त्याच्या साहित्याला सांस्कृतिक आणि वाङ्मयीन असे दुहेरी परिमाण लाभते. त्या साहित्याला अंतर्बाह्य नवी कळा येते. नवा सामाजिक संदर्भ आणि नव्या अनुभवातील नवे ताण त्याला प्राप्त होतात.

वर ज्या समग्र स्थित्यंतराचा उल्लेख केला आहे त्याच्या पर्यावरणाने १९६० नंतरच्या दोन्ही पिढ्यांच्या ग्रामीण साहित्यिकांचे प्रत्यक्षातील अनुभवांचे विश्व वेढलेले आहे. (येणाऱ्या जीवनानुभवांतील मौलिक प्रेरणा लक्षात घेऊनच त्या अनुभवांची वास्तववादी साहित्यात लेखक आपल्या प्रतिभेच्या प्रकाशात नवी मांडणी सामान्यत: करीत असतो. ग्रामीण साहित्यही त्याला अपवाद नाही.) म्हणून आजच्या ग्रामीण साहित्यिकाला एक ग्रामीण विभागातील नागरिक म्हणून मिळणारे शिक्षण, त्याची नोकरी, व्यवसाय, त्याच्या गावी येणारे कालवे, वीज, धरणे, तलाव, नवी पिके, नवी औषधे, नवी शेती-यंत्रे, सहकारी सोसायट्या दूध योजना, नव्या संस्था, पाणी योजना, रस्ते, कर्जे, कायदे, निवडणुका, साखर कारखाने इत्यादी सर्व त्याच्या अनुभवविश्वात त्याच्या जगण्याच्या सद्य:स्थितीत अनुभवांचे घटक म्हणून प्रत्यक्षाप्रत्यक्ष मिसळलेले आहेत; याचे युगभान त्याने डोळसपणे ठेवले पाहिजे.

त्याचे हे अनुभवविश्व पहिल्या पिढीच्या ग्रामीण साहित्यिकाच्या स्थितिशील जीवनाच्या अनुभवांपेक्षा पूर्णत: भिन्न आहे. ते गतिमान आहे, त्याचे ताण वेगळे आहेत. कारण भोवतीचे समाजजीवनच बदलून गेलेले आहे. १९६० पूर्वीच्या साहित्यिकांच्या 'वास्तववादी साहित्यातीलही' अनुभवविश्व त्यामुळे सांस्कृतिक संदर्भात मागे पडलेले आहे. वाङ्मयातील ते सामाजिक वास्तव आता भूतकाळात जमा होऊ घातलेले आहे. एवढेच नव्हे तर त्या सामाजिक वास्तवातून घेतलेले अनुभव १९५० ते जवळजवळ १९७० पर्यंतच्या वीस वर्षांत अनेक नव्या जुन्या ग्रामीण लेखकांनी आपल्या साहित्यनिर्मितीसाठी नानापरींनी ते वापरून वापरून त्यातील स्फोटशक्यता संपवून टाकल्या आहेत. उलट प्रत्यक्षातील आजचे वास्तव वेगळे व प्रखर आहे, ते युगधर्मी आहे; म्हणून त्याला डोळे सताड उघडे ठेवून सामोरे गेले पाहिजे आणि त्यातूनच प्रेरणा घेऊन नवी साहित्यनिर्मिती केली पाहिजे. याबाबतीत

पूर्वसुरींना वाट पुसत न बसता स्वत:चे मूलभूत आणि अविकृत अनुभव काय सांगतात हे लक्षात घेऊनच साहित्यानुभव आकाराला आले पाहिजेत.

मी असे म्हणतो याला तशीच आणखी काही कारणे आहेत. ज्यांच्या अनुकरणात साहित्यिकांची दुसरी आणि तिसरी पिढी बऱ्याच अंशाने गुंतलेली आहे, त्या पहिल्या पिढीच्या ग्रामीण साहित्यिकांनी बदलत्या सामाजिक वास्तवाचा विनोदासाठी व विनोदी किश्श्यांसाठी वापर करून त्याला विकृत, अतिशयोक्त, भडक रूप दिलेले आहे, त्यामुळे त्या रूपाचेच अनुसरण होण्याचा धोका आहे. तेव्हा अशा साहित्यप्रवृत्तींना नाकारत चाकोरीबाहेर पडणे जरूर आहे. तरच अनुभवांचे खरे मूळ रूप शोधता येणे शक्य आहे.

या मूळ रूपाला विकृत करणारी दुसरी एक प्रचंड शक्ती आहे. ही शक्ती म्हणजे मध्यमवर्गीय, शहरी, पांढरपेशे वर्तमानपत्री टीकाकार आणि त्यांच्या विचारांची दिशा दाखवून देणारी वर्तमानपत्रे व इतर नियतकालिके. दोन प्रकारांनी हे मूळ रूपाला विकृत करायला मदत करतात. एक म्हणजे विनोदाच्या नावाखाली सबंध वास्तव आशयालाच विकृत, उथळ करणाऱ्या साहित्यकृतींना चटकदार परीक्षणे करून ते मान्यता देतात. तसेच मोठ्या प्रमाणात अशा साहित्यकृतींना वर्तमानपत्रांतून वा इतर नियतकालिकांतून अग्रहक्काने प्रसिद्धी दिली जाते आणि त्यांची लोकप्रियता वाढविली जाते. दुसरे असे की, ग्रामीण विभागात एक मोठा रोजगारी वर्ग आहे, छोट्या-मोठ्या शेतकऱ्यांच्या शेतीवर रोजगार करून तो पोट भरत असतो, पडेल ती कामे करीत असतो. छोट्या खेड्यात एखाद-दुसरा बागायत शेतकरी किंवा वतनदार-इनामदार शेतकरी असतो आणि सगळा गाव याच रोजगारी वर्गाने आणि बलुतेदारांनी भरलेला असतो. खरेतर या रोजगारी वर्गातच कुळवाडी, सुतार-लोहार, कुंभार-कोळी, ढोर-चांभार, मांग-महार, कैकाडी-वडार, रामोशी-बेरड हे सगळे येतात. यांची पोटं हातावरची असतात. यांच्यामुळेच त्या खेड्याला अस्तित्व प्राप्त झालेले असते, त्याचे असे विशिष्ट रूप सिद्ध झालेले असते, पण याची जाणीव शहरी, पांढरपेशा वर्तमानपत्री टीकाकारांना आणि वर्तमानपत्रांना नसते. त्यांच्या लेखी खेडे म्हणजे तेथील एकुलता एक बागायतदार, वतनदार, इनामदारच असतो. त्यांच्या जीवनावरूनच ते समग्र ग्रामीण जीवनाची, त्यांच्या वर्तनावरूनच समग्र खेडुतांच्या वर्तनाची, त्यांच्या राजकीय हालचालीवरूनच ते समग्र खेड्याची हालचाल जाणत असतात. दुर्दैवाने हा रोजगारी वर्ग सर्वच खेड्यांतून असंघटितपणे विखुरलेला असल्याने जेव्हा जेव्हा ग्रामीण सामाजिक, आर्थिक, राजकीय वा तत्सम सुधारणांचा विचार होतो, तेव्हा त्याला खिजगणतीतच धरलेले नसते. त्यामुळे एकूण खेड्याविषयी त्यांच्या मनातच एक विकृती निर्माण झालेली असते. म्हणून त्यांच्याकडून मार्गदर्शनाची अपेक्षा करणे चुकीचे आहे; निदान त्यांच्या वर्तमानपत्री प्रसिद्धीपासून अगर वर्तमानपत्री केलेल्या टीकारूप चटकदार चाळ्यांपासून दक्ष राहणे जरूर आहे.

हे एवढ्यासाठी सांगत आहे की, वर्तमानपत्री प्रसिद्धीसाठी आणि या टीकाकारांच्या चाळ्यांमुळे ग्रामीण समाजाच्या खालच्या स्तरातून येणाऱ्या नव्या साहित्यिकांना स्वत:चे अस्सल अनुभव विसरून मनोरंजक लेखन करण्यातच धन्यता वाटते. वास्तविक ग्रामीण समाजाचे जे युगधर्मी परिवर्तन होताना ज्या व्यथा आणि वेदना जुन्या समाजव्यवस्थेतील मनाला होत आहेत, जुने जे उद्ध्वस्त होऊन त्याच्याच बरगड्यातून नवे जे उगवते आहे आणि त्यामुळे जो भीषण आक्रोश आणि बेभरवशी आनंद होतो आहे; त्यातून ग्रामीण लेखनाला प्रेरणा मिळाली पाहिजे, पण प्रत्यक्ष लेखनात मात्र या वास्तवाची बव्हंशी गैरहजेरीच असते.

'बव्हंशी गैरहजेरी' असे म्हणण्याचे कारण की, अतिशय कमी प्रमाणात का होईना १९७० नंतर किंवा त्याच्या आसपास लेखन करणाऱ्या तिसऱ्या पिढीच्या ग्रामीण लेखकांच्या लेखनात त्याची चाहूल लागते आहे. भास्कर चंदनशिव, व. बा. बोधे, आनंद पाटील, उत्तम तुपे, अर्जुन भोसले, शरद मुंजवाडकर, मोहन पाटील, विजया जहागीरदार, गणेश आवटे, रामचंद्र मुंजवाडकर, वामन होवाळ, बा. ग. केसकर, श्रीराम गुंदेकर, गोविंद केळकर, शिवाजी बावळे हे व यासारख्या लेखकांच्या ग्रामीण साहित्यांतून त्याच्या काही पाऊलखुणा उमटत आहेत. हे चित्र अजून धूसर आहे. एक 'साहित्यिक कलाकृती' म्हणून त्यांच्या कथांचा दर्जा अजून तरी अव्वल स्वरूपाचा नाही; मात्र अपेक्षा निर्माण करणारे हे लेखक आहेत हे निर्विवाद. नियतकालिकांतूनच अजून त्यांचे स्फुट लेखन येत आहे. काहींचा एखादा संग्रह प्रसिद्ध झालेला आहे, तर काहींचे अजून संग्रहही प्रसिद्ध झालेले नाहीत. सातत्याने कसदार लेखन करून झपाट्याने पुढे येणारे हे लेखक आहेत; असे आजतरी वाटत नाही. आज त्यांच्यातील नव्या जाणिवेची चाहूल फक्त लागते. हे लेखक महाराष्ट्राच्या ग्रामीण विभागातून कानाकोपऱ्यांतून गजबजलेल्या वाङ्मयीन विश्वापासून भौगोलिकदृष्ट्या (आणि त्यामुळे मनानेही) दूर राहून लेखन करीत आहेत. एकमेकांची वैचारिक देवाणघेवाण करण्यासाठीही ते एकत्र येऊ शकत नाहीत. अशा परिस्थितीत ते कमी-अधिक प्रमाणात, जाणताअजाणता 'नवी जाणीव' जोपासत आहेत. यातूनच उद्याचे ग्रामीण कथाकार उदयाला येणार आहेत. म्हणून त्यांनी आपल्या नव्या जाणिवांचे कोंभ काळजीपूर्वक जतन करणे जरूर आहे.

या लेखकांनी १९६० पूर्वीच्या ग्रामीण साहित्यापेक्षा वेगळे असलेले आपले अनुभवविश्व जसे सावधपणे जपले पाहिजे; तसे एकूणच शहरी मराठी वाङ्मयापासूनही स्वत:चे अनुभवविश्व वेगळ्या कोटीतील असल्याचे जाणीवपूर्वक लक्षात ठेवले पाहिजे. शहरी संस्कृती ही यंत्रनिष्ठ उद्योगप्रधान; तर ग्रामीण संस्कृती ही शेतीप्रधान. शहरी माणूस हा व्यक्तिकेंद्री, भोगलोलूप; तर ग्रामीण माणूस हा कुटुंबसंस्थेचा एक घटक, समूहाचा एक भाग. भौतिक सुखाच्या बाबतीत परिस्थितीमुळेच उपाशी पडलेला; त्यामुळे उदासीन झालेला. शहरी माणूस हा प्रामुख्याने बुद्धिजीवी, तर

ग्रामीण माणूस हा शरीर-कष्टावर जगणारा. शहरी माणसाचे अन्न-वस्त्र-निवारा विषयक प्रश्न निदान प्राथमिक पातळीवर सुटलेले, तर ग्रामीण माणसाचे ते प्रश्न प्राथमिक पातळीवरही सुटलेले नाहीत. शहरी माणसाला संध्याकाळी, रविवारी किंवा वरचेवर सांस्कृतिक उपक्रमांची गरज वाटते, तर ग्रामीण माणसाला अजून तथाकथित संस्कृतीचा स्पर्शही नाही. शहरी मन आत्मनिष्ठ वृत्तीने भवितव्याचे किंवा झालेल्या गोष्टीचे पापुद्रे उकलीत गिरमिटासारखे स्वत:लाच पोखरत बसणारे, तर ग्रामीण मन दुपारच्या भाकरीच्या प्रश्नाने चिंताक्रांत झालेले. शहरी माणसाला नोकरी असल्याने नोकरीच्या काळात किंवा निदान एक वर्षापुरता तरी त्याच्या पोटाचा प्रश्न सुटलेला, तर ग्रामीण माणसासमोर पोटाचा प्रश्न सूर्योदयाबरोबर रोज रोज उगवणारा. त्याला मिळणारा कामाचा अपुरा मोबदला, होणारा अन्याय, गुलामी, दारिद्र्य, उपासमार, धार्मिक समजुती यातून प्रयत्नांची पराकाष्ठा करून मुक्त व्हावयाचे आहे; तर शहरी माणसाला अधिकाधिक भोगसाधने हस्तगत करावयाची आहेत. म्हणजे ग्रामीण व शहरी माणसाची सामाजिक परिस्थिती, जीवन पद्धती, जगण्याची रीत, निष्ठा, जीवनाकडे पाहण्याची दृष्टी, महत्त्वाकांक्षा या भिन्न भिन्न आहेत आणि त्यामुळे त्यांचे त्यांचे प्रश्न, मनाची चाल या गोष्टी भिन्न भिन्न असणार आणि त्यातून त्यांच्या त्यांच्या साहित्याला आकार मिळत जाणार. त्यामुळे शहरी मराठी साहित्याचे अंतरंग व ग्रामीण मराठी साहित्याचे अंतरंग वेगळे असणार; हे ग्रामीण साहित्यिकांनी कटाक्षाने लक्षात ठेवले पाहिजे. हे विस्तृतपणे सांगण्याचे कारण एवढेच की, काही ग्रामीण साहित्यिक शहरी कथेतून व्यक्त होणाऱ्या व्यक्तिमनाला वाट पुसत पुसत त्याला समांतर असेच ग्रामीण मन रेखाटण्याचा पुष्कळवेळा प्रयत्न करतात आणि तिथे ते फसतात.

शहरी पांढरपेशांची कथा घटनांना प्राधान्य न देता मनाला प्राधान्य देते. मानवी मनालाच प्राधान्य देणे योग्य असले तरी शहरी पांढरपेशांच्या चाकोरीच्या जीवनात त्याचे मन आतल्या आत मानसिक पिंजण करीत बसते ही वस्तुस्थिती आहे. घडामोडीहीन चाकोरीतील सुरक्षित जीवनात एखाद्या गोष्टीच्या, वस्तूच्या, भोगाच्या भोवतीने मनाची रुंजी नाना प्रकारांनी घालत बसणे हा त्याचा एक नेहमीचा चाळा होऊन बसलेला आहे. यामुळेही शहरी साहित्यात मानवी मनाच्या पिंजणाला महत्त्व आलेले आहे; हे नाकारता येत नाही. ग्रामीण मन हे साधारण कृतिप्रवण असते. त्याला अनेक कारणे आहेत. थोडक्यात असे की, कृती केल्याशिवाय त्याचे जगण्याचे प्रश्नच सुटत नाहीत आणि ते बुद्धिजीवी नसल्याने विचार करत कुढत बसण्यापेक्षा ते काहीसे प्राणिधर्मानुसार मनात येणाऱ्या विचार, भावना, विकार, वासना यानुसार कृतिसन्मुख होऊ लागते. त्यामुळेही ग्रामीणांच्या जीवनात घटनांना प्राधान्य असते. अर्थात कथा-कादंबरीत नुसत्या घटनांनाच रंगवीत बसण्यापेक्षा त्या घटनांमागे कार्यप्रवण

असलेल्या व ग्रामीण परिस्थितीत सापडलेल्या मनाचा शोध घेणे हेच अंतिमत: (म्हणजे घटनांचे लेखन करतानाही) महत्त्वाचे ठरते, याची जाणीव तिसऱ्या पिढीच्या ग्रामीण लेखकांना नाही. ही जाणीव झाली तर आपोआपच शहरी, व्यक्तिकेंद्रित, पांढरपेशा साहित्यापासून ग्रामीण साहित्याला असलेला धोका टळेल.

शहरी मराठी कथा-कवितेत १९५० नंतर कलात्मकतेच्या दिशेने आणि मनाचे अनेकविध पापुद्रे उकलण्याच्या दिशेने लक्षणीय प्रगती केली. अनुभवाकडे पाहताना कोणत्याही प्रकारचे बाह्य दडपण न आणता 'अनुभव' म्हणूनच पाहण्याचे सामर्थ्य दिले. त्यामुळे अनुभवाच्या विविध कळा उलगडण्यास मदत झाली.

पण साधारणपणे १९६० नंतरच्या शहरी साहित्यात शहरी समाजव्यवस्थेमुळे निर्माण झालेल्या वैयक्तिक, व्यक्तिकेंद्रित जीवनातील एकाकीपणाच्या अनुभवांना नकळत कलात्मकतेच्या पातळीची मान्यता दिली गेली. म्हणजे असे की, साहित्यात (उदा. कथेत) मनोविश्लेषण आले की, ते साहित्य कलात्मक आहे; असे म्हणण्याकडे सर्वसाधारण कल निर्माण झाला. १९५० पूर्वीच्या साहित्याला आशयवादी, जीवनवादी, सुधारणावादी, आदर्शवादी असे मानून व ते शब्दप्रयोग अवमूल्यनाच्या अर्थाने वापरून अनुभवातील 'सामाजिक आशयालाच' मुळी कलावादी समीक्षाव्यवहाराने मनोमन कलात्मक अनुभव-क्षेत्राच्या बोहर ढकलले. त्यामुळे शहरी साहित्याला आज १९७०-८० मध्येही अनुभवातील सामाजिक आशय, साहित्यनिर्मितीसाठी स्वीकारणे जड जाते. अशा रीतीने ते साहित्य आपणच निर्माण केलेल्या शृंगापत्तीत सापडल्याने तथाकथित कलात्मक पातळीवरचे वैयक्तिक अनुभव व त्यातील मन यांना पिंजून पिंजून काढीत आहे आणि तिथेच त्याला घोटाळत बसावे लागते आहे.

त्याने कलात्मकतेविषयीची एक भ्रामक कल्पना उराशी धरलेली आहे. अधिक अचूक बोलावयाचे तर कलावादी साहित्य-दृष्टीचा तो आनुषंगिक, पण सार्वत्रिक परिणाम आहे. कलात्मक अनुभव हा अनुभव म्हणून त्याच्या विविध अंगोपांगांनी फुलून आलेला असतो, त्यामुळे त्याला चैतन्य (जिवंतपण) प्राप्त झालेले असते, हे खरेच, पण आज मध्यमवर्गीय साहित्यिकाला स्वत:च्या जीवनचाकोरीतून बाहेर पडून समाजाच्या व्यापक पातळीवरील अनुभव त्याच्या विविध अंगोपांगांनिशी प्रत्यक्षात अनुभवणे अनेक कारणांनी सहसा मानवत नसावे. त्यामुळे त्याचे सामाजिक अनुभव हे सामान्यत: रोजच्या चाकोरीत मर्यादित स्वरूपात जे येतील तेवढेच आणि ऐकीव, वर्तमानपत्राद्वारे आणि इतरांच्या साहित्याच्या वाचनाने आलेले दिसतात. असे अनुभव 'कलात्मक साहित्यात' चैतन्यपूर्ण अनुभवाच्या पातळीवर जाऊ शकत नाहीत. कारण ते किरटे, ढोबळ परप्रत्ययाने आपणाकडे आल्याने शबल झालेले असतात. म्हणून तो साहित्यनिर्मितीसाठी अशाप्रकारचे अनुभव सहसा टाळतो आणि कलावादी दृष्टीने कलावंताला कोणताही अनुभव 'अनुभव' म्हणून सारख्याच योग्यतेचा

वाटत असल्याने हा शहरी, कलावादी साहित्यिक स्वत:चे वैयक्तिक पातळीवरील, 'मी'च्या मानसिक अवस्थाच व्यक्त करणारे, फार तर स्वत: तो ज्या कुटुंबात वाढला, ज्या महाविद्यालयात शिकला, ज्या कार्यालयात नोकरी करतो तेवढ्या मर्यादित कक्षेतीलच अनुभव त्याच्या विविध कळांनिशी त्याच्या साहित्यात व्यक्त करू लागला असावा. कलावादाचा हा आनुषंगिक परिणाम (साइड इफेक्ट) आहे. मुख्यत: १९६० नंतरच्या शहरी साहित्यात असे अनुभव गोळा झालेले दिसतात. त्यातही पुन्हा व्यक्तिकेंद्रित वृत्तीलाच अधिक प्राधान्य दिल्याने हे १९६० नंतरचे शहरी साहित्य सामाजिक व्यापक अनुभवांना पूर्णत: पारखे झालेले आहे.

अशा स्थितीत पाश्चात्त्य साहित्यात केलेल्या विविध प्रयोगांची उपरी इंजक्शने देऊन त्याला सुदृढ करण्याचे प्रयत्न चाललेले असतात. त्यामुळे आलेल्या तात्कालिक क्रांतीला प्रतिष्ठित टाळ्याही वाजवल्या जातात. पण मराठी जीवनाच्या, वास्तवाच्या मातीपासूनच त्याची नाळ तोडल्याने ते मूलत:च कळाहीन झालेले आहे. आजघडीला शहरी साहित्याची परंपरा अशा रीतीने दुबळी झाल्याने ग्रामीण साहित्याने या वर्तमानकाळातील शहरी साहित्याला नानापरींनी अनुसरण्याचेच नाकारले पाहिजे.

१९६० नंतर मराठी ग्रामीण जीवनात स्थित्यंतर होऊ लागले. त्याच वेळी दलित समाजातही स्थित्यंतर होऊ लागले. ग्रामीण समाजाचाच तोही एक भाग असल्याने तसे होणे अपरिहार्य होते. १९६७-६८ नंतर दलितसाहित्य जोमाने मूळ धरू लागले आणि गेल्या आठनऊ वर्षांत त्याने मराठी साहित्य-क्षेत्राचे लक्ष आपल्याकडे सक्तीने वेधून घेतले. १९७०-८० मध्ये त्याच्याविषयी वैचारिक मंथन भरपूर प्रमाणात झाले. कथाकवितेच्या क्षेत्राने त्याने संख्येने पुष्कळ निर्मिती केली. स्वत:ची नियतकालिके, साहित्य संस्था निर्माण केल्या. राज्याच्या, जिल्ह्याच्या, प्रदेशाच्या, तालुक्याच्या पातळीवर अनेक साहित्य संमेलने घेतली. स्वत:चे असे एक तत्त्वज्ञान, साहित्य मूल्य, व्यवस्था, समीक्षा-शास्त्र निर्माण करण्याचा प्रयत्न केला. आज ते लोकप्रियतेच्या मोठ्या लाटेवर आरूढ झाले आहे. 'दलित साहित्य' या नावाने त्याला स्वतंत्र अस्तित्वही प्राप्त झालेले आहे.

आज 'दलित' या नावाने ओळखला जाणारा पूर्वीचा अस्पृश्य समाज हा ग्रामीण समाजाचाच एक भाग म्हणून ओळखला जातो. जीवनात स्पृश्यास्पृश्यता स्वातंत्र्योत्तर काळात राहणे शक्य नव्हते. वर्गव्यवस्थेवर आधारलेल्या शहरी उद्योग-प्रधान संस्कृतीत आज 'जात' ही नावापुरती आणि प्रसंगी स्वार्थापुरती शिल्लक राहिलेली आहे, पूर्वी इतकी प्रतिष्ठा तिला राहिलेली नाही. मी अमुक जातीचा आहे, असे एरवी सांगणेही आज कमीपणाचे, मागासलेपणाचे समजले जाते. या जातीचे परंपरागत गुणधर्म शहरी व्यवस्थेने पुसून टाकलेले आहेत. मात्र ग्रामीण भागात तिचे गुण हळूहळू नष्ट होऊ घातलेले असले तरी ती अजून बरीचशी शाबूत अवस्थेत शिल्लक आहे.

त्यामुळे स्वातंत्र्योत्तर काळात प्रथमच सुशिक्षित होणाऱ्या दलितांचा पहिला तीव्र उद्रेक अस्पृश्यतेविरुद्ध, त्यांना हजारो वर्षे 'माणूस' म्हणूनच नाकारल्याविरुद्ध होणे स्वाभाविक आहे. साहित्यक्षेत्रात हा तीव्र उद्रेक १९६७-६८ नंतर विशेष स्वरूपात होऊ लागला आणि 'दलित साहित्य' जन्माला येऊ लागले. दलित साहित्याबरोबरच त्याच्या स्वरूपाची, त्याच्या मागच्या वैचारिक प्रेरणेची, त्याच्या सांस्कृतिक कार्याची चिकित्सा मोठ्या प्रमाणात प्रामुख्याने त्याच समाजातील विचारवंत करू लागले. त्यामुळे दलित साहित्याच्या घडणीच्या, वाटचालीच्या, वेगळेपणाच्या दिशाही स्पष्ट झाल्या आणि दलित साहित्याची विपुल निर्मितीही होऊ लागली.

दलित साहित्याच्या पाठीमागे डॉ. आंबेडकरांच्या विचारांची प्रेरणा असली तरी प्रामुख्याने अस्पृश्यतेविरुद्धच्या त्यांच्या उद्रेकामुळे ते खास वेगळेपणाने उठून दिसते. ज्या धर्मव्यवस्थेत अस्पृश्यता आहे त्या धर्मव्यवस्थेचा, धर्माचा, धर्म-परंपरांचा, ग्रंथांचा, तिच्यातील साधुसंतांचा, विचारवंतांचा, तत्त्वज्ञानाचा ते त्यामुळे विद्रोह करते. या सर्वांच्या विरोधात मानवतावादी बुद्धधर्माची प्रस्थापना करू पाहते. या सर्वांच्या बुडाशी मानवताहीन अस्पृश्यताच आदिकारणाच्या स्वरूपात आहे हे दिसून येईल. या आदिकारणाचाच आविष्कार विविध रूपांत दलित साहित्यात अजूनपर्यंत तरी (१९८०-८१ मध्ये) दिसतो. या आदिकारणामुळे हजारो वर्षे दलितांना 'माणूस' म्हणून जगताच आले नाही. आजही स्वातंत्र्योत्तर काळात दलित संघटना जीवनातील विविध क्षेत्रांतील सवलतींसाठी झगडताना दिसतात, त्या याच आदितत्त्वावर. आपणास आलेल्या अनुभवांचा-मनात दाटलेल्या भावनांचा निर्वेधपणे, हव्या त्या निवडक भाषेत, नवनिर्मितीच्या रूपात साहित्यात आविष्कार करता येतो. आजचे दलित साहित्य वर निर्दिष्ट केलेल्या आदिकारणाचाच विविध रूपांनी आविष्कार करीत असल्यामुळे या साहित्याचा समाजजीवनक्षेत्रांतील विविध दलित संघटनांना इंधनासारखा उपयोग होतो आणि इंधनासारखा उपयोग होतो असे दिसून आल्याने ते साहित्य हळूहळू त्या विशिष्ट रोखाने निर्माण होऊ लागले. त्यामुळे ते मोठ्या झपाट्याने साधनरूप झाले. साधन-रूप अशा अर्थाने की, या साहित्यात व्यक्त होणारे अनुभव वर निर्दिष्ट केलेल्या आदिकारणाने नियंत्रित होऊ लागले; तसे त्याच कारणामुळे अतिशयोक्तही होऊ लागले. गडद, भडक रंग धारण करू लागले. असे असले तरी एकूणच मराठी साहित्यक्षेत्राला आणि विशेषत: पांढरपेशा शहरी मनाला ते नवे, अनोखे असल्याने त्याला कौतुकाच्या, नावीन्याच्या, गौरवाच्या पातळीवर व काहीशा राजकारणातील धोरणामुळेही लोकप्रियता मिळत गेली, आजही मिळते आहे. या लोकप्रियतेचा मग फायदा उचलण्यासाठीही तसे साहित्य मोठ्या प्रमाणात या क्षेत्रात लिहिले जाऊ लागले आहे. या वस्तुस्थितीमुळे ही एक लाट वाटते. मराठी साहित्यात अनेक लाटा येऊन गेल्या आहेत. उदाहरणार्थ, रविकिरण मंडळाच्या

कवितेची, लघुनिबंधाची, ग्रामीण साहित्याची, इत्यादी. साहित्यक्षेत्रात प्रत्येक लाट ओसरताना एक आवर्त निर्माण करते असाही आपला अनुभव आहे.

आजच्या दलित साहित्यातही असे आवर्त निर्माण होऊ घातले आहे, असे मला वाटते. अस्पृश्यतेचा प्रश्न हा दलितांच्या जीवनातील एक युगप्रश्न होता ही तर गोष्ट सूर्यप्रकाशाइतकी स्पष्ट आहे. पण त्याचे उग्र स्वरूप स्वातंत्र्यपूर्व काळात होते तितके स्वातंत्र्योत्तर काळात राहिलेले नाही, हेही सूर्यप्रकाशी सत्य आहे. त्याच्याकडे डोळेझाक करून भागणार नाही. हा प्रश्न उद्योगप्रधान, विज्ञाननिष्ठ, बुद्धिवादी आधुनिक संस्कृतीत हळूहळू विझणार आहे; हे त्याचे भवितव्यही अटळ आहे. आधुनिक समाजव्यवस्थेत सवर्णांच्या व दलितांच्या सर्वच जातींचा प्रश्न गौणस्थानी जाऊन नवा वर्गवादाचा प्रश्न उद्‌भवत आहे आणि तो श्रीमंती-दारिद्र्य, मालक-मजूर, सत्ताधारी-सत्ताहीन, अर्थधारी-अर्थहीन, संस्कृतिधारी-संस्कृतिहीन इत्यादी 'आहे रे'चा नि 'नाही रे'चा होत चालला आहे, हे आपण पाहत आहोत. अशावेळी भूतकाळात जी गोष्ट जमा होऊ लागलेली आहे, ज्या अस्पृश्यतेचा अनुभव आजच्या शहरवासी दलितांना प्रत्यक्षपणे येऊ शकत नाही व नंतरच्यांना येणार नाही, त्यांच्या साहित्यात तो येथून पुढे शक्तिमान रूप धारण करणार कसा? आणि त्या भूतकाळात विलीन होऊ घातलेल्या एकाच प्रकारच्या अनुभवावर साहित्यनिर्मिती कितीशी आणि किती काळ होत राहणार? आणि केली तरी ते साहित्य आवर्तात सापडणे शक्य आहे. कारण त्याचे त्या विशिष्ट प्रकारच्या एकाच अनुभवाच्या द्वारा आलेले नवेपण जाऊन तो अनुभव फार फार ओळखीचा होणार आणि त्यामुळे ते साहित्यही फार फार ओळखीचे होणार. त्यामुळे त्याच्याविषयीची वाचनोन्मुख करणारी रसिकाची प्राथमिक जिज्ञासाही संपून जाणार; एवढेच नव्हे तर त्याच्या निर्मितीतही प्रतिभेला नवे आव्हान राहणार नाही. जिथे प्रतिभेला आव्हान नाही ते साहित्य सर्वार्थाने 'सामान्य' होते; हे उघड आहे.

दुसरे असे की, ज्या तत्त्वज्ञानाच्या बैठकीवर दलित साहित्य उभे आहे त्या आंबेडकरी तत्त्वज्ञानाचा प्रभाव एका विशिष्ट दलित जातीवरच विशेष आहे. ते दलितच प्रामुख्याने आज दलित साहित्य निर्माण करीत आहेत. एवढेच नव्हे तर शिक्षणाच्या क्षेत्रात त्यांनी इतर दलित जातींच्या तुलनेने फार मोठा प्रगतीचा टप्पा गाठल्याने समाजजीवनातील विविध क्षेत्रांतील सवलतींचे फायदे त्यांना विशेष मिळत आहेत आणि त्यांच्यापुरती अस्पृश्यतेच्या प्रश्नातील खरी आच संपत चालली आहे. हे सर्व एका दृष्टीने अतिशय स्वागतार्ह आहे. पण या पुढारलेल्या दलित जातीतील पुढाऱ्यांना इतर दलित जातींना आपल्याबरोबर प्रत्यक्षात घेण्यामध्ये अनेक कारणांमुळे अपयश आलेले आहे. त्यामुळे दलित साहित्यापुरता इथे प्रश्न निर्माण होतो तो असा की, हे साहित्य एका विशिष्ट दलित जातीमध्ये घोटाळत,

एका विशिष्ट आदिकारणाचीच फक्त प्रेरणा स्वीकारणार असेल तर ते आशयदृष्ट्याही हळूहळू चिंचोळे होत जाणार आहे. कारण आंबेडकरी तत्त्वज्ञानाच्या प्रभावामुळे अस्पृश्यतेच्या प्रश्नाच्या संदर्भात ज्या एका विशिष्ट दिशेने ते साहित्यिक आपली प्रतिक्रिया साहित्यद्वारा व्यक्त करीत आहेत त्या प्रक्रियेत इतर दलित जाती मनाने सामील होऊ शकत नाहीत; असाही त्याचा अर्थ होऊ शकतो. म्हणजे असे की, या अस्पृश्यतेच्या समस्येकडे त्या बौद्धेतर दलित जाती वेगळ्या दिशेने पाहत आहेत, अस्पृश्यतेतून मुक्त होण्याचे त्यांचे मार्ग वेगळे आहेत. त्यांच्या दृष्टीने अस्पृश्यतेची समस्या स्वातंत्र्योत्तर काळात अनेक पर्यायांनी सुटत चालली असावी. जिथे पूर्वी सर्व समाजच परंपरांचा गुलाम होता; तिथे कोण कुणाला मुक्त करणार? आज सर्वच समाज उद्योगप्रधान संस्कृतीत, विज्ञान युगात, बुद्धिनिष्ठ विचारसरणीला प्रतिष्ठा मिळाल्यामुळे 'आधुनिक' होत चालला आहे. या आधुनिकतेत (अस्पृश्यतेसह) सर्वच जातिव्यवस्थेतील व तदनुषंगिक प्रश्नांतील वाफ निघून चालली आहे. अशावेळी आपण सर्वांनी परस्पराशी विद्रोह न करता व भूतकाळाबद्दल एकमेकांवर दोषारोप न करता, नव्या समाजव्यवस्थेतील वर्गव्यवस्थेनुसार संघटित झाले पाहिजे. मिळणाऱ्या सवलतींचा फायदा घेऊन आपले वर्तमान वास्तव-प्रश्न सोडविले पाहिजेत; असे त्या बौद्धेतर दलितांना वाटत असावे आणि ही दिशा अधिक भविष्यवेधी आहे असे मला वाटते.

अशा परिस्थितीत मग दलित साहित्याचे कोणते स्वरूप अभिप्रेत असते? - ते असे की, केवळ एका अस्पृश्यतेच्या समस्येत अडकलेले दलित मनच सातत्याने आविष्कृत न करता त्या मनाबरोबरच आर्थिकदृष्ट्या, ज्ञानात्मकदृष्ट्या, सांस्कृतिकदृष्ट्या, धार्मिकदृष्ट्याही व्यापक अर्थाने दलित असलेले आणि त्यामुळे आपापसात जगतानाही एकमेकांची लांडगेतोड करणारे, अनेक साध्यासुध्या इच्छांच्या बाबतीतही उपाशी मेलेले, प्रचंड दारिद्र्यात हताशपणे जीवन कंठणारे, असहाय झालेले, सरकारी योजनांच्या गाड्या ज्याच्या समोरून जात आहेत आणि त्यांच्याकडे उपऱ्यासारखे बघण्याची पाळी ज्या ग्रामविभागात येते; असे वर्तमानातील दलित वास्तव मन रेखाटले जाणे अपरिहार्य ठरते. एवढेच नव्हे तर देशाच्या बदलत्या सामाजिक वास्तवात स्वत:चा विकास साधणारे, त्यासाठी प्राण पणाला लावून धडपडणारे, अपयशाला-अपमानाला पचवत यश कवटाळणारे, शून्यातून प्रतिष्ठितात स्थित्यंतरित झालेले, युगाच्या अज्ञानातून ज्ञानाच्या क्षेत्रात प्रतिष्ठेला, सुशिक्षित पदवीला जाऊन पोहोचलेले असे मन (किंवा अशा दलित मनाचे विविध प्रवासही) रेखाटले गेले पाहिजेत. हे जीवनप्रवासही नंतरच्यांना प्रेरणादायक ठरणारे, आशावादी बनविणारे असतील. तेव्हा स्वातंत्र्योत्तर काळात अस्पृश्यांसह सर्वच जातींचे जात म्हणून गुणधर्म पुसत चाललेले आहेत, त्यातच अस्पृश्यतेची समस्याही विझू घातलेली

आहे, हा दूरदर्शी विचार जाणून आर्थिक, सामाजिक, सांस्कृतिक, शैक्षणिकदृष्ट्या जे वंचित आहेत ते अंतिमत: एकच आहेत, हे समजून घेऊन जो दलित साहित्यिक साहित्य निर्माण करील तेच उद्याचे 'मराठी साहित्य' ठरणार आहे, हे ओळखले पाहिजे.

या बिंदूवर दलित साहित्याच्या आणि १९६० नंतरच्या आधुनिक ग्रामीण साहित्याच्या सरहद्दी एकमेकीत मिसळतात, असे मला वाटते. कारण १९६० नंतरचे ग्रामीण साहित्य हे स्वातंत्र्योत्तर भारताने स्वीकारलेल्या समाजवादी दृष्टीचे परात्पर फलित आहे. त्या दृष्टीचे फलित म्हणून महाराष्ट्रीय समाजातील खालच्या स्तरातील जातींना, आर्थिकदृष्ट्या मागासलेल्यांना ज्यांच्या घरी आजवर पाटी-पेन्सील गेलेली नव्हती अशांना शिक्षणाच्या सवलती मिळाल्या आणि त्यांना साहित्यमुखाने वाचा फुटली. समाजवादाची ही प्रक्रियाच समाज-जीवनाच्या सर्व क्षेत्रांत व्यापून राहिली पाहिजे आणि चोखपणे व कसून कार्यप्रवण राहिली पाहिजे. म्हणून सर्वच जातीजमातीतील आजवर वंचित राहिलेल्यांनी एकत्र येऊन जागृत राहणे जरूर आहे. कारण या देशात नवे युग निर्माण करू पाहणारी ही आधुनिक भारतीय समाजवादी समाजनिर्मितीची प्रक्रिया आजवरच्या सर्वार्थाने सर्वच वंचितांना न्याय देऊ पाहणारी आहे. या प्रक्रियेतूनच १९६० नंतरचा ग्रामीण साहित्यिक जन्माला आला आहे. या अर्थाने त्याचे साहित्य समाजवादी दृष्टीचे परात्पर फलित आहे.

त्यामुळे आजच्या मराठी दलित साहित्याच्या पार्श्वभूमीवर पाहता १९६० नंतरच्या आधुनिक ग्रामीण साहित्याची भूमिका ही सर्वच जातिधर्माच्या पलीकडची आहे. सर्वच जातींतील, सर्वच धर्मांतील, सर्वच जमातींतील पददलित तिला सारख्याच मोलाचे वाटतात. समाजाच्या सर्वांत खालच्या थरात असलेल्या आणि स्वत:ला समाजाच्या समपातळीवर आणण्यासाठी धडपडू पाहणाऱ्याच्या व्यथा-वेदनांचे हे साहित्य आहे. आपण सर्व भारतीय आहोत आणि भारतात प्रत्येकाची जात त्याच्या जन्मापूर्वीच निश्चित झालेली असते, असे मानण्याची सनातन रीत अजूनही जीव धरून आहे. या रीतीला समग्र समाजच जोवर एकमुखाने नाकारत नाही, तोवर समाजाच्या एका घटकाने जात नाहीशी करण्यासाठी केलेल्या बंडाच्या नशिबी अपयशच येणार. एकपक्षीय जात नाकारून इथे कार्यभाग होऊ शकत नाही. अशा वर्तमान परिस्थितीत 'जात' जाणार नसल्याने जातीचे महत्त्वच नाकारत जाणे एवढेच हातात उरते आणि आधुनिक समाजरचनाही सुदैवाने या नकाराला खतपाणीच घालत आहे. अशावेळी वर्गीय वृत्तीने राहणेच हिताचे ठरते. १९६० नंतरचे समाजवादाच्या प्रक्रियेत सापडलेले आधुनिक ग्रामीण साहित्य अशा रीतीने नुसते जातीचे महत्त्वच नाकारीत नाही, तर समाजातील विशिष्टांची विविध क्षेत्रांतील मक्तेदारीही ते नाकारते. मग ते भले साहित्याचेही क्षेत्र असो; एवढेच नव्हे तर या

मक्तेदारांनी साहित्य क्षेत्रात निर्माण केलेली आणि जर ती त्यांच्या व्यवस्थेलाच फक्त सोयीची असेल तर त्यांची मूल्यदृष्टीही नाकारणे अपरिहार्य आहे. मग ते पांढरपेशांचे शहरी साहित्य असो अगर दलित साहित्य असो. एकाने मक्तेदारी प्रस्थापित केली म्हणून जर त्याच्या विरोधात दुसरा कुणी मक्तेदारी प्रस्थापित करीत असेल तर ती दोघांचीही चूक ओळखून पुढे गेले पाहिजे. सुदैवाने या मक्तेदारीतून दलित साहित्य हळूहळू बाहेर पडू लागले आहे. त्या दृष्टीने 'आठवणीचे पक्षी' या प्र. ई. सोनकांबळे आणि 'उपरा' या लक्ष्मण माने यांच्या गद्य पुस्तकांचे महत्त्व व अर्थपूर्णता मला फार वाटते. दलितांच्या कथाकादंबऱ्यांना ही पुस्तके नव्या दिशेने प्रेरणा देतील असे मला वाटते. उद्याच्या उत्तम दलित साहित्याची ती बीजे आहेत.

आजच्या दलित साहित्याप्रमाणे आधुनिक ग्रामीण साहित्य हे राजकीय आंदोलनाचे किंवा सामाजिक सुधारणावादाचे प्रभावी किंवा तत्सम साधनही बनविण्याच्या धोक्यापासून दूर ठेवले पाहिजे. त्याचे अस्तित्व 'साहित्य' म्हणूनच टिकवावयाचे आहे. आज ते विसाव्या शतकाच्या शेवटच्या विशीत उभे आहे. याचे त्याला भान आहे. त्याच्या पाठीशी अनेक वाङ्मयीन घडामोडीतून निर्माण झालेले शहाणपण शिदोरीसारखे आहे. त्यामुळे १९५० पूर्वीच्या ठोस आशयवादी किंवा मनोरंजनवादी, ध्येयवादी किंवा सुधारणावादी साहित्यासारखेही त्याला अनुभवाच्या कळा हरवलेले व्हावयाचे नाही आणि १९५० नंतरच्या कलवादी दृष्टींच्या आनुषंगिक मर्यादाही ते डोळ्याआड करू शकत नाही. व्यक्तिकेंद्रित अनुभवातील केवल स्वरसरंजनवाद त्याला नको आहे. या सर्व वाङ्मयीन प्रवृत्तींच्या सामर्थ्य-मर्यादांची चिकित्सा झाल्यानंतरच्या काळात ते उभे आहे, याचे भान त्याला असणे जरूर आहे. या देशीच्या जीवनातून येणारा कोणताही कलासन्मुख अनुभव ग्रामीण साहित्याला वर्ज्य नसला तरी त्या अनुभवाच्या केंद्रस्थानी असलेल्या 'मी'चे इतर व्यक्ती, समाज, कुटुंब, देश, आसपासचा परिसर, संस्कृती, राजकारण, अर्थकारण, इत्यादींशी असलेल्या संबंधांतून जे ताण निर्माण झालेले असतात, विशेषत: भोवतालच्या वर्तमान परिस्थितीतून त्याच्या अनुभवात ताण निर्माण करणारे जे घटक कार्यप्रवण झालेले असतात, त्यांच्याकडे ग्रामीण साहित्यिकाने डोळेझाक करणे योग्य नव्हे. केवळ मनोरंजन, स्वप्नरंजन, व्यक्तिनिष्ठ शैलीच्या लकबी, ग्रामीण भाषेच्या लकबींचे प्रदर्शन, विनोदी किश्श्याची लेखन-कामाठी, वैयक्तिक भावविवशता यात रमण्यात अर्थ नाही हे ओळखले पाहिजे.

साहित्य हे वाचकाला क्रियाप्रवण करीत नाही, ते निखळ सौंदर्यानंद देते अशी जरी कलावाद्यांची व सौंदर्यवाद्यांची भूमिका असली तरी साहित्यातील आशयाचा, अन्वयार्थाचा मनावर कुठेतरी सूक्ष्मत: परिणाम होतच असतो, ही गोष्ट आधुनिक ग्रामीण साहित्यिक विसरू शकत नाही. - साहित्याचे वाचन हा एक अनुभव असतो

आणि (सौंदर्यानुभवासह) कोणताही अनुभव मानवी मनावर अतिशय जटिल आणि सूक्ष्म स्वरूपात जाणिवेच्या, नेणिवेच्या पातळीवर विविध प्रकारचे परिणाम करीत असतो. हा परिणाम 'माणसाला' नाना पातळींवर समजून देत असतो. मानवी जीवनाच्या आणि भोवतालच्या विविध प्रकारच्या परिस्थितीच्या आकलनाचे पोषणही हा परिणाम करीत असतो. साहित्याच्या या आनुषंगिक, पण अतिमहत्त्वाच्या परिणामाचे भान ग्रामीण साहित्य विसरू शकत नाही. याचा अर्थ ते 'परिणाम करण्याच्या' उद्देशाने लिहिले जाईल असा नसून या परिणामाचे अवधान ठेवल्याने समाजजीवनाच्या कोणत्या अर्थपूर्ण अनुभवांचा आविष्कार करणारे साहित्य निर्माण करावे; याबाबतीतील अग्रक्रमाचे भान त्याला राहील. त्या दिशेने ग्रामीण साहित्यिक समाजजीवनाला व्यापून राहणाऱ्या अशाच 'मी'च्या व्यापक अनुभवांचा साहित्यातून परिस्फोट करीत राहील. अशाप्रकारच्या साहित्यनिर्मितीमुळे नव्याने साक्षर होणाऱ्या तरुणवर्गाला सौंदर्यानंदाबरोबरच त्याच्या बुद्धीची मशागतही नीटपणे व्हायला मदत होईल आणि त्यामुळेच या देशाच्या सामाजिक प्रक्रियेत या ग्रामीण साहित्याच्या वाचकाला सहभागी व्हायलाही हे साहित्य अप्रत्यक्षरीत्या मदतच करील.

सारांश आधुनिक ग्रामीण साहित्याला सामाजिक वास्तववादाच्या व्यापक पातळीवर जाऊन कलात्मक भान ठेवावयाचे आहे. (भोवतालच्या परिसरातून व स्वत:च्या सामाजिक जीवनातून साकारणाऱ्या अनुभवातील लेखनपूर्व आणि लेखनगर्भ आत्मनिष्ठा व वाङ्मयीन महात्मता (बा. सी. मर्ढेकरांच्या अर्थाने) यांचे भान ठेवावयाचे आहे.) त्यासाठी आधुनिक ग्रामीण जीवनाच्या व्यापक कक्षाही त्याला नीटपणे समजून घ्यावयाच्या आहेत. या व्यापक कक्षामुळे त्याचे साहित्य पूर्वसुरींच्या ग्रामीण साहित्यापेक्षा वेगळे ठरणार आहे.

आपणा सर्वांनाच या शेतीप्रधान देशाच्या चालत आलेल्या 'देशी' परंपरा नव्या समाजवादी समाजरचनेला किती आणि कोणत्या रीतीने उपयुक्त ठरतील याचा विचार करून त्यातील काहींचा स्वीकार तर काहींचा त्याग करावा लागणार आहे. या अर्थाने आधुनिक ग्रामीण साहित्याची ही चळवळ एकूण मराठी साहित्यालाच वर्तमान वास्तवाचे व्यापक आणि कलात्मक रूप देऊ पाहणारी, मराठी समाजातील एक महत्त्वाची सांस्कृतिक घटना आहे. आजवरच्या मराठी साहित्याची संकुचित बैठक बदलून नवी व्यापक बैठक तयार करू पाहणारी ही चळवळ आहे. साहित्यनिर्मितीला पाश्चात्त्यसन्मुख शहरी केंद्रातून मुक्त करून देशी 'मराठी संवेदनाच्या' ग्रामीण विभागात व तेथील साधारणाच्या मनात तिचे केंद्र निर्माण करावयाचे आहे.

आरंभीच्या काळात स्वतंत्र क्षेत्र निर्माण करून त्याकडे लक्ष वेधून घेण्याची व त्याला (रोपट्याप्रमाणे) संरक्षण देण्याची गरज असते. आधुनिक ग्रामीण साहित्यही आरंभावस्थेत हेच करू पाहते आहे. त्याला अजून फार मोठा टप्पा गाठावयाचा

आहे. तोपर्यंत त्याचा स्वतंत्रपणे विचार होण्याची व पोषण होण्याची फार मोठी गरज आहे. त्याची रुजवण फार मंद गतीची आहे. दलित साहित्याप्रमाणे झपाट्याने ते वर सरारून येताना दिसत नाही. दलित साहित्याप्रमाणे त्याने एकूण मराठी साहित्याशीच विद्रोहही पुकारलेला नाही, तर मराठी साहित्यातील योग्य त्याचा स्वीकार करत, चिंचोळ्या परंपरांचा, कालबाह्य साहित्यमूल्यांचा, मर्यादित आशयवर्तुळांचा त्याग करत त्याला पुढे जावयाचे आहे.

साहित्यकला ही समाजाच्या सांस्कृतिक जीवनातीलच एक अर्थपूर्ण घटना असते; या अर्थाने ही ग्रामीण साहित्याची चळवळ सामाजिक, सांस्कृतिकच आहे. त्यामुळे कोणत्याही प्रकारच्या मानसिक दहशती-दबावाखाली उपरे, बेगडी यश मिळवून देण्याची तिला आवश्यकता नाही. प्रत्येक देशी, मराठी संवेदनेचा आविष्कार करू इच्छिणाऱ्या तरुण साहित्यिकाने चर्चा, वाचन-चिंतन यांच्या आधाराने आपल्या मनाची मशागत करून आपल्या अनुभव-विश्वाचा व अभिरुचीचाही नीट पाया उभारण्याची दक्षता घेतली तर या चळवळीचे सार्थक होणार आहे. त्याच्या आधारे होणारी साहित्यनिर्मिती हेच या चळवळीचे अंतरंगी यश आहे; बाकीचे आनुषंगिक मानमरातब, लोकप्रियता, प्रसिद्धी, पैसा या गोष्टी गौण आहेत.

◆

लेखांविषयीची संदर्भ-माहिती

१. 'ग्रामीण-साहित्य सवतासुभा आहे काय?'
   २९/३० मार्च १९८० मध्ये जुन्नर येथे झालेल्या ग्रामीण साहित्य-संमेलनातील अध्यक्षीय भाषण.
२. 'ग्रामीण साहित्य आणि सामाजिक जाणीव : १८७५ ते १९२५'
   मुंबई विद्यापीठाच्या हिंदी-विभागाने 'प्रेमचंद शताब्दी'निमित्त एप्रिल १९८१ मध्ये आयोजित केलेल्या चर्चाशिबिरासाठी तयार केलेले भाषण.
३. 'मराठी खेडे : जुने आणि नवे'
   'विचारभारती' दिवाळी १९८०.
४. 'ग्रामीण साहित्य आणि शहरी संस्कार'
   प्रस्तुत ग्रंथासाठी लिहिलेला लेख (जाने. १९८१)
५. 'ग्रामीण साहित्य आणि बदलते खेडे'
   फेब्रुवारी १९८० मध्ये बार्शी येथे झालेल्या अखिल भारतीय मराठी साहित्य संमेलनातील 'वास्तवातील खेडे व साहित्यातील खेडे' या ग्रामीण साहित्यावर झालेल्या परिसंवादातील भाषण.
६. 'ग्रामीण साहित्याचे टीकाकार'
   धुळे येथे विद्यावर्धिनी महाविद्यालयात डिसेंबर १९७९ मध्ये 'मराठी टीका-वाङ्मयातील नवे विचार-प्रवाह' या विषयावर झालेल्या चर्चाशिबिरासाठी तयार केलेला लेख. पुढे हा जुलै-ऑगस्ट १९८० मध्ये दोन भागांत 'हंस'मधून प्रसिद्ध झाला.
७. 'ग्रामीण हे विशेषण काय अपेक्षिते?'
   १९ मे १९८१ मध्ये 'असोदा' येथे होणाऱ्या 'जळगाव जिल्हा ग्रामीण साहित्य संमेलना'च्या स्मरणिकेसाठी लिहिलेला लेख.

८. ‘साहित्यातील ग्रामीणता’
म. सा. पत्रिकेच्या ग्रामीण साहित्य विशेषांकासाठी लिहिलेला लेख. (म. सा. पत्रिका : जुलै-डिसें. १९८०)

९. ‘पिराजी पाटील : पहिली मराठी ग्रामीण कादंबरी’
‘केसरी’ (रविवार, २० एप्रिल १९८०)

१०. मराठी मातीचा पहिला कादंबरीकार : र. वा. दिघे
‘केसरी’ (रविवार १३ जुलै १९८०) साठी र. वा. दिघे यांच्या निधनानिमित्त लिहिलेला लेख.

११. ‘पहिली मराठी ग्रामीण कवयित्री : बहिणाबाई चौधरी’
‘बहिणाबाई चौधरी’ यांच्या जन्मशताब्दीनिमित्त जळगाव येथील ग्रंथालयात दि. १६ ऑगस्ट १९८० (नागपंचमी) रोजी दिलेले भाषण. पुढे ते ‘केसरी’मधून १४ डिसेंबर १९८० मध्ये प्रसिद्ध झाले.

१२. ‘आधुनिक ग्रामीण साहित्याची भूमिका’
नागपूर येथील ‘जनवादी साहित्य सभेच्या’ दि.१० व ११ एप्रिल १९८१ रोजी झालेल्या साहित्य संमेलनातील अध्यक्षीय भाषण. ग्रामीण साहित्यिकांच्या तिसऱ्या पिढीला मार्गदर्शक ठरणारे हे भाषण मुळातून ‘तिसऱ्या पिढीची ग्रामीण कथा’ या लवकरच प्रसिद्ध होणाऱ्या प्रातिनिधिक कथासंग्रहाच्या ‘प्रस्तावनेचा’ दुसरा भाग आहे.

■

परिशिष्ट : संदर्भ-यादी

'ग्रामीण साहित्याचे टीकाकार' या लेखासाठी वापरलेल्या लेखांची आणि ग्रंथांची संदर्भसूची.

१. आधुनिक मराठी वाङ्मयाचा इतिहास भाग २ (१९५८)
- अ. ना. देशपांडे

२. मराठी कादंबरी - पहिले शतक, भाग १ व २ (१९५३ व १९५४)
- कुसुमावती देशपांडे

३. मराठी कादंबरी : तंत्र व विकास (आ. दुसरी, १९५७)
- प्र. वा. बापट व ना. वा. गोडबोले

४. स्वभाव लेखन (१९३८) - पु. ग. सहस्रबुद्धे

५. मराठी साहित्याची रूपरेषा - (आ. दुसरी, १९६१) - वि. पां. दांडेकर

६. प्रदक्षिणा (आ. तिसरी, १९६०)

७. खडक आणि पाणी (आ. दुसरी, १९६६) - गंगाधर गाडगीळ

८. आवड निवड (१९५९) - स. गं. मालशे

९. मराठी ग्रामीण कथा (१९६७) - संपादक : अंबादास माडगूळकर

१०. साहित्य दलित आणि ललित (१९७७) - गो. ग. कुलकर्णी

११. अनुभव आणि आकार (१९७९) - प्रल्हाद वडेर

१२. वानवळा (१९७९) - रा. रं. बोराडे
या ग्रंथाची नरहर कुरुंदकर यांनी लिहिलेली प्रस्तावना.

१३. मीठभाकर (पाचवी आवृत्ती) - ग. ल. ठोकळ
(परिशिष्टातील 'सुगी'मधील वि. स. खांडेकर यांची प्रस्तावना)

१४. ग्रामीण साहित्य : स्वरूप आणि समस्या (१९७९) - आनंद यादव

१५. पंढरीची वाट (१९७३) - चंद्रकुमार नलगे
(या ग्रंथाची एस. एस. भोसले यांनी लिहिलेली प्रस्तावना. प्रस्तावनेतील शेवटच्या १६ पानांतील मजकूर 'मराठी ग्रामीण कथा' या शीर्षकाखाली १९६४ साली 'महाराष्ट्र टाइम्स'मधून पूर्वीच प्रसिद्ध झाला होता.)

१६. 'आजची ग्रामीण कथा' (१९६३, नव जागृति, दिवाळी अंक)
- म. ना. अदवंत

१७. प्रादेशिक कथेचे तेज लुप्त होत चालले?' (२१ जून १९६४)
(महाराष्ट्र टाइम्स) - शंकर सारडा

१८. 'मराठीत धुमाकूळ घालणारा एक नव-साम्राज्यवादी शब्द'
(महाराष्ट्र टाइम्स) - रा. ग. जाधव

१९. 'ग्रामीण वाङ्मयाचे भवितव्य' (२८ फेब्रुवारी १९६५)
दै. मराठा (रविवार पुरवणी) - गिरीश राठी

२०. निवडक शंकर पाटील (१९६६) - संपादक वा. ल. कुलकर्णी

२१. निवडक शंकर पाटील (१९६६)
या पुस्तकाचे परीक्षण (५-२-१९६७ र. लोकसत्ता)
- वसंत शिरवाडकर

२२. 'आजची मराठी ग्रामीण कथा' - रा. रं. बोराडे
(प्रतिष्ठान, संमेलन विशेषांक १९६५) (एप्रिल-मे-जून)

२३. धार आणि काठ (१९७१) - नरहर कुरुंदकर

◆